# மாபெரும் தாய்

அகரமுதல்வன்

**மாபெரும்தாய்** (சிறுகதைகள்)
ஆசிரியர்: அகரமுதல்வன் ©
மொழி: தமிழ்
முதல் பதிப்பு: பிப்ரவரி 2022
இரண்டாம் பதிப்பு: நவம்பர் 2022

வெளியீடு: **ஜீவாபடைப்பகம்**
பதிவு எண்: TN - 34 - 0006726
#351 MIG, NH-1 நக்கீரர்தெரு,
மறைமலைநகர், காஞ்சீபுரம் - 603 209.
தொடர்புக்கு: +91 98413 00250
மின்னஞ்சல்: jeevapataippagam@gmail.com

MAPERUM THAAI (Short Stories)
Author: **Akaramuthalvan**©

Language: Tamil
First Edition: February-2022

Published by: **JeevaPataippagam**
Registration Number: TN-34-0006726
#351-MIG, NH-1, Nakkeerar Street,
Maraimalai nagar, Kanchipuram- 603 209.
Ph.: +91 98413 00250
email: jeevapataippagam@gmail.com

ForQueries:-
**OvisBooks.com**
Email: ovisassistant@gmail.com

Pages: 176
Price: 260/-INR

Wrapper: VallabaiArunachlam ©, India.
Conception: Manikandan
Printed by: Ramani Print Solution

All rights, including professional, amateur, motion pictures, recitation, public reading, broadcasting and the rights of translation into foreign languages are strictly reserved. No part of this book may be reproduced in whole or in part or utilized in any form or by any means electronic or mechanical, including photocopying, recording or by any information storage and retrieval system now known or hereafter invented, without the prior written permission of the Author/Publisher.

தேனிசை செல்லப்பாவிற்கு

## உதிர நதி

அச்சிட்ட எழுத்துக்களின்
அறிப்புப் பவனி
ஸ்தம்பிக்கிறது.
செய்தித்தாளில் பிரதிபலிக்கும்
வாசக முகத்துக்குள்
அலறுகின்றன
ஓராயிரம் கபாலங்கள்.
அலறும் ஒவ்வொரு
அச்செழுத்திலும்
குரல் பெறுகிறது
ஓர் மூதாதை இனம்.
மனித வர்க்கத்தின்
மனச்சாட்சியினுள்
பாய்கிறது
அதன் உதிர நதித் துடிப்பு.
நேற்றிந்த முற்றத்தில்
மழலை விளைத்து
இன்று குற்றுயிரில் துடிக்கும்
குழந்தையின் நாளத்தில்.

நேற்றைக்கும் மிகமுந்தி
எகிப்தின் பிரமிட்கள்
எழுமுன்னாடி
ஒரு யுகத்தின் வாசலில்
இமயம் உருகி
ஏழுகிளை விரித்து
பிரவஹித்த சப்த
சிந்து துடிக்கிறது.
துடித்துக் கொடுங்கோலின்
துப்பாக்கி ரவை மழையில்
உடைந்து சொரிகிறது.
அதன் ரத்தச் சகதியில்
புதைகிறது,
புத்தர் பிரானின்
தர்மச் சக்கரம்.

- பிரமிள்

## புலிசேர்ந்து போகிய கல் அளை
யுகபாரதி

தமிழிலக்கிய நெடும்பரப்பில் ஈழத்துப் படைப்புகளைத் தனி வகைமையாகக் கொள்ளவேண்டிய தேவையிருக்கிறது. அவை தமிழில்தான் எழுதப்படுகின்றன. என்றாலும், தமிழகச் சூழலுக்கு அவை முற்றிலும் வேறான தன்மையுடன் இயங்குபவை. குறைந்தபட்ச அரசியல் புரிதலற்ற ஒருவர், அக்கதைகளையோ, கவிதைகளையோ வாசித்தறிய வாய்ப்பில்லை. நிலப்பரப்பும் அரசியலும் ஒரு படைப்பில் செலுத்தும் தாக்கத்தைத் தவிர்த்துவிட்டு, அதை வெறுமனே வாசித்துப் பயனில்லை.

கடந்த முப்பது ஆண்டுகளுக்கும் மேலாக ஈழ எழுத்துகளை வாசித்துவருகிறேன். ஆனாலும், ஒரு பெரும் அலையாகத் தற்போது எழுந்துள்ள ஈழ இளம் படைப்பாளிகள் பலரும் நம்பிக்கையின் கீற்றை வேய்கிறார்கள். எண்பதுகளில் வாசிக்க ஆரம்பித்த எனக்கு கே.டேனியல், செ.யோகநாதன், எஸ்.பொன்னுத் துரை உள்ளிட்ட ஒரு சிலரை மட்டுமே தெரிந்திருந்தது. அதன்பின் அங்கே நிலவிய அரசியல் மாற்றங்களும் போர்ச்சூழலும் மேலதிக நபர்களையும் படைப்புகளையும் அறிய உதவின.

தமிழகத்தின் ஊர் பெயர்கள் எந்த அளவுக்கு எனக்குப் பரிச்சயமோ அதைவிட, ஈழத்தில் அமைந்துள்ள ஊர்ப் பெயர்கள் அத்துப்படியாயின. வாசிப்பின் மூலம் எனக்குள் விரிந்த நில அமைப்புகளும் மனிதர்களும் நேரில் சென்று பார்த்தபோதும் அப்படியே இருந்ததில் ஆச்சர்யமில்லை.

இலக்கியத்தின் மிக உயரிய தகுதி, ஒரு சம்பவமும் நிலமும் எவ்விதம் பதிகின்றனவோ அவைபோலவே எதார்த்தத்திலும் பிடிபடுவதுதான். எஸ். பொன்னுதுரையின் ‘வரலாற்றில் வாழ்தல்’ நூலை அவர் சொல்லச் சொல்ல எழுதிய பணியை இந்த இடத்தில் பெருமிதத்துடன் நினைத்துக்கொள்கிறேன். வீரமும் காதலுமே சங்கப் படைப்புகளுக்கு அடிப்படை. இன்று அந்த அடிப்படையின் தொடர்ச்சியை ஈழ எழுத்து களில் மட்டுமே காணமுடிகிறது. கசப்பும் வெறுமையும் வாழ்வைத் தேடி அலையும் புலப்பெயர்வும் அம்மக்களின் அன்றாடத்தைச் சிதைத்திருந்தாலும், அவை படைப்புகளின் வழியே பத்திரப்படுத்தப்படுகின்றன. அத்துடன் சாதியம், இயக்கங்களுக்கு இடையிலான படுகொலை, எதிரிகளுடனான சமர் என அகலவிரியும் அவர்களின் பாடுகள் சொல்லி மாளாதவை.

நம்பிக்கையளிக்கும் இளம் ஈழப் படைப்பாளிகளில் ஒருவராக அகரமுதல்வனை அவருடைய அரும்புப் பருவம் முதலே அறிவேன். அவருடைய எழுத்து முயற்சிகளை அக்கறை யுடன் அணுகி, அவை பொதுவில் புகழ்ந்து பேசப்படும் வேளைகளில் உள்ளார்ந்த உவகையைப் பெற்றிருக்கிறேன். அன்பிற்கும் அடையாளத்திற்கும் ஓயாது உழைத்துவரும் அவர், என்னுடைய தம்பிகளில் ஒருவர். அவருடனான உரையாடல்களில் பெரும்பகுதி, அகதி வாழ்வின் அல்லல்கள் பற்றியவை. அதிருப்தியுடன் முடிந்துவிட்ட போரின் அவலங்களைக் கொப்பளிப்பவை. தவறவிட்ட பாதையைத் தேடித்துழாவும் தவிப்பும் சாந்தமின்மையும் நிறைந்தவை. இன்னும் கவிதைகளிலும் கதைகளிலும் அவர் பதியாத எத்தனையோ சம்பவங்களை அவர் சொல்லக் கேட்டிருக்கிறேன். ‘மாபெரும் தாய்’ என்னும் தலைப்பில் வெளிவரும் இந்நூலுக்கு முன்பே, அவர் எழுதி வெளியிட்ட அத்தனை நூல்களையும் வாசித்து என்னுடைய அபிப்ராயங்களைத் தெரிவித்திருக்கிறேன்.

‘உலகின் மிக நீண்ட கழிவறை’ குறுநாவல்கள் தொகுப்பிலுள்ள ‘சித்தப்பாவின் கதை’யையும் ‘பான் கீ மூனின் றுவாண்டா’ தொகுப்பிலுள்ள ‘சங்கிலியன் படை’ கதையையும் பலமுறை நண்பர்களிடம் பகிர்ந்திருக்கிறேன். வாழ்வை எழுதும் அவர் வார்த்தைகளில் குழைந்து, குரல் தளும்ப விட்டத்தை வெறித் திருக்கிறேன். எங்கே இருந்தாலும், என்னவாக இயங்கினாலும் அவர் உள்ளத்தைக் கவ்வியுள்ள நிலத்தின் வாடையை நுகர்ந்திருக்கிறேன்.

“இரண்டாம் லெப்ரினனட்”, “முஸ்தபாவைக் கொன்ற ஓரிரவு” ஆகிய நூல்களில் இடம்பெற்றுள்ள கதைகளும், அக்கதைகளில் வெளிப்பட்ட காத்திரங்களும் அவ்வப்போது அகரமுதல்வன் குறித்த சிந்தனைகளை மீட்டுபவை. முதலில் அகரமுதல்வனை நான் அறிந்தது “அறம் வெல்லும் அஞ்சற்க”, “டாங்கிகளில் சரியும் முல்லை நிலா”, ஆகிய கவிதை நூல்கள் மூலமே எனினும், சிறுகதைகளிலும் குறுநாவல்களிலும் அவருடைய பாய்ச்சல் கூடுதலான சந்தோசத்தைத் தருகிறது.

ஒரு தேர்ந்த கதைசொல்லிக்கான பண்பும் பக்குவமும் கூடிய அகரமுதல்வனுக்குள், அப்பரும் சம்பந்தரும் இருக்கிறார்கள். தொன்மங்களைத் தொட்டெழும் வீரமுனிகளும் சுடலை யாண்டிகளும்கூட.

ஈழத்து நாட்டார் பாடல்களில் மாத்திரம் உலவிய பில்லி சூனிய பிம்பங்களை நவீனக் கதையாடலாக மாற்றும் சாதுர்யம் அகரமுதல்வனின் தனித்துவம். அம்மண்ணின் அதிரூபங்களும், ஆதிரூபங்களும் அவருடைய கதை மாந்தர்களைக் களிநடனம் புரிய வைக்கின்றன. போருக்கான நீதியும் நியாயங்களும் அப்படியே இருந்தாலும், அவற்றை வென்றெடுக்கும் உபாயத்தை அறியாத ஓர் இனக்குழுவின் உளக்கிடக்கையையே அவர் கதைகள் திரும்பத் திரும்பப் பேசுகின்றன. கெக்கலி கொட்டிச் சிரிக்கும் உலகத்தை தன்னுடைய இடது காலால் எட்டி உதைக்கும் சந்நதமே அவருடைய படைப்பின் சுருதி எனில் மிகையில்லை.

அகரமுதல்வனின் இத்தொகுப்பு அவருடைய படைப்பாக்க முயற்சியில் ஊக்கம் நிறைந்த முன்னகர்வு. ஒரு கதையைப்போல இன்னொன்றை எழுதிவிடாத எச்சரிக்கை ஒருபுறமென்றால், ஒவ்வொன்றிலும் அவர் சொல்லிச்செல்லும் தொன்மங்களின்

தொடர்ச்சி இன்னொரு புறத்தில் அசாத்திய ஈர்ப்பை அளிக்கிறது. போர்ச்சூழலை நேரடியாக எதிர்கொண்ட இளைஞனாகவும் இருப்பதால் அவர் வார்த்தைகளில் கழிவிரக்கத்தைக் கோரும் கையேந்தல்கள் அறவே இல்லை. உக்கிரமான மொழியின் மூலம் தன்னுள்ளே பதிந்துள்ள ஆவேசங்களை அலசியிருக்கிறார்.

சரி, தவறு என்கிற கற்பிதங்களிலிருந்து விடுபட்டு, தொல்குடி நம்பிக்கைகளைக் கதையாடலாக ஆக்கிப் பார்த்திருக்கிறார். அகரமுதல்வன் வந்துசேர்ந்திருக்கும் இந்த இடம் எனக்கு மிக முக்கியமானதாகப் படுகிறது. அரசியல் என்கிற புறநிலைப் புரிதலைத் தாண்டி, அகவயமான தேடல்களில் இக்கதைகள் நடக்கின்றன.

எந்தச் சிறுகதைத் தொகுப்பை வாசித்தாலும் ஒன்றிரண்டு கதைகள் சோதனை முயற்சியாக இடம்பெற்றிருப்பது இயல்பு. அகரமுதல்வனோ இந்நூலின் ஒவ்வொரு கதையிலும் வெவ்வேறு வடிவத்தையும் உத்தியையும் பரீட்சித்துப் பார்த்திருக்கிறார். மொழியின் உச்சபட்ச சாத்தியங்களை முயன்று, அவற்றில் வெற்றியும் கண்டிருக்கிறார். தொடர் வாசிப்பின் வழியே அவருக்குக் கிடைத்துள்ள அற்புதமான சட்டகத்தில் எண்ணங்களைத் துல்லியத்துடன் கடத்திவிடுகிறார். சௌகர்யமான கதைசொல்லல் முறையிலிருந்து சற்றே நகர்ந்து சவாலை எதிர்கொண்டிருக்கிறார் எனவும் சொல்லலாம். 'என்னை மன்னித்துக்கொள் தாவீது' என்னும் கதையும் 'மன்னிப்பின் ஊடுருவல்' என்னும் கதையும் ஒரே மாதிரியான தன்மையைத் தோற்றத்தில் தந்தாலும் எழுத்துமுறையில் இரண்டுமே வித்தியாசப்படுகின்றன.

'முன்னொரு காலத்தில் இயக்கத்தினால் தேடப்பட்டுவந்த பூனைச் சுமதியைத் திருச்செல்வம் வளசரவாக்கத்தில் கண்டான்' என ஆரம்பிக்கும் ஒரு கதை, இருவரின் இணைவிலும் முடிகிறது. திருச்செல்வம் இயக்கத்தைச் சேர்ந்தவர் என்பதும், பூனைச்சுமதி இயக்கத்தின் நடவடிக்கையை இராணுவத்திற்குத் தெரிவித்து துரோகியானவள் என்பதும் கதையின் போக்கிலேயே அறியலாம். தியாகியும் துரோகியும் சேர்ந்து குடும்ப நடத்த அகதிவாழ்வில் பூரண சுதந்திரம் கிடைத்துவிட்டதாகம், திருச்செல்வத்துடன் வசித்துவரும்

ஜீவகாந்தன் யாருக்கோ தொலைபேசுவதுதான் கதையின் உச்சம்.

யாழ்ப்பாணம் தென்மராட்சியைச் சேர்ந்த பூனைச்சுமதியின் வாழ்வை, சென்னை வளசரவாக்கம் வரை நீட்டித்துள்ள அகரமுதல்வன், வரலாற்றின் தொடர்ச்சியை வேறு ஒருவகையில் எழுதிப் பார்த்திருக்கிறார். வாழ்க்கையும் அதன்மீதான பிரியங்களும் எந்தப் போரினாலும் முடிவதில்லை. சொல்லப்போனால், வாழ்வதற்குத்தானே அத்தனை போராட்டங்களும் மடிவுகளும். போர்ச்சூழலுக்குப் பின்னான பத்தாண்டுக்கால வாழ்வை அங்கும் இங்குமாய் எழுதிச்செல்லும் அகரமுதல்வனுக்கு மனிதர்களைக் கதைகளிலாவது சேர்த்துவைக்கும் ஆவல். அவரைப் பொறுத்தவரை வாழ்க்கையென்பது தப்பித்து வாழ்வதல்ல, வாழ்தலின் பொருட்டு அன்பையும் ஆதரவையும் பகிர்ந்து கொள்வது. சமயத்தில் உடலுள் மறைந்துள்ள காமத்தையும் கொட்டிக்கவிழ்த்துக் குளிர் இரவுகளில் வெம்மையைத் தேடுவது.

என்னை ஆச்சர்யப்படுத்தும் விஷயம், எது ஒன்றும் ஒரேயொரு காரணத்திலோ காரியத்தினாலோ முற்றுப்பெறுவதில்லை என அகரமுதல்வனுக்குத் தெரிந்திருப்பதுதான். துரோகத்தை வாளாலும் தோட்டாவாலும் துளைப்பதைவிடக் காதலாலும் கருணையாலும் வெல்லமுடியுமென்று நம்புகிறார். ஒரு நிலத்தில் துரோகியாகப் பார்க்கப்பட்ட உயிர், இன்னொரு நிலத்தில் கனிவாகவும் பிரேமையாகவும் மாறுவதை அவரால் உணரமுடிகிறது. காலத்தின் விளைவாகவும் விருப்பமாகவும் ஓர் ஆணுக்கும் பெண்ணுக்கும் இடையே நிகழும் அந்தரங்க உறவை அருவருப்பில்லாமல் அவர் பேசவும் எழுதவும் எண்ணுகிறார்.

கதையின் போக்கில் பிறழ்வை ஏற்படுத்தாமல் இரண்டு தரப்பின் பின்னணிகளையும் பிரச்சனைகளையும் சொல்லிவிடுகிறார். போருக்குப் பின்னான மனநிலை, ஒரு சமூகத்தின் அகத்தில் என்னவாக விரிகிறது எனவும் அவரால் ஊகிக்க முடிகிறது. இன விடுதலைப் போரின் இன்றைய அணுகுமுறையிலிருந்து ‘மன்னிப்பின் ஊடுருவலை’ வாசித்தால் மேலும் பல்வேறு திறப்புகளைத் தரக்கூடும்.

அகரமுதல்வன் இந்தக் கதைகளில் எங்கேயும் தன்னுடைய தரப்பையும் சார்பையும் வைப்பதில்லை. மீச்சிறு இடங்களில் தன்னுணர்வுகளை பாத்திரங்களின் தன்மையுடன் பொருத்திக்கொள்கிறார். என்னை அதிகமும் வசீகரித்த 'பாலன்' சிறுகதை ஆகச்சிறந்த மொழி ஆளுமையின் வெளிப்பாடு. விவிலிய வாசகங்களின் சாயலைப் பெற்றுள்ள அக்கதை, பாலச்சந்திரனின் மரணத்தை முன்வைத்து எழுதப் பட்டிருக்கிறது.

அக்கதையை வாசித்த மாத்திரத்தில் பெருங்குரலெடுத்துக் கதறவேண்டும் போலிருந்தது. உந்தியெழுந்த உணர்வின் மிகுதியில் ஆறாகப் பிரவாகமெடுத்த கண்ணீரைத் துடைக்கவும் முடியாமல் துவண்டுபோனேன். ஒன்றுக்கு நூறாக விரியும் கேள்விகளை அடுக்கியடுக்கி, அதன் உச்சியிலிருந்து மன்னிக்க முடியாத மனிதகுலத்தைக் குப்புறத் தள்ளியிருக்கிறார். எழுந்து ஓட வழியில்லாத முக்கில் நிறுத்தி, அவர் ஓங்கி ஓங்கி உலகத்தை அறையும் ஓசை வாக்கியங்களாக வனைந்துள்ளன.

'வீழ்ந்தவர்களின் புரவி' கதையில் இன்னும் ஒரு படி மேலே போய் கிரேக்கத் தொன்மகளுடன் வீரபத்திரரை இணைத்திருக்கிறார். அக்கதையில் விரியும் காட்சிகள் என்னை அதீதப் பதற்றத்திற்கு உள்ளாக்கின. "செட்டிக்குளம் அகதி முகாமில்" அடைபட்ட பெண்கள், தம்மை பாலியல் வன்முறைகளில் இருந்து தற்காத்துக்கொள்ள வெள்ளைநிற நூலால் யோனியைத் தைத்துக்கொண்டனர் எனும் வாக்கியத்தை வாசித்து, மூச்சு ஒடுங்கிற்று. இப்படியும்கூட நடந்திருக்க ஏலுமா என்கிற கேள்வியே எழவில்லை. அகரமுதல்வன் உருவாக்கும் படிமங்களில் பீதி பீடித்த பெண்களின் அச்சமும் நிராதரவான சூழல்களும் வாசிப்பவனை நெருப்புக் குண்டத்தில் இறக்குகின்றன.

அதே கதையில் 'அந்தச் சின்னப் பிள்ளையையாவது காப்பாற்றுங்கோ' எனும் குரலின் அதிர்வில், அடைபட்ட அண்ட சராசரத்தின் அத்தனை காதுகளும் கிழிந்து தொங்குகின்றன. வெள்ளைநிற நூலால் இறுகத் தைக்கப்பட்ட வல்லாதிக்கத்தின் வாயும் யோனியும் அவிழ்ந்து, அவமானத்தில் தலைகுனிகின்றன. 'பிலாக்கணம் பூக்கும் தாழி, மாபெரும் தாய்' ஆகிய இரண்டு கதைகளும் இந்த

நூலின் பிரத்யேகத் தன்மையைப் பேசுபவை. இரண்டு கதைகளும் தொன்மத்தின் தொடர்ச்சியை மீட்டுருவாக்கம் செய்துள்ளன. "ஆச்சி"யை பிரதான சித்திரமாக வடித்துள்ள அகரமுதல்வன், கண்ணுக்குத் தென்படாத அமானுஷ்யங்களை அவருக்கே உரிய சொல்வன்மையுடன் விவரித்திருக்கிறார். மந்திரலோகத்திற்குள் நுழைந்ததைப்போல அக்கதைகளில் விரியும் காட்சிகள் கலவரப்படுத்துகின்றன.

'கன்ஜூல் கராமாத்து' நூலில் நாகூர் ஆண்டவரின் அற்புதங்களைக் குலாம் காதிறு நாவலர் 'ஜின்னைக் கடலில் ஆழ்த்தினது' என்னும் தலைப்பில் காட்டியிருக்கிறார். அச்சொல்லாடலுக்குச் சற்றும் குறைவில்லாத வகையில் அகரமுதல்வன் எழுதியிருக்கும் இவ்விரண்டு கதைகளும் மனிதனுக்கு மேலான சக்தியை மலினப்படுத்தாமல் விவரித்துள்ளன. அறிவுக்குப் புலப்படாத ஏதோ ஒன்றை அவர் சைத்தானாகவும் கடவுளாகவும் பார்ப்பதில்லை. வல்லாதிக்கத்தின் வதையாக உருவகித்துக்கொள்கிறார். எதிர்த்துப் போரிட்டாலும் தோல்வியே நேருமெனச் சொல்லாமல், நம்பிக்கையின் ஒளியால் அத்தனை இருட்டையும் ஆதிக்கத்தையும் அகற்றிவிடலாம் என்றே எண்ணுகிறார். மனித உணர்வுகளின் தடுமாற்றங்கள், உறவு நிலைகளில் உண்டாக்கும் சாதக பாதகங்களை அவரால் தண்ணீரைப்போலத் தருவிக்க முடிகிறது. வாவிகளிலும் வளைவுகளிலும் பதுங்கிக்கொண்ட மனிதர்களை, தன்னுடைய படைப்புகளைக் கைகளாக நீட்டிக் காப்பாற்றிவிடுகிறார்.

இந்நூலில் இடம்பெற்றுள்ள கதைகள் அனைத்தும் ஒரே வாசிப்பில் உற்றுணர முடியாதவை. அகரமுதல்வன் ஆக்கியளித்துள்ள வாக்கியங்களின் தொனிப்பொருள் நேரடியான செய்தியையோ தகவல்களையோ சொல்வதில்லை. மூன்று, நான்கு அடுக்குகளாகப் பிரித்து, அவ்வடுக்குகளின் உச்சாணியில் நம்மை நிறுத்திவிடுகிறார். 'நெடுநிலத்துள்', 'புகல்', 'அவளைக் கொன்றவர்கள்', 'பதி' ஆகிய கதைகள், இரண்டாவது மூன்றாவது வாசிப்பில் வேறொரு பொருளை வழங்குகின்றன. அகரமுதல்வனின் கதைகளில் ஊன்றி நடக்க அவர் கைகள் தேவைப்படுகின்றன. அவரையோ அவருடைய எண்ணங்களையோ பற்றாமல் நடந்தால் வறண்ட வெளியிலும் வழுக்கிவிழும் ஆபத்து இருக்கிறது.

அவர் நம்முடைய கைகளை மட்டுமே பற்றிக்கொள்கிறார். கண்களையும் காதுகளையும் திறந்தபடி நாம் பார்ப்பதையும் கேட்பதையும் தடுப்பதில்லை. ஒரு கதையை வாசித்தால் அதிலிருந்து மீள்வதற்கு நேரம் பிடிக்கிறது.

மிக மிதமாக ஆரம்பித்து மெல்ல மெல்ல ஏக உயரத்திற்குப் போகும் அவருடைய உச்சாடனங்கள், கன்னங்கரிய காலத்திற்குள் நம்மைத் தள்ளிவிடுகின்றன. 'வன்முறை பொதிந்த உனது மனத்தை நீயே தகர்த்து எறி. காமம் உன்னை ஆசீர்வதித்து ஒரு மனுஷனாக்கட்டும். உன் குழந்தைமையை நீ விட்டுவிடாதே. பிறகு கொடியதான கற்பனைகளுக்குத் தனிமை இட்டுச்செல்லும் அதனைத் தவிர்' என்று 'எம்பாவாய்' கதையில் சில வரிகளை எழுதியிருக்கிறார். உண்மையில், இந்தத் தொகுப்பு தரக்கூடிய ஒட்டுமொத்தச் செய்தியும் பகிர்வும் அதுதான்.

கைலாசபதி ஒருமுறை புறநானூற்றைப் பற்றிச் சொல்லும்போது அது 'வீர ஊழிக் காலத்தின் தனித் தன்மை வாய்ந்த இலக்கியம்' என்றிருக்கிறார். தமிழர்களின் வாழ்வியல் ஒழுங்குநெறியே 'அறம்' என்று பேசிய அவர், 'சிற்றில் நற்றூண் பற்றி, நின் மகன் / யாண்டுளனோ என வினவுதி, என்மகன் / யாண்டுளன் ஆயினும் அறியேன்! ஓரும் / புலிசேர்ந்து போகிய கல்லளை போல / ஈன்ற வயிறோ இதுவே / தோன்றுவன் மாதோ போர்க்களத் தானே' என்னும் பாடலை மேற்கோளாகக் காட்டியிருக்கிறார். அதாவது, 'உன் மகன் எங்கே' என்று ஒரு தாயிடம் கேட்டதற்கு அவள் 'அவன் எங்கே இருக்கிறானென்று உறுதியாகச் சொல்ல முடியாது. ஆனால், என் வயிறு புலி குடியிருந்த குகை என்பதால் அவன் தற்போது போர்க்களத்தில் இருக்கலாம்' என்கிறாள்.

காவற்பெண்டு என்கிற பெண்பாற் புலவர் எழுதியதாக அறியப்படும் அப்பாடலின் உட்சரடை ஒவ்வொரு கதையிலும் அகரமுதல்வன் தொட்டிருக்கிறார். தமிழர்கள் அறமென்று அறிவிப்பதை இன்னபிறர் தருமமென்னும் சொல்லால் அழைக்கிறார்கள். அடிப்படைப் பொருள் ஒன்றே எனினும், இரண்டு சொற்களையும் கையாள்பவரின் தன்மைகள் வேறுபாடு உடையவை. சங்கப்பாடலின் தொடர்ச்சியாக ஈழ இலக்கியங்களை நான் கருதுவதற்கு அவற்றில் காதலும்

போரும் கலந்திருப்பதே காரணம். காதலைத் துய்த்து எழுதுவதுபோல வீரத்தையும் களத்தையும் முன்வைக்கும் ஈழ எழுத்துகள், தொல்தமிழைத் துலக்குபவை.

அகரமுதல்வனின் கதைகளில் அறமே போராகவும் காதலாகவும் வெளிப்படுவதைக் காண்கிறேன். சீற்றத்துடன் களத்தை முன்னோக்கும் அறத்தை, சிணுங்கலுடனும் சிரிப்புடனும் அவரால் சொல்ல முடிகிறது. 'அறம்வெல்லும் அஞ்சற்க' நூலில் அவரே எழுதியிருக்கும்

"ஒரு புள்ளியிலிருந்து
என்னை வரையத் தொடங்கும் தூரிகைகள்
துயர ரேகைகளில் மிரண்டு நசுங்குகின்றன"

எனும் வரிகள் நினைவுக்கு வருகின்றன.

அகரமுதல்வனின் சிறுகதைகள் குறித்து வரையத் தொடங்கிய என் கைகளிலும் கண்களிலும் அதே துயர ரேகைகள் படிந்தாலும், நம்பிக்கையை நோக்கி நகர்வதன்றி வேறு வழியில்லை. எழுதியெழுதி மேற்செல்லும் அகரமுதல்வனின் எல்லா முயற்சிகளும் கைக்கூட ஆழ்ந்த முத்தங்களும் வாழ்த்துகளும்.

| | |
|---|---|
| என்னை மன்னித்துக்கொள் தாவீது | 19 |
| அவளைக் கொன்றவர்கள் | 41 |
| பாலன் | 51 |
| நெடுநிலத்துள் | 64 |
| பிரிவுக் குறிப்பு | 77 |
| பதி | 91 |
| பிலாக்கணம் பூக்கும் தாழி | 101 |
| மன்னிப்பின் ஊடுருவல் | 113 |
| எம்பாவாய் | 124 |
| மாபெரும் தாய் | 134 |
| வீழ்ந்தவர்களின் புரவி | 146 |
| புகல் | 160 |

## என்னை மன்னித்துக்கொள் தாவீது

### 1

ஏற்கனவே உனக்குச் சொன்னவொரு கதையை எழுதத் துணிந்தேன். கதையைக் கேட்டுவிட்டு நம்பமுடியவில்லை என்று சொன்னாய் அல்லவா! அதே கதையைத் தான் ஒரு வார இதழுக்குத் தருவதாக வாக்குக் கொடுத்திருந்தேன். ஆனால் உன்னை நான் தஞ்சாவூருக்கு பேருந்தில் ஏற்றிவிட்டு என்னுடைய வீட்டிற்குச் சென்றதும் எனக்கொரு கடிதம் முல்லைத்தீவில் இருந்து வந்திருந்தது. என்னுடைய நண்பன் பவான் முல்லைத்தீவில் இருந்து எனக்கு எழுதி அனுப்பியிருந்த அந்தக் கடிதத்தை வாசித்த போதுதான் 'பி.பி.சி' செத்துப்போனது தெரியவந்தது. பி.பி.சியை கடைசியாக வவுனியாவில் வைத்து இரண்டாயிரத்துப் பத்தாம் ஆண்டில் சந்தித்தேன். தனது கண்களைத் தாழ்த்திக்கொண்டு நான் சி.ஐ.டிக்கு முகவராக வேலை செய்கிறேன் என்றான். என்னால் நம்பமுடியவில்லை. பி.பி.சிக்குக் கையில் ஆயிரம் ரூபாயைக்

கொடுத்து, செலவுக்கு வைத்துக்கொள் என்று சொல்லிவிட்டு யாழ்ப்பாணப் பேருந்தில் ஏறினேன். அவன் ஜன்னலுக்கு வெளியே நின்று "என்ர பிரச்சினை உங்களுக்கு விளங்கும்தானே, எனக்கு வேற வழியில்லை தாவீது, அதுதான், என்று என்னிடம் விளக்கம் சொல்லிக்கொண்டிருந்தான். நான் நிலத்தைப் போல இறுகி இருந்தேன். பேருந்து வெளிக்கிட்டது. தனது கண்களை தாழ்த்தியபடி "என்னை மன்னித்துக்கொள் தாவீது... என்னை மன்னித்துக்கொள் தாவீது..." என்று மீண்டும் மீண்டும் பி.பி.சி சொல்லிக்கொண்டே இருந்தான்.

இப்போது அவனில்லை. எங்கள் பி.பி.சி இல்லை. உனக்குச் சொல்லாத ஏராளமான கதைகளில் இதுவுமொன்று. பி.பி.சி அந்தச் சந்திப்பில் இறுதியாகச் சொல்லிக்கொண்டிருந்த "என்னை மன்னித்துக் கொள் தாவீது" என்ற வார்த்தைகள் இப்போது என்னைச் சஞ்சலப்படுத்தித் துயருக்குள் அமிழ்த்துகிறது. "என்னை மன்னித்துக்கொள் தாவீது" என்ற இக்கதையை எழுதியதுமே இந்தநாளின் ரத்த அழுத்த மாத்திரைகளை ஒன்றுக்கு நான்காக விழுங்கிக்கொள்கிறேன்.

*2*

**வ**ன்னியில் வெக்கை காலம் தொடங்கியிருந்தது. 'தெருக்கூத்து' போடும் கலைப்பிரிவுப் போராளிகள் எங்கள் வாசகசாலையில் வந்து தங்கியிருந்தனர். அவர்களுக்கான சாப்பாட்டினை எங்களுடைய வீட்டில் வைத்தே சமைத்து அனுப்பினோம். அம்மாவின் சமையல் ருசியைப் பற்றியும் அவர்களின் தெருக்கூத்தில் ஒரு வசனம் சேர்க்கப்பட்டது. ஒவ்வொரு நாளும் பின்நேரத்தில் எங்களூருக்குப் பக்கத்தில் இருக்கும் சில ஊர்களில் 'தெருக்கூத்து' நடத்த திட்டமிட்டிருந்தனர். இயக்கத்திற்கு ஆட்களைச் சேர்க்கும் வகையில் அந்தக் கூத்தினை எழுதி இயக்கிய நெறியாளர் கொஞ்சம் 'படம்' காட்டினார். 'வன்னியின் ஷேக்ஸ்பியர்' நானல்லவோ, 'தமிழீழத்தின் பெர்னாட்ஷா நானல்லவோ' என அவரிடம் நிறைய நானல்லவோக்கள் இருந்தன.

எங்கள் கிராமமான மூன்றிலுப்பையிலுள்ள காளிகோவில் முற்றத்தில் முதன்முறையாகப் போடப்படவிருக்கும் தெருக்கூத்திற்கு சனங்களைத் திரண்டு வருமாறு முச்சக்கர வண்டியில் ஒலிபெருக்கி கட்டி அறிவிக்கப்பட்டது.

“இவங்களுக்கு வேலை இல்லை, எப்ப பார்த்தாலும் அன்பார்ந்த தமிழீழ மக்களே, அன்பிற்குரிய தமிழீழ மக்களே” என தன்னுடைய கூனை நிமிர்த்த முடியாமல் முற்றத்தில் நின்று கோழிகளுக்கு அரிசி போட்டுக்கொண்டிருந்த புங்குடுதீவு ஆச்சி வாய்க்குள் புறுபுறுத்தாள்.

“இது ஆர் விழுக்கனோட கடைசி பெடியனே, உந்த லக்ஸ்பீக்கரில கதைக்கிறது. இப்பிடியே போய்ப் போய் ஒருநாளைக்கு அப்பிடியே கொம்பனிக்குப் போய்டுவான் பார்” என்றார் கிணற்றுவாளி அரியநாயகம்.

“பி.பி.சிதான் அறிவிக்கிறான். அறுத்துறுத்து உச்சரித்து மைக்கில கதைக்க ஒரு திறமை வேணுமல்லோ, அவன் கடுஞ்சுழியன் தான். வாயால வங்காளக் கடல் கடப்பான்” என்று சொன்னாள் சாந்தம்.

“விழுக்கன், உம்மட கடைசி மோன், இயக்கத்தோட சேர்ந்து சுத்துறான் போல, கொஞ்சம் கவனமாய் பாருங்கோ. ஒரு நாளைக்கு அவங்களோட ஏறிப் போய்டுவான். பிறகு நீ தான் அலையவேண்டி வரும்.”

“அவன் சின்னப்பெடியன் சேர். இன்னும் பதினாறு வயசு கூட தொடங்கேல்ல” விழுக்கன் பதில் சொன்னான்.

“எங்கட எந்த இயக்கங்களுக்கும் வயசு தெரியாது. அதுவும் ரைகேர்சுக்கு சொல்லவே வேணும். ‘வயசு’ என்றால் அது எந்த நாட்டு ஆயுதம் என்று கேட்பார்கள்”என்றபடிக்கு மீன் சந்தையிலிருந்து வெளியேறினார் கவிஞர் கோசிமின்.

விழுக்கன் அவரைப் பார்த்து “போடா கள்ளப்புண்டையாண்டி” என்றார். விழுக்கனுக்கு இதுவொரு பழக்கம். தன்னோடு கதைத்துவிட்டுப் போகிறவர்களை பின்னால் நின்று இப்படி ஏசுவார். கிட்டத்தட்ட எங்கள் ஊர்ச்சந்தையில் நிறைய “கள்ளப்புண்டையாண்டிகள்” இருந்தனர்.

பி.பி.சி அறிவித்ததைப் போல சனங்கள் காளி கோவிலில் தெருக்கூத்து பார்க்க ஒன்றாகக் கூடிநின்றனர். மாலை ஆறுமணிக்கெல்லாம் தபேலா, டோலக், கீபோர்டு போன்ற வாத்தியங்களோடு வாகனத்தில் வந்திறங்கிய தெருக்கூத்துக் குழுவினரோடு பி.பி.சியும் வந்திறங்கினான். நாங்கள் அவனைப்

பார்த்துக் கைகாட்டினோம். அவன் எங்களுக்கு வாகனத்தின் அருகில் நின்று கையைக் காட்டிவிட்டு 'இருங்கள், இன்னும் கொஞ்ச நேரத்தில் வருகிறேன்' என்பதைப் போல சைகை செய்தான். ஆனால் தெருக்கூத்து தொடங்கியும் அவன் நாங்கள் குந்தியிருக்கும் இடத்திற்கு வரவில்லை. கலைஞர்கள் குழுமியிருந்த இடத்திலேயே எல்லோரின் வாயையும் பார்த்துக்கொண்டு நின்றான். தெருக்கூத்து தொடங்கி பத்தாவது நிமிடத்தில் ஒரு பைலா இசைக்கு நல்ல மினுங்கல் உடுப்போடு ஒரு கட்டைப்பெட்டை ஆடத்தொடங்கினாள்.

தெருக்கூத்தின் கதைத் திருப்பமாக அது இருந்தது. அதாவது சிங்களர்கள் காட்டும் சமாதானம் என்பது மினுங்கல் உடுப்பு போட்டு ஆடும் இந்தப் பெட்டையைப் போல என்று வன்னியின் ஷேக்ஸ்பியர் தனது கற்பனைக் குதிரையைப் பாயவிட்டிருந்தார். இந்தக் குதிரை உவமை பவானுக்கு, பிடிக்கவில்லை. கற்பனைக் கழுதைதான் சரியான பொருத்தமாயிருக்கும் என்றான்.

பைலா இசையோடு பாடல் ஒன்று ஒலிக்கத்தொடங்கியது. அதனைப் பாடிய அந்தக் காட்டுமிராண்டிக் குரலை அப்போதே சுட்டுக்கொல்ல வேண்டுமென பவான் சொன்னான். சமாதானம் போல எந்தச் சுரத்துமின்றி அந்தக் குரலில் பாடல் தொடர்ந்துகொண்டிருந்தது. சுதந்திரமாக பைலாவிற்கு ஆடிக்கொண்டிருந்த அந்தப் பெட்டையை சிவப்புத்துண்டைக் கழுத்தில் அணிந்து வெள்ளை அங்கியோடு கீழே நின்று பார்த்துக்கொண்டிருந்த மகிந்த அதிரடியாக மேடைக்குள் பாய்ந்தார்.

"யாரடா மகிந்த வேஷம் போட்டிருக்கிறது, பி.பி.சியோ" என்று சாந்தம் அக்கா நாடியில் விரல் வைத்து ஆச்சரியப்பட்டாள். முதன்முறையாக வன்னிச்சனம் மகிந்தவுக்குக் கைதட்டியது. தன் பங்கிற்கு மகிந்தவும் தனது இரண்டு கைகளையும் விரித்துக் காட்டினார். மூன்றிலுப்பைச் சனங்கள் மீண்டும் மீண்டும் கைதட்டி உற்சாகம் தந்துகொண்டிருந்தனர். எனக்கும் பவானுக்கும் ஆச்சரியமாக இருந்தது. அவன் கொஞ்சம் இறுமாப்புடன் மேடையில் நின்று சனங்களுக்குக் கையசைத்தபடி நின்றான்.

யாரும் எதிர்பார்க்காத ஒரு நொடியில் நடனமாடிக் கொண்டிருந்த சமாதானம் எனும் பெட்டையின்

அடிவயிற்றில் தனது வெள்ளை அங்கியில் இருந்து எடுத்த கைத்துப்பாக்கியால் திடீரெனச் சுட்டான். பின்னர் யுத்தப் பேரிகையை வாத்தியங்கள் எழுப்பின. “அபே ரட்டே பவுத்த ரட்டே” என்று மூன்று முறை சிங்களத்தில் முழங்கினான். சமாதானம் கண்கள் செருகி அவனின் காலடியில் சரிந்து விழுகையில் தனது கால்களால் அந்தப் பெண்ணை மிதித்தான். அவளின் குருதியை ஒரு பிக்குவின் உடையில் பூசி ஆசீர்வாதம் வாங்கிக்கொண்டான்.

திடீரென சனங்கள் எல்லோரும் சேர்ந்து மண்ணள்ளி எறிந்தனர். கையில் சிக்கிய கற்கள் கொண்டு மேடையைத் தாக்கினர். வன்னியின் ஷேக்ஸ்பியருக்கு என்ன நடக்கிறது என்று எதுவும் விளங்காமல் அமைதி அமைதி என்று மைக்கில் சொல்லிக்கொண்டே இருந்தார். மூச்சுப் பேச்சற்று ஆடை சற்று விலகிக்கிடந்த சமாதானம் அப்படியே மேடையில் கிடந்தது. கற்களும் தூசண ஏச்சுக்களும் தொடர்ந்தபடி இருந்தன. மேடையை விட்டு இறங்கியோட முடியாமல் மகிந்த தனது வெள்ளை அங்கியையும் சிவந்த துண்டையும் கழற்றி எறிந்து தன்னை நோக்கி வரும் கற்களுக்கும் வசைகளுக்கும் மத்தியில் மண்டியிட்டு

“அய்யோ நான் மூன்றிலுப்பை விழுக்கனின் கடைசி மோன். உங்களின் பி.பி.சி”

எல்லாம் இயல்புக்குத் திரும்ப நிமிடங்கள் ஆயின. சில அணில்காயங்களோடு மட்டுமே தப்பிய அவனுக்கு அன்றைக்கு வெள்ளித்திசை. நடிப்பின் உணர்ச்சி வசத்தால் இன்னும் கொஞ்ச நேரம் மஹிந்த வேஷத்தில் மேடையின் நின்றிருந்தானென்றால் காளி கோவிலிற்கு முன் பி.பி.சியின் சவம் கிடத்தப்பட்டிருக்கும் என்று கள்ளுகுடித்தபடி முஸ்பாத்திவிட்டனர் மூன்றிலுப்பைக் கிராமத்தின் ஆடவர்கள்.

### *3*

**பி.**பி.சியும் பவானும் சொந்தக்காரர்கள். நான் பிறத்தி ஆள். ஆனாலும் நல்ல கூட்டாளிகள். ஒப்பிரேஷன் பவான் என்ற இந்திய இராணுவத்தின் போர் நடவடிக்கையில் களமாடி நீண்ட வருடங்களுக்குப் பிறகு இன்னொரு போர்முனையில் வீரச்சாவினைத் தழுவிகொண்ட மேஜர்

திருப்புகழின் மகன்தான் பவான். இந்திய இராணுவத்தின் எந்தப் படை நடவடிக்கையோ வென்றோமே, அந்தப் பேரையே தனது மகனுக்கும் சூட்டினார் திருப்புகழ். பவான் என்ற வார்த்தைக்கு காற்று என்றொரு அர்த்தம் இருப்பதும் அவருக்குத் தெரிந்திருந்தது. என்னிலும் எட்டுவயது அதிகமான பவானுடனும் இரண்டு வயதுகள் குறைவான பி.பி.சியுடனும் நட்புக் கொண்டிருந்தேன்.

பி.பி.சி நல்ல கெட்டிக்காரன். விழுக்கனுக்கு இப்படியொரு பெடியனா என்று எல்லோரும் வியக்கும் அளவிற்கு பள்ளிக்கூடத்தில் அவன் பேர் வாங்கியிருந்தான். ஒவ்வொரு நாளும் காலையில் ஈழநாதம் நாளிதழை வாங்கி பக்கமெண்ணிப் படித்துமுடித்து விட்டு பொதுக்கிணற்றடிக்கு குளிக்கப்போவான். அங்கு குளித்துக்கொண்டிருக்கும் ஊர்வாசிகளுக்கு வாசித்த செய்திகளில் முக்கியமானவற்றைச் சொல்லி, இப்படித்தான் போகிறது உலக அரசியல் என்பான். வேப்பம் குச்சியில் பல்லைத்தீட்டி கைப்பில் துப்பிக் கொண்டு கிணற்றுவாளி அரியநாயகம் ஐ... சீ... என்று உச்சுக்கொட்டுவார். பிறகு இவ்வாறு சொல்லவும் செய்வார்.

நீ இவங்கள் அடிக்கிற பேப்பரை மட்டும் படிச்சுப் போட்டு இதுதான் உலகமென்று நினைக்காத, ஓமந்தையக் கடந்தும் உலகம் இருக்கு, முகமாலையைக் கடந்தும் யாழ்ப்பாணமிருக்கு.

நேற்றைக்கு யாழ்ப்பாணத்தில ஒரு நகைக்கடை முதலாளியை ஒட்டுக்குழுக்காரங்கள் சுட்டிருக்கிறாங்கள். வைரவப் புளியங்குளத்தில ஒருத்தன வாளால வெட்டி இருக்கிறாங்கள். புளொட் காம்பில கைக்குண்டு வீச்சு. கொழும்பில் நான்கு தமிழர்கள் கைது. இந்தியாவில் தேர்தல், தமிழ்நாட்டில் ரஜினி படம் ஓடவில்லை. ஈராக்கில அமெரிக்க இராணுவம் வெறியாட்டம். எங்களுக்கும் உலகம் தெரியும். புலிக்கு உலகம் பூரா ஆக்கள் இருக்கினமல்லோ. செய்தி வன்னிக்குப் பாய்ஞ்சு வந்திடும். நீங்கள் ஈழநாதத்தை சும்மா நினைக்கவேண்டாம் என்பான்.

பள்ளிக்கூடம் விட்டுவந்தால், கொஞ்சநேரம் நண்பர்களோடு சேர்ந்து கிளித்தட்டு விளையாடுவோம். ஒரு குணம் வந்தால் கிட்டிப்புல்லுக்குத் தாவுவோம். ஆனால் எனக்குக் கண்ணில் புல்லுபட்ட சம்பவத்திற்குப் பிறகு கைவிட்டுவிட்டோம்.

கிளித்தட்டு விளையாட்டில் எனக்குப் பெரிய பிடிப்பில்லை. பவான் நல்ல விளையாட்டுக்காரன். பி.பி.சிக்குக் கொஞ்ச நேரத்தில் களைப்பு வந்துவிடும். நோஞ்சான் உடம்புக்காரன், உனக்குச் செய்தி வாசிக்கிறதுதான் சரி என்று மைதானத்தில் கூடியிருக்கும் சனங்கள் சிலர் அவனிடம் பகிடி விடுவார்கள்.

பொதுக்கிணற்றில் மேல்கழுவிவிட்டு வீடுகளுக்குக் கலைந்து போவோம். பி.பி.சிக்கு வீட்டில் எப்போதும் படிக்கும் சூழல் இருந்ததில்லை. அவனுடைய தந்தைக்கும் தாய்க்கும் எப்போது பார்த்தாலும் அடிபாடு நடந்துகொண்டேயிருக்கும். "விழுக்கன் குடித்தால் வீடு நாசம்" என்றொரு பழமொழியை மூன்றிலுப்பை பிரசவிக்கும் அளவிற்கு மோசமாக நடந்து கொள்ளும் அப்பனிடமிருந்து தாயைக் காப்பாற்ற வழி தெரியாதிருந்தான் பி.பி.சி. ஆனால் தாய் தகப்பனின் சண்டை ஒன்பது மணிக்கு முன்னர் முடிந்து போகவேண்டுமென்று அவன் காளியிடம் நேர்ந்துகொண்டிருப்பான். ரேடியோவைத் தனக்கருகில் வைத்துக்கொண்டு குப்பி விளக்கில் புகை குடித்தபடி பாடப்புத்தகத்தைப் படித்துக்கொண்டிருப்பான். ஒன்பது மணி பத்தாவது நிமிடத்தில் தன்னுடைய வீட்டின் பின்னால் நிற்கும் மாமரத்தில் ரேடியோவோடு ஏறி அமர்ந்திருந்து சிற்றலையைப் பிடிக்க முயன்றுக் கொண்டிருப்பான். இரைச்சலும் குறுக்கீடுகளும் ரேடியோவில் கேட்டபடியிருக்கும். உடைந்துபோன அந்த ரேடியோவில் கட்டைகளைத் திருகியபடி சிற்றலையைப் பிடித்துவிடுவான்.

லண்டன் தமிழோசைச் செய்திகள் என்ற குரல் கேட்டதும் அப்படியே உறைந்து செய்திகளைக் கேட்கத்தொடங்குவான். சரியாக இரவு ஒன்பதே காலில் இருந்து ஒன்பதே முக்கால் வரை நீளும் அந்தச் செய்தித்தொகுப்பைக் கேட்டுத் தரவுகளை மூளைக்கு ஏற்றுவான். அந்நேரத்தில் மூன்றிலுபைக்குள் ஒரு படைநடவடிக்கை நடந்து சனங்கள் இடம்பெயர்ந்து போனாலும் பி.பி.சிக்குத் தெரியாமல் போய்விடும். இலங்கை அரசாங்கத்தின் சார்பாக ஹெஹலிய ரம்புக்வெல பேசுவார். சிலநேரங்களில் கருணாகூடப் பேசினார். இயக்கத்தின் சார்பில் புலித்தேவன் பேசுவார். இளந்திரையன் பேசுவார். தமிழ்ச்செல்வன் பேசினார். ஒவ்வொரு நாளும் தமிழோசையில் அரசும் புலிகளும் மோதிக்கொண்டனர்.

நாங்கள் எந்தவொரு மிலேச்சத்தனமான தாக்குதல்களையும் செய்யவில்லை என்று அரசும், அப்பாவிப் பொதுமக்களை அரசாங்கம் குண்டுவீசிக் கொல்கிறது என்று புலிகளும் மறுத்து மறுத்துப் பேசிக்கொண்டிருந்தனர். அதுவுமொரு கிளித்தட்டு போல அவனுக்குத் தோன்றும்.

தமிழோசை முடிந்ததும் பி.பி.சி மரக்கிளையில் இருந்து கேட்ட செய்திகளில் சிலவற்றை மீண்டும் சொல்லிப்பார்த்துவிட்டுக் கீழே இறங்குவான். மூன்றிலுப்பையின் ஒவ்வொரு வீட்டிற்கும் ஓடிச் சென்று தமிழோசைச் செய்திகளின் சுருக்கத்தைச் சொல்லிக்கொண்டு வீட்டில் வந்து நித்திரை கொள்ள அவனுக்கு சரியாக ஒரு மணித்தியாலங்கள் தேவைப்பட்டன.

அவனின் அழகான பெயரை அழித்து பி.பி.சி என்று அவனை மூன்றிலுப்பைக் கிராமமே அழைக்க அதிக நாட்கள் எடுக்கவில்லை. அவன் நாளும் பொழுதும் மூன்றிலுபைக்கு செய்தி சொல்லும் காரியத்தில் குறியாக இருந்தான். புலிகளின் குரல் செய்திகளையும், தமிழீழ வானொலியின் செய்திகளையும் கேட்கத்தவறுவதில்லை. இந்தப் பழக்கம் அவனை இன்னொரு திசைக்கு இழுத்துச்சென்றது.

யாழ்ப்பாணத்தில் இருந்து ஈ.பி.டி.பியினரால் ஒலிபரப்பப்படும் இதயவீணையும் கேட்கத்தொடங்கினான். இவன் இதயவீணை கேட்பது தெரிந்த விழுக்கன் டேய், நீ அந்தச் செய்தியெல்லாம் கேக்கக் கூடாது, இயக்கம் உன்னை பிடிச்சுக்கொண்டு போய்டும் என்றார். பி.பி.சிக்கு கோபம் வந்தது. சரி இனி நான் கேட்கவில்லை என்று மட்டும் சும்மா சொல்லிவிட்டான்.

அடுத்தநாள் என்னை மைதானத்தில் பார்த்த பொழுது மிக ரகசியமாக பி.பி.சி இதயவீணை குறித்துக் கேட்டான். மச்சான் அது டக்ளசோட ரேடியோ, பெரும்பாலும் இயக்கத்தைப் பற்றிப் பொய்யாத்தான் சொல்லுவாங்கள். கொஞ்ச காலம் கேள். பிறகு உனக்கு உண்மை தெரியுமென்று சொல்லிவிட்டேன். பவான் அவனைக் கேட்கவேண்டாம். இயக்கத்திற்குத் தெரிந்தால் சிலவேளைகளில் பிரச்சினைகள் வருமென்றான். பி.பி.சி ரெண்டுக்கும் தலையாட்டினான். கிளித்தட்டு விளையாடி முடித்து பொதுக்கிணற்றில் மேல்கழுவிக்கொண்டிருந்த வேளையில் உங்களில ஆர் பி.பி.சி என்று ஒரு போராளி வந்துகேட்டார்.

முகத்தில் நீரையள்ளி அடித்தபடி நான்தான் என்று சொன்ன பி.பி.சியைப் பார்த்துக்கொண்டிருந்தோம். போராளிக்கு அருகில் போய்நின்று சொல்லுங்கோ என்றான். பவானுக்கும் எனக்குமிடையே பயம் ஊஞ்சல் ஆடியது.

உன்ர அம்மாவை ஒவ்வொரு நாளும் அப்பா அடிக்கிறாராமே, என்ன செய்யலாம் என்று கேட்டார் அந்தப் போராளி.

பி.பி.சி முழங்கையில் இருந்த தண்ணீரை வழித்து விரல்களால் உதறியபடி, அவரைப் பிடிச்சு அடிச்சுத் திருத்துங்கோ என்றான். பவானும் நானும் சத்தமில்லாமல் சிரித்தோம். எங்களைத் திரும்பிப் பார்த்த பி.பி.சி இப்ப என்னத்துக்கடா நசுக்கிடாமல் சிரிக்கிறியள் என்று முறைத்துக் கேட்டான்.

விழுக்கன் ஐந்து நாட்களுக்குப் பிறகு வீட்டிற்குத் திரும்பியிருந்தான். பி.பி.சியின் தாய்க்காரியோடு அவன் கதையாமல் நாட்களைக் கடந்தான். ஒருநாள் இரவு படுக்கையில் கிடந்த விழுக்கனின் கால்களில் தனது முகத்தைப் புதைத்து என்னால உங்கட கொடுமையைத் தாங்க முடியாமல்தான் நான் இயக்கதிட்ட போய்ச் சொன்னான்; என்னில கோபிக்க வேண்டாம். நீங்கள் இப்பிடி கதையாமல் இருக்கிறது எனக்கு ஒருமாதிரி இருக்கு என்று கெஞ்சிக்கொண்டிருந்தாள்.

விழுக்கன் அடுத்தநாள் மாலையில் நன்றாகக் குடித்துவிட்டு வந்து மனைவியை அடித்து உதைத்தான். பி.பி.சி தமிழோசைச் செய்திகளைக் கேட்டுவிட்டு கீழே இறங்கி வீட்டிற்கு நுழைகையில் விழுக்கன் ஒரு கத்தியோடு அம்மணமாக நின்று கொண்டு "என்னை நீயே குத்திக் கொல் ஜெயந்தி..." "என்னை நீயே குத்திக்கொல் ஜெயந்தி..." என்று அழுதுகொண்டிருந்தான். அவனின் கால்களுக்கு அடியில் ஆடைகள் கிழிந்து இரத்தச் சகதியில் பி.பி.சி தனது தாயைக் கண்டான். பின்னால் சத்தம் கேட்டு விழுக்கன் திரும்பிப்பார்க்கையில் அலறியடித்தபடி பி.பி.சி தப்பி ஓடினான்.

மூன்றிலுப்பைக் கிராமம் ஒரு கோரமான கொலையின் செய்தியறிந்து அவமானத்தில் தனது முகத்தினை பூமி நோக்கித் தாழ்த்தியது. அலறியோடிய பி.பி.சி வீட்டிற்குத் திரும்பமறுத்து காளி கோவிலுக்குள் நுழைந்து குங்குமத்தால் தன்னைப் பூசிக்கொண்டு "கள்ளப்புண்டையாண்டி விழுக்கன்

உன்னைக் கொல்வேன் நான், உன்னைக் கொல்வேன் நான்" என்று மீண்டும் மீண்டும் சொன்னான். விழுக்கனிற்கு மரண தண்டனையை தமிழீழம் நீதிமன்றம் வழங்கவேண்டுமென மூன்றிலுப்பை கிராமம் கோரிக்கை வைத்தது.

பி.பி.சி இயல்புக்குத் திரும்ப சில மாதங்கள் ஆயின. வீட்டில் தனித்திருந்தான். சமையல் செய்து சாப்பிட்டான். என்னுடைய வீட்டிற்கும் பவானுடைய வீட்டிற்கும் எப்போதாவது சாப்பிடுவதற்கு சம்மதம் தெரிவிப்பான். ஊர் காட்டிய பரிவை வேண்டாமென மறுத்தான். நீண்ட நாட்கள் கழித்து பி.பி.சி தமிழோசை கேட்பதற்காக மீண்டும் மரத்தில் ஏறி அலைவரிசையைப் பிடிக்க முயன்றுகொண்டிருந்தான். வாய்ப்புக் கிடைத்தால் ஒரு புதிய ரேடியோவை வாங்க வேண்டுமென்று நினைத்துக்கொண்டான். அன்றைக்கு செய்தியில் புலிகளின் சமாதானச் செயலகப் பணிப்பாளர் சீவரத்தினம் புலித்தேவன் யுத்தநிறுத்த ஒப்பந்தத்தைக் கிழித்தெறிந்த அரசாங்கம் ஒரு திட்டமிடப்பட்ட யுத்தத்தையும், அதன் மூலம் ஒரு இனப்படுகொலையையும் செய்ய எத்தனிப்பதாகச் சொன்னார். 'மாவிலாற்றில் யுத்தம் நிகழத்தொடங்கி இன்று மன்னாரில் நடந்துகொண்டிருக்கும் யுத்தத்தின் மூலமும் அதுவே நிரூபணமாகிறது' இவ்வாறு ஒரு கருத்தினை முன்வைத்தார்.

இலங்கை அரசாங்கம் 'இதுவொரு பயங்கரவாத்திற்கு எதிரான யுத்தம்' என்று மட்டுமே ஒரு பேசவிரும்பியது. தமிழோசையில் அன்றைக்குக் கேள்விகேட்ட ஊடகவியலாளர் அரசின் ஆதரவாளராக இருக்கலாம் என்று அவனுக்குத் தோன்றியது. லண்டன் பி.பி.சி தமிழோசையை மூன்றிலுப்பை கிராமத்தின் பி.பி.சி சந்தேகப்பட்டது.

## 4

இதன் பிறகு நடந்தவைதான் கசப்பானவை. பவான் இயக்கத்திற்குப் போனான். மூன்றிலுபைக் கிராமத்திலிருந்த எண்பது வீடுகளிலும் ஒருவர் போராளியாக இருந்தனர். மன்னார் களமுனையில் நிகழ்ந்த இராணுவத்துடனான மோதலில் ஒரேநாளில் வீரச்சாவைத் தழுவிய நூற்றுக் கணக்கான பெண் போராளிகளில் மூன்றிலுப்பைக்

கிராமத்தின் ஐந்து கொழுந்துகளும் அடக்கம். புங்குடுதீவு ஆச்சி 'வம்சம் கருகுது காளி' என்று அழுத ஒப்பாரி அடங்காமல் ஒலித்துக்கொண்டே இருந்தது. வன்னிப் பெருநிலப்பரப்பின் திசைமுழுதும் ஆச்சியின் வம்சம் கருகுது என்ற ஒப்பாரி எதிரொலித்தது.

ஒவ்வொரு கிராமத்தின் நுழைவு வாயிலில் இருந்து உள்ளே நுழைந்தால், வீரச்சாவு வீட்டின் அடையாளங்கள். சிவப்பு மஞ்சள் கொடிகளில் எழுச்சியும், வித்துடல்களின் மீது புலிக்கொடியும் போர்த்தப்பட்டிருந்தன. வாழ்க்கை விடாப்பிடியாக அதற்குள் எழுந்தது. கிணற்றுவாளி அரியநாயகம் வீட்டை விட்டு வெளியே வரமறுத்தார். எல்லாம் வீணரின் வேலை. எந்தப் பயனும் தராத சாவுகள் என்று சொல்லிக்கொண்டிருந்தார்.

பி.பி.சி மரத்தில் ஏறி தமிழோசை கேட்டுக்கொண்டிருந்தான். புலிகள் இராணுவ ரீதியாக பலமற்றுப் போய்விட்டார்கள் இன்னும் குறுகிய காலத்தில் அவர்களை முற்றாக வீழ்த்துவோம் என்று வடமுனையின் இராணுவத்தளபதிகளில் ஒருவர் பேசினார். பிறகு புலிகள் தரப்பில் இதுதொடர்பாக அழைத்தும் அவர்கள் தொடர்பிற்கு வரவில்லை எனத் தமிழோசை அறிவித்தது. பி.பி.சி கேட்டு முடித்துவிட்டு மரத்திலிருந்து கீழே இறங்கினான்.

பவான் இயக்கத்திற்குப் போனது எங்கள் இருவருக்குள்ளும் ஒருவித ஆற்றாமையை ஏற்படுத்தியது. நாங்கள் இருவரும் ஒன்றாகச் சேர்ந்துபோய் இணையலாம் என்று திட்டமிட்டிருந்தோம். அதற்கு முதல் கிணற்றுவாளி அரியநாயகத்தை சாக்கால் மூடி அடிக்கவேண்டுமென்று பி.பி.சி சொன்னான். அரியத்துக்கு வாய்க்கொழுப்பு. மூன்று பிள்ளையையும் வெளிநாட்டிற்கு அனுப்பிப்போட்டு இஞ்ச இருந்து லோக்கதை என்று எல்லோருக்கும் ஒரு கோபமிருந்தது. பொதுக்கிணற்றடியில் வைத்து கிணற்றுவாளி அரியத்தைத் தாக்கலாம் என எண்ணினோம். காலையில் அவர் வேப்பம் குச்சியால் பல்லுதீட்டிக்கொண்டிருந்த நேரம் பார்த்து இருவரும் ஒன்றாக ஸ்தலத்திற்குப் போனோம். அவரே விரும்பிச் சுழியில் கால்களை வைத்தார் என்று தான் சொல்லவேண்டும்.

“என்ன பி.பி.சி இப்ப பேப்பர் படிக்கிறத நிப்பாட்டிட்டியோ, மன்னாரில நேற்றைக்கும் கடுமையான சண்டையாம். எப்பிடியும் இருநூறு முந்நூற அள்ளிக்குடுத்திருப்பினம் உங்கட அண்ணன்மார்.”

இதுதான் தருணமென்று ஒன்றாகச் சேர்ந்து இருவரும் கிணற்றுவாளி அரியநாயகத்தின் மீது பாய்ந்தனர். அவரைப் பொதுக்கிணற்றின் சேற்றுக்குள் புரட்டி எடுத்தனர். பி.பி.சி வாய்க்குள் கையை விட்டு இரண்டு தாடையையும் விரித்துப் பிடிக்க நான் சவர்க்காரத் தண்ணியை நுரையோடு ஊற்றினேன். பி.பி.சியின் கால்களைப் பிடித்து அரியநாயகம் கெஞ்சினார். விடடா, என்னை விடடா என்று அழுதார். சுற்றி நின்றவர்கள் யாரும் எதுவும் கதையாமல் நின்றுகொண்டிருந்தனர். அவர்களிடமும் அரியநாயகம் ஒரு விஷக்கிருமி எனும் கருத்திருந்தது.

“கள்ளப்புண்டையாண்டி இனிமே இயக்கத்தைப் பற்றி எதுவும் பிழையாக் கதைச்சியெண்டால் வாய்க்குள்ள உப்பைப் போட்டு ஆட்டுக்கு அறுத்த மாதிரி கழுத்தை அறுப்பன்” என்று சொன்னான் பி.பி.சி.

இப்படியொரு வன்முறையான தாக்குதலை இருவரும் செய்தோம் என்று நம்புவதற்கு எங்களால் இயலாமல் இருந்தது. நானும் பி.பி.சியும் இயக்கத்தில் சேர ஒருநாள் மாலை மூன்றிலுப்பைக்குப் பக்கத்து கிராமமான முல்லைக்கேணிக்குப் போனோம். அங்கிருந்த ராதா வான்காப்பு படையணியின் முகாமிற்கு முன்னால் நின்றுகொண்டிருந்தோம். பி.பி.சியின் கையில் தாயின் ஒரு சாம்பல் நிறச்சீலையும் ரேடியோவும் இருந்தது. இயக்கம் இது இரண்டோடும் என்னைச் சேர்த்துக் கொள்ளுமாக இருந்தால்தான் நான் வருவேன் தாவீது, இல்லாட்டில் மீண்டும் வீட்டிற்குப் போய்விடுவேன் என்றான். சரி நீ உன்னோட கோரிக்கையைச் சொல்லு, இயக்கம் ஏற்றுக்கொள்ளும் என்றேன்.

நாம் அந்த முகாமை அடைந்தோம். அதன் வாசலிலேயே நின்றுகொண்டிருந்தோம். எங்கிருந்து பார்த்தார்கள் என்று தெரியவில்லை, நாம் எதிர்பார்க்காத திசையில் இருந்து இரண்டு போராளிகள் ஆயுதங்களோடு வந்து, கைகளைத் தூக்கி நிற்கும்படி சொல்லினர். பி.பி.சியின் கையில் இருந்த

ரேடியோவைக் காலால் தட்டிவிடச் சொன்னார்கள். பி.பி.சி தன்னுடைய இரண்டு கைகளையும் மேலே தூக்கிய படி அண்ணா அது என்ர ரேடியோ, நான் பி.பி.சி தமிழோசை கேட்கிறது. நீங்களே பக்கத்தில் வந்து பாருங்கோ என்றான். ஆனால் எதிரே நின்ற போராளிகள் தட்டிவிடச் சொன்னார்கள்.

"தட்டடா பி.பி.சி. ரேடியோதானே. பழுதாப்போனாலும் இயக்கம் திருத்தித் தரும்."

அவன் கேட்பதாயில்லை. முட்டுக்காலில் இருக்கச் சொன்னார்கள். இருந்தோம். ஒருவர் ஓடிவந்து கீழே கிடந்த பி.பி.சியின் ரேடியோவையும், அம்மாவின் சீலையும் எடுத்துக்கொண்டு போனார். ரேடியோவைக் கழற்றிப்பார்த்துவிட்டு எங்களைப் பார்த்துச் சிரித்துக்கொண்டு கேட்டார்.

"ஏனடா இதில நிண்டு மிலாந்திறியள், என்ன வேணும்?"

"நாங்கள் இயக்கத்தில சேர வந்தனாங்கள், இப்பிடியா ஒரு ரேடியோவையும் சீலையையும் கண்டு பயப்பிடுவியள்" பி.பி.சி கேட்டான்.

எங்களுக்கு அருகில் வந்த அந்தப் போராளி "அண்ணா உனக்கு என்ன பெயர்?" என்று கேட்டார்.

"செல்வரத்தினம் தாவீது"

"எனக்கு விழுக்கன் பி.பி.சி"

"பி.பி.சியோ, இதென்னடா பேர்?"

"இது என்னடா பேர் என்றால் விளங்கவில்லை. என்ர பேர் பி.பி.சி அவ்வளவுதான்."

"உங்களுக்கு எத்தினை வயசு?"

"பி.பி.சிக்குப் பதினாறு, எனக்குப் பதினெட்டு"

பி.பி.சி ரேடியோவையும் சீலையையும் அந்தப் போராளியிட மிருந்து வாங்கிக்கொண்டான். அவர்கள் எங்களை இயக்கத்துக்குச் சேர்ப்பதைப் போல தெரியவில்லை.

"எங்களை இயக்கத்திற்குச் சேர்ப்பியளா? சேர்க்கமாட்டியளா? சொல்லுங்கோ" என்று கொஞ்சம் அழுத்திக்கேட்டான் பி.பி.சி.

நாங்கள் இயக்கத்தில் சேர்ந்து ஒருமாதப் பயிற்சிக்குப் பிறகு வெவ்வேறு இடங்களுக்குப் பிரிக்கப்பட்டோம். என்னுடைய அக்கா மன்னார் களமுனையில் வீரச்சாவு அடைந்திருந்தாள். அப்போது நான் வேறொரு அதிவிசேடப் பயிற்சிக்காக முல்லைத்தீவில் இருந்தேன். எனக்குச் செய்தி தரப்பட்டது. நான் செல்ல மறுத்துவிட்டு, பயிற்சியில் மும்முரமாக இருந்தேன். தாவீது ஆகிய எனக்கு பரிதிச்சுடர் என இயக்கப்பெயர் வழங்கப்பட்டது. பி.பி.சி தன்னுடைய பெயரை மாற்ற சம்மதிக்க மாட்டேன் என்று அடம்பிடித்தான். இயக்க விதிமுறைகளில் பெயர் மாற்றம் முக்கியமெனச் சொல்லப்பட்டது. அதுவும் தமிழ்ப்பெயர் அவசியம் என்றனர். ஆதலால் தமிழோசை என்று அழையுங்கள் என்றான். அவனுடைய தாயின் சாம்பல் நிறச்சீலையை இரவில் போர்த்திக்கொண்டு கொஞ்ச நேரம் நித்திரை கொள்ளுவான். ரேடியோவைப் பயிற்சிப் பாசறையில் அனுமதிக்கவில்லை. அவன் அழுது அடம்பிடித்தான். பயிற்சி ஆசிரியர் கடுமையாகத் திட்டி அவனுக்கு நிறையத் தண்டனைகளை வழங்கினார். பயிற்சிப் பாசறை மருத்துவர் மூலம் பி.பி.சி அந்த அனுமதியை வாங்கியிருந்தான். இப்போது போன இடம் எங்கேயென்று எனக்குத் தெரியவில்லை. அவனையும் இன்னும் சிலரையும் தனியாக ஒரு வாகனத்தில் அழைத்துச் சென்றனர்.

பவான் முகமாலைக் களமுனையில் காயப்பட்டு உயிருக்காகப் போராடிக்கொண்டிருக்கிறான் என்ற செய்தி வந்தநேரத்தில் நான் மன்னார் களமுனையில் அதிரடித் தாக்குதல் பிரிவில் நின்றுகொண்டிருந்தேன். அடுத்த சிலநாட்களில் பவானுக்கு இரண்டு கால்களும் இல்லை என்று தகவல் வந்ததும் நான் விடுமுறை கேட்டிருந்தேன். அந்தநேரத்தில் விடுமுறை கேட்டால் இயக்கம் தராது என்று அறிந்தும், எனது பகுதித் தளபதியிடம் வேண்டுகோள் வைத்தேன். ஏழு நாட்களாக தொடர்ச்சியான மோதல், நான் மிகவும் களைப்புற்று இருந்தேன். உளத்தில் ஒருவித பாரம். பவான் பவான் என்று சொல்லிக்கொண்டிருந்தது. களத்தினை விட்டு ஓடுவதற்கு

நான் துணிந்தேன். ஆனால் இதுவொரு கடுமையான முடிவு. எனது கனரக துப்பாக்கி ஒன்றின் மூலம் நான் எனது அடிவயிற்றைக் குறிவைத்துச் சுடுவதைப் போல. ஆனாலும் நான் எனது அடிவயிற்றைச் சுட்டுத்தான் ஆகவேண்டும். ஏனெனில் அவன் பவான்.

நான் இயக்கத்தை விட்டு ஓடிப்போகவில்லை. ஆனால் இயக்கத்திற்குத் தெரியாமல் களத்தில் இருந்து மிக ரகசியமாகப் பின்வாங்குகிறேன். என்னுடைய உற்ற நண்பன் போராளியாக கால்கள் இரண்டையும் இழந்திருக்கிறான். அவனைப் பார்த்துவிட்டுத் திரும்ப எனக்கு விடுமுறை வேண்டும். அதிகபட்சம் இரண்டு நாட்களில் திரும்புவேன் என்று சொல்லியபடி, களத்தில் இருந்து மெதுமெதுவாக ரகசியம் அழிவதைப் போல மறைந்துகொண்டிருந்தேன். ஒரு இருட்குகையில் இருந்து தப்புவதைப் பார்க்கிலும் களமுனையில் இருந்து தப்புவது ஆயிரம் ஆபத்துக்களைச் கொண்டது. நான் களமுனையில் இருந்து தப்பி மக்கள் நடமாடும் பகுதிக்கு வருவதற்கு சரியாக மூன்று நாட்கள் ஆயின.

பவானின் படையணியினரின் மருத்துவ முகாமிற்குள் சென்று என்னுடைய மொத்த விவரங்களையும் கொடுத்தேன். ஆனாலும் பவானை சந்திக்க முடியாதென அனுமதி மறுக்கப்பட்டது. எனக்குத் தெரிந்த சிலரைப் பார்த்தும் அது கிட்டாமல் போயிற்று. அன்றைக்கு இரவே வீட்டிற்குப் போனேன். அக்காவின் புகைப்படம் இருந்தது. அவள் கப்டன் இசைஅருவியாக இருந்தாள். அவளுடைய படத்திற்கு முதன்முறையாகப் பூக்களைப் போட்டு வீர வணக்கம் செலுத்திவிட்டு அம்மாவின் கையால் இரண்டு கோப்பை புட்டும் மான்குழம்பும் சாப்பிட்டேன். நீ ஏன் எனக்குச் சொல்லாமல் இயக்கத்துக்குப் போனீயென அம்மா கேட்டாள். அம்மாவிற்குச் சொல்லிவிட்டு இயக்கத்திற்குப் போன போராளி யாரென்று எனக்குத் தெரியவில்லை.

அடுத்தநாள் காலையில் அம்மாவிடம் போட்டு வருகிறேன் என்று சொல்லிவிட்டு படலையைத் திறந்து வீதிக்குப் போகையில் வாகனத்தில் வந்த சில போராளிகள் என்னைத் தூக்கிவீசி ஏற்றிச்சென்றனர். அவர்களிடம் ஏன் இப்பிடி என்னைத் தூக்கி ஏத்திறியள் என்று கேட்டதும் ஒருவர்

கையை ஓங்கி அடிக்க வந்தார். லைன்ல நிண்டு ஓடி வாறது, பிறகு கேள்வி வேற என்றார். அவரின் மூக்கில் ஓங்கிக் குத்தினேன். "கள்ளப்புண்டையாண்டி சண்டைக்கு பயந்து ஓடி வரேல்ல, நான் வந்தது பவானைப் பார்க்க, உன்ர வாயைப் பொத்திக்கொண்டு இரடா" என்றேன். ஏனைய இருவரும் என்னை வெறித்துப் பார்த்தபடியிருந்தனர்.

பி.பி.சி தன்னுடைய ரேடியோவையும், தாயின் சீலையையும் விடவேயில்லை. இப்போது கிளிநொச்சியில் இருந்த புலனாய்வுப்பிரிவினரின் முகாம் ஒன்றில் பெயர் சொன்னால் தெரியுமளவுக்கு ஆளுமை செலுத்திவந்தான். நேரம் கிடைக்கும் போது பி.பி.சி மூன்றிலுப்பைக்குச் சென்று வந்தான். கிணற்றுவாளி அரியநாயகத்திடம் போய் மன்னிப்புக்கேட்டு, நீங்கள் அப்படி கதைச்சதால கொஞ்சம் கோபப்பட்டுட்டேன் என்று சொல்லியிருக்கிறான். அம்மாவிடம் தன்னுடைய வோக்கி நம்பரையும் முகாமின் முகவரியையும் எழுதிக்கொடுத்திருக்கிறான்.

பவானுக்கு இப்படி நேர்ந்த விஷயத்தை அம்மாவின் மூலம் கேள்விப்பட்டான். ரெண்டு கால்களும் இல்லாமல் இரண்டடியாய் எஞ்சிக்கிடந்த பவானைப் பார்த்ததும் பி.பி.சி அலறயடித்து ஓடிப்போயிருக்கிறான். அவன் நேராக மூன்றிலுப்பை காளி கோவிலுக்குள் புகுந்து தன்னுடைய கால்களில் குங்குமத்தைப் பூசிக்கொண்டு காளியின் காலடியில் மூட மறுத்தகண்களை இறுக்கி மூடிக்கொண்டு விறைத்துப் போய் இருந்திருக்கிறான். களங்கமற்ற அவனின் அலறல் ஒரு துயரத்தைச் சஞ்சலப்படுத்துமளவிற்கு இருந்தது.

பவானின் உடல் அளவு குறைந்ததைப் போல இயக்கத்திடம் இருந்த நிலமும் அளவு குறைந்தது. நிலத்திற்கு விடுதலை வாங்க களத்திடை நின்ற கால்கள் பெருகிப் பெருகி இல்லாமல் ஆயின. கிளிநொச்சி நகரத்தை அண்டிய பகுதிகளில் இருந்த சனங்கள் இடம்பெயர்ந்து செல்லத்தொடங்குகையில் பி.பி.சி முகாமை விட்டு வெளியே நின்று பார்த்துக்கொண்டிருப்பான். சனங்களின் ஒவ்வொரு அடியிலும் நிலத்தின் குருதி திசை தெரியாமல் வழிந்து ஓடின. எஞ்சிய ஒருவழிப்பாதையில் அலைவின் சொற்களைச் சுமந்துகொண்டு சிறுவர்களும் குழந்தைகளும் நடந்தபடியிருந்தனர்.

மன்னாரில் இருந்து ஒவ்வொரு பின்னகர்தலிலும் நான் களத்தில் நின்றேன். பி.பி.சி தமிழோசைச் செய்திகளைக் கேட்டுக்கொண்டிருந்தான். அன்றைக்கு அரசியல் துறைப் பொறுப்பாளர் நடேசன் பேட்டி கொடுத்திருந்தார். அதனைக் கேட்டுக்கொண்டிருந்த நேரத்தில் அவனுடைய முகாமின் மீது போர்விமானங்கள் தாக்குதல் நிகழ்த்தின.

பி.பி.சி அசையாமல் கொள்ளாமல் ஒரு கதிரையில் அமர்ந்திருந்து கேட்டபடியிருந்தான். ஏனைய சில போராளிகள் பங்கருக்குள் நுழைந்திருந்து அவனைக் கூப்பிட்டார்கள். எந்த அசைவுமில்லை. தமிழோசைச் செய்திகள் முடிவடைந்ததும் பி.பி.சி முகாமில் நடத்தப்பட்ட தாக்குதலை உணர்ந்து பயந்திருந்தான். ஓரிரு குண்டுகளோடு நிறுத்தப்பட்ட தாக்குதல் என்பதால் அவன் தப்பிவிட்டான் எனப் பிற போராளிகள் சொன்னார்கள். பி.பி.சியின் முகாமும் கிளிநொச்சியில் இருந்து விசுவமடுவிற்கு நகர வேண்டியிருந்தது. அவன் எல்லாவற்றையும் தயார்படுத்திக்கொண்டு தன்னுடைய ரேடியோவையும் தாயின் அந்தச்சாம்பல் நிறச்சீலையையும் எடுத்துக்கொண்டு வாகனத்தில் ஏறினான்.

ஒரு குரோட்டன் செடியை புழுசுருட்டுவதைப் போல கிளிநொச்சியை இராணுவம் சுற்றிக் கைப்பற்றியது. வீரயுகத்தின் நெஞ்சோலம் நகரின் சாம்பல் மேடுகளில் பின்வாங்க மறுத்து கூவிக்கொண்டே இருந்தது. சூரிய உதயத்தின் திசையை மேற்கு மூடியது. நகரின் ஒவ்வொரு வீட்டின் முகடுகளிலும் ஒரு கூவை இருந்து கத்தத்தொடங்கியது. நாங்கள் என்ன செய்ய முடியுமென்று சனங்களுக்குள் நடந்தபடி களங்களுக்கு விரைந்தனர் எஞ்சி நின்ற புலிச்சேனைகள். எல்லாப்பிரிவினரும் களத்திற்கு விரையுங்கள் என இயக்கத்தின் தலைமைச்செயலகம் அறிக்கை வெளியிட்டது. இதோ பி.பி.சி களத்திற்குச் செல்ல ஆயத்தமென்றான். ரேடியோவையும், தாயின் சாம்பல் நிறச்சீலையையும் தன்னுடைய பையில் எடுத்து வைத்துக்கொண்டான். யுத்தத்தை நாங்களும் எங்களை யுத்தமும் உணரவில்லை என்று பி.பி.சி சொன்ன வார்த்தையோடு வாகனம் களமுனைக்குப் புறப்பட்டது.

நான்கு நாட்களுக்கு மேலாக தொடர்ச்சியாக மோதல் காயம் சாவு போர்விமானம் எறிகணை நேரடியான மோதல் என கலவை கலவையாக யுத்தக்களம் அவதாரம் கொண்டது.

பி.பி.சி நீண்ட நாட்கள் கழித்து ஒரு இரவில் தன்னுடைய பங்கருக்குள் இருந்து தமிழோசையைக் கேட்கலானான். அப்போது இயக்கத்தரப்பில் பேசிய நடேசன் இந்த யுத்தம் தமிழ் மக்களை இலக்கு வைத்து நடத்தப்படும் ஒரு திட்டமிடப்பட்ட இன அழிப்பு என்றார். அன்றைக்கு சுதந்திரபுரம் பகுதியில் நடந்த தாக்குதலில் இருநூறு பொதுமக்கள் கொல்லப்பட்டதாகவும் தெரிவித்தார்.

பி.பி.சி தமிழோசையைக் கேட்டுவிட்டு பங்கருக்கு வெளியே தலைநீட்டிப் பார்த்தான். எந்தவொரு சலனமும் இல்லை. ஆனாலும் யாரோ நடமாடும் சத்தம் கேட்பதைப் போல உணர்ந்தான். அவன் பங்கருக்குள் இருந்துகொண்டு தனது துவக்கை எடுத்து தலையை நீட்டி அசையாமல் நின்றான். தூரத்தே ஒரு உருவம் காற்றில் மறைந்து போகும் வேகத்தில் போனது.

இராணுவத்தின் வேவுக்கார அணி உள்ளே வந்து போயிருக்கலாம் என்று பி.பி.சி நினைத்தான். தன்னோடிருந்த சிலருக்கு அதனைச் சொன்னான். முன்னணிக் காப்பரணில் இதுபோன்ற சம்பவங்கள் நடந்தால் மேல்மட்டத்திற்குத் தெரிவிக்க வேண்டும். அதுபோலவே பி.பி.சி தகவலைத் தெரியப்படுத்தினான். அடுத்தநாள் காலையில் அந்தப் பகுதியில் நடமாட்டம் இருந்தமைக்கான தடத்தைப் பார்த்தனர். போராளிகள் அணிந்திருக்கும் செருப்பு அடையாளம் மட்டுமே இருந்தது. "வந்தவன் செருப்போடு கூட வந்திருக்கலாம்" பி.பி.சி சொன்னான்.

இறுதியாக ஒரு உக்கிரமான நாளில் பி.பி.சி நிற்கும் களத்தில் சண்டை மூண்டது. கடுமையான இடைவிடாத தாக்குதல். மூச்சடைக்கும் புகைமூட்டம். உலங்குவானூர்தியின் தாக்குதலில் இருந்து தப்புவதற்கு எந்த வழிகளும் இல்லை. எல்லாப் பக்கத்திலிருந்தும் தாக்குதல்.

பி.பி.சியின் கால்கள் அன்றைக்குத்தான் முதன்முறையாக இரத்தவெள்ளத்தில் பதிந்தன. ஒரு மனிதனின் இரத்தத்திற்கு இவ்வளவு சூடா என அவன் அன்றைக்குத்தான் தன்னைத் தானே கேட்டான். துவக்கை எடுத்து எதிர்த்திசையில் கண்களை மூடிச் சுட்டுக்கொண்டிருந்தான். தன்னோடு நின்று களமாடிக்கொண்டிருந்தவர்கள் செத்து வீழ்ந்ததை அவனால்

ஏற்கமுடியாமல் இருந்தது. அவனுடைய நடுக்கம் தலைபிளந்து ஒழுகிக்கொண்டிருக்கும் தன்னுடைய அணியைச்சேர்ந்த ஒரு போராளியின் உருவத்தைப் பார்த்ததில் இருந்து தோன்றியது. துவக்கைக் கீழே போட்டுவிட்டு பங்கருக்குள் ஓடிப்போய் தன்னுடைய சேலையைப் போர்த்திக்கொண்டு விறைத்துப் போயிருந்தான். ஒரு குருதிச்சதுக்கம் போல நிலமெங்கும் நிணம். பதுங்குகுழிக்குள் இருந்த பி.பி.சி தன்னுடைய உடம்பெங்கும் மண்ணையள்ளி அப்பிக்கொண்டு துவக்கை இறுக்கிப்பிடித்துக் கொண்டு 'காளித்தாயே என்னைக் காப்பாற்று! என்னைக் காப்பாற்று!' என்று இயல்பிழந்து அழுதான். தாக்குதல்கள் தொடர்ந்த வண்ணமிருந்தன. பி.பி.சியோடு முன்னரங்கில் நின்ற அனைவரும் களத்தில் வீழ்ந்து துடித்தனர்.

ரொக்கெட் குண்டுகளின் தாக்குதல் தொடர்ந்த வண்ண மிருந்தன. பி.பி.சி பங்கருக்குள் இருந்து மிரண்டு அய்யோ காளித்தாயே என்னைக் காப்பாற்று என்று மீண்டும் கெஞ் சினான். அங்கிருந்து பின்னகரும் கட்டளைகள் வந்தன. பி.பி.சியின் பங்கருக்குள் இரைந்துகொண்டிருந்த வோக்கியை எடுத்து மாறிமாறி அலைவரிசைக் கட்டைகளை உருட்டி "தாவீது என்னை உன்னட்ட கூட்டிக்கொண்டு போ", "தாவீது என்னை உன்னட்ட கூட்டிக் கொண்டு போ" என்றான். யார் யாரெல்லாமோ அந்தத் தொடர்பில் வந்து போனார்கள், தாவீதுவைக் காணவேயில்லை.

பத்து நிமிடங்களுக்குப் பின்னர் பங்கருக்கு மேலே சிங்களத்தில் கதைத்துக்கொண்டு ஓடிக்கேட்கும் சத்தங்கள் கேட்டன. இராணுவம் கைப்பற்றிய இடத்திற்குள் தான் அகப்பட்டுவிட்டதாக பி.பி.சிக்கு நிலைமை விளங்கி விட்டது. பின்னர் அவனை இராணுவம் கைதியாகப் பிடித்துக் கொண்டது. அவனை பங்கருக்குள் இருந்து இராணுவம் மீட்கிற காணொலியை அரசாங்கம் தனக்கு சாதகமாகப் பயன்படுத்தியது.

ஒரு கையில் ரேடியோவுடனும், இன்னொரு கையில் வோக்கியுடனும் ஒரு சாம்பல் நிறச்சீலையால் தன்னைப் போர்த்திக்கொண்டு பாதங்களில் ரத்தமும் உடம்பெங்கும் மண்ணும் பூசிக்கிடந்த சிறுவன் பி.பி.சியின் காணொலியை மனித உரிமை ஆர்வலர்களுக்குப் போட்டுக்காட்டியது

அரசாங்கம். அவன் இராணுவத்தின் கையில் அகப்பட்டதிலிருந்து காளி என்னைக் காப்பாற்று, தாவீது என்னைக் காப்பாற்று என்று சொல்லிக்கொண்டே இருந்தான். அரசாங்கம் எல்லாக் காளிகளையும், தாவீதுகளையும் கொன்று முடிக்க யுத்தத்தைத் தொடர்ந்தது. மூன்றிலுப்பை பி.பி.சி இராணுவத்தினரால் கைதுசெய்யப்பட்டதை லண்டன் பி.பி.சி தமிழோசையில் கேட்டுக்கொண்டு முள்ளிவாய்க்காலில் பங்கருக்குள் இருந்தது வன்னி.

அதன் பிறகான சிலநாட்களில் மரணமும் சவங்களுமாய் விதிகளின் குரூரம் எரிகல்லாய் விழுந்திற்று. போர் இருள் எம்மை மூடி, வெள்ளைக்கொடிகளோடும் சரணடைதல்களோடும் மர்ம வியூகங்களில் எம்மை வீழ்த்திற்று. மரித்தவர்களின் வாசனையோடு ஊற்றெடுத்த கடலின் ஆழத்திற்குத் தெரியாமல் இராணுவத்தின் முன்னால் நம்கால்களுக்குக் கீழே ஆயுதங்களை வைத்துக் கைகளைத் தூக்கி மண்டியிட்டு இருக்கையில் வரலாறு எங்களை சவர்க்கார நுரைகளைப் போல ஊதி விளையாடியது.

முடிந்துவிட்டதொரு நெடும்பாடல். அவ்வளவு துயரமாக, அவ்வளவு வீழ்ச்சியாக முடிந்துவிட்டதொரு நெடும்பாடல் என்று முல்லைக்கடலின் மீன்கொத்திகள் அழுது பறந்தன.

5

**அ**ன்றைக்கு மாலையில் பவான் எழுதி அனுப்பியிருந்த கடிதம் இப்படித்தொடங்கி இவ்வாறு முடிந்திருந்தது.

அன்பின் தாவீது! சுகமா? நான் சுகமாக இருக்கிறேன். நீ எனக்குக் கொடுத்தனுப்பிய குடும்பியான்மலை சிவன் கோவில் திருநீற்றுச் சரை எனக்குக் கிடைத்தது. பி.பி.சியைக் கண்டேன். உன்னை இறுதியாகச் சந்தித்த போது வவுனியாவில் மன்னிப்புக்கேட்டும் நீ ஒரு வார்த்தையும் கதைக்கவில்லையாம். கவலைப்பட்டுக்கொண்டான். தான் அப்படிச் சி.ஐ.டிக்கு வேலை செய்தது பிழைதான் என்றாலும் தனக்கு வேறு வழியில்லை என்று மீண்டும் மீண்டும் சொன்னான். அப்படிச் செய்யாமல் இருந்தால், தன்னைக் கொலை செய்துவிடுவோமென இராணுவம் நிர்ப்பந்தித்ததாகச்

சொன்னான். தாவீது அண்ணாவிற்குச் சொல்லவேண்டும், ஆனால் அவருடைய தொடர்பு தனக்கில்லை எனச் சொன்னான். உன்னுடைய தொடர்பு எனக்கிருக்கிறதா என்று கேட்டான், ஆனால் நான் இல்லையென்று பொய் சொல்லிவிட்டேன். எனக்கு நன்றாகத் தெரியும், அதனை அவன் நம்பியிருக்கமாட்டான்.

ஆறு மாதங்களுக்கு மேலாக மூன்றிலுபைக் காளி கோவிலிலேயே வசித்து வந்தான். கோவில் கிணற்றில் குளித்து பூசாரி படைக்கும் நைவேத்தியத்தை சாப்பிட்டு அதையே வழக்கமாக்கினான். எப்போதாவது வீட்டிற்கு வருவான். இரண்டு நாட்கள் தங்கிவிட்டு மீண்டும் கோவிலுக்குள் போய்விடுவான் இறுதியாக வந்திருந்த நாளில், எனக்கருகில் வந்திருந்து மிகவும் பணிவோடும் குற்றவுணர்வோடும் கேட்டான்.

பவான் அண்ணா நீங்கள் என்னைத் துரோகி என்று நினைக்கிறியளோ? அல்லது மூன்றிலுப்பை நினைக்குதோ?

டேய் உன்ன ஆரடா துரோகி என்று சொன்னது. நீ ஏன் அப்பிடி நினைக்கிறாய், சும்மா இதை விட்டிட்டு வேற விஷயங்கள கதை.

அன்றைக்கு நன்றி என்று சொல்லிவிட்டு எழுந்து சென்றவன் தான் பி.பி.சி.

## 6

**பி**றகு எனக்குத் தொடர்புகொண்டு 'பவான் நான் போராளியோ? துரோகியோ?' என்று கேட்டுக்கொண்டே இருந்தான். நான் ஒவ்வொரு தடவையும் நீ போராளியடா என்பேன். ஆனால் மீண்டும் அவனே இல்லை பவான் நான் போராளி இல்லை என்று சொல்லிவிட்டு தொடர்பைத் துண்டிப்பான். காளிகோவில் பூசாரி மணியம் தன்னுடைய வீட்டில் இருந்து கொண்டு சென்று இரவுச் சாப்பாட்டைக் கொடுத்துவிட்டு பி.பி.சியைப் பார்த்து வந்திருக்கிறார். உடம்பெங்கும் குங்குமத்தைப் பூசிக்கொண்டு காளியின் காலடியில் படுத்துக்கிடந்திருக்கிறான். அன்றைக்கிரவே, அதாவது கடந்த மாதத்தின் முப்பதாம் திகதி, அதாவது

2017.04.30 லண்டன் தமிழோசைச் செய்திகளைக் கேட்டு விட்டு விறைத்துப் போய் அலறியடித்து சூலத்தால் குத்தித் தன்னையே மாய்த்திருக்கிறான். அந்த நேரத்தில் மூன்றிலுப்பை கிராமத்தில் புயல் போல காற்று வீசி பி.பி.சி செய்தி கேட்கும் மாமரம் வேரோடு சரிந்து விழுந்தது. அவனின் அந்த ரேடியோவையும், தாயின் சாம்பல் நிறச் சீலையையும் எவ்வாறெல்லாம் காப்பாற்றிக் கடைசியில் காளியின் காலடியில் கொண்டு வந்து வைத்திருக்கிறான்.

அவன் ஏன் தற்கொலை செய்துகொண்டானென்று யாரிடம் கேட்க முடியும்?

நடிப்பின் உணர்ச்சி வசத்தால் இன்னும் கொஞ்ச நேரம் மகிந்த வேஷத்தில் இருந்திருந்தான் என்றால் அன்றைக்கிரவு காளி கோவிலிற்கு முன் பி.பி.சியின் சவம் படுத்திவைக்கப்பட்டிருக்கும் என்று கள்ளு குடித்தபடி முஸ்பாத்திவிட்ட மூன்றிலுப்பைக் கிராமத்தினால் இப்போது சிரிக்கவே முடியவில்லை. நீ ஏன் அவனை மன்னிக்காமல் புலம்பெயர்ந்தாய் தாவீது. பி.பி.சியின் ரேடியோ இரைச்சல் எனக்குக் கேட்கத்தொடங்குகிறது. நினைவுகளின் காலடி ஈரத்தில் வன்னிக்கானகம் தீப்பொறியாய் எழுந்தது.

அங்கே முழங்காலிட்டு அமர்ந்து கைகளை மேலே உயர்த்தி முன்னால் நிற்கும் போராளியிடம்,

செல்வரத்தினம் தாவீது என்கிறேன் நான்.

விழுக்கன் பி.பி.சி என்கிறான் அவன்.

இப்படித்தான் ஒலித்தபடி இருக்கிறது இந்தக் கதை.

## அவளைக் கொன்றவர்கள்

### 1

**பண்டைய எகிப்திய மக்கள் பூனைகளை** வணங்கினர் என்கிற வரலாற்றை இயக்கப்பொறுப்பாளர் ஒருவரின் மூலம் அறிந்துகொண்டேன். நிர்வாக மோசடிக் குற்றச்சாட்டில் தண்டனைக்காலம் முடிவடைந்து வெளியே வந்திருந்த அந்தப் பொறுப்பாளர் பூனைகள் இரண்டினை வளர்க்கத்தொடங்கியிருந்தார். அதன் நிமித்தம் எழுந்த உரையாடலில்தான் எகிப்தில் பூனைகளுக்கு வழங்கப்பட்டிருந்த தெய்வ அந்தஸ்து குறித்தெல்லாம் கதைத்தோம். அந்தச் சந்திப்பிற்குப் பிறகு பூனைகள் மீதும் ஒரு மரியாதை. எகிப்தியர்களின் கடவுளாவது எங்களை இந்த யுத்தத்தில் இருந்து காப்பாற்ற வேண்டுமென்று பூனைகளைப் பார்த்துக் கும்பிடவெல்லாம் தோன்றியது. ஆனால் எந்தக் கடவுளாலும் காப்பாற்றமுடியாதென்கிற உண்மையை அதே பொறுப்பாளர் சொல்லி அனுப்பியதும் நினைவுக்கு வந்துபோனது.

பூனைக்கும் எங்கள் குடும்பத்திற்கும் ஒத்துவராது. என்னுடைய தம்பிக்கு இழுப்பு நோய் இருந்ததனால் பூனை வளர்ப்பை அம்மா அறவே மறுத்துவந்தாள். அதிலும் "ஒரு பூனை முடியை உதிர்த்தால் ஆயிரம் பிராமணர்களைக் கொன்ற பாவம்" என்பாள். அவளுக்கிருந்த வைரவர் நம்பிக்கையில் வீட்டில் ஐந்து நாய்கள் வளர்க்கப்பட்டு வந்தனர். தனிச்சமையல். தனித்தட்டு என்று வீட்டில் எவருக்கும் வாய்க்காத வாழ்க்கை, நாய்களுக்கு வாய்த்தன.

பூனைகளின் எகிப்திய வரலாற்றை அம்மாவிற்குச் சொன்னேன். அவள் அந்தப் பொறுப்பாளர் மீது நொந்தாள். தொடர்ந்து "புலி பூனையை வளர்த்துப் போர்க்களம் தா" என்று சனத்தைக் கேட்கப்போகுது போல என்றாள். அம்மாவிற்கு இப்படியான தேசத் துரோகப் பகிடிகள் எப்போதாவது தோன்றும், அதனை வீட்டிற்கு வருகிற போராளிகளிடமும் சொல்லிச்சிரிப்பாள். அவர்கள் புலிக்குப் பூனை வேண்டாம், புலிதான் வேண்டுமென்று சிரிப்பார்கள்.

நான் புலம்பெயர்ந்து வசித்துவரும் நாட்டில் ஆட்டிறைச்சிக்குப் பதிலாக பூனை இறைச்சிகளைக் கலப்படம் செய்வதாக அதிர்ச்சிச் செய்திகள் வெளியாகியிருக்கின்றன. எனக்கு அந்தப் பொறுப்பாளர் சொன்ன வரலாற்றை யாரிடமாவது சொல்லவேண்டுமென்று தோன்றியது. திருவான்மியூரில் வசித்துவரும் இன்னொரு அகதிக்குத் தொடர்பு கொண்டேன். அவர் எந்த நாட்டில் வாழ்ந்தாலும் அந்த நாட்டின் குடி மகனாகும் பாக்கியம் பெற்றவர். கிளிநொச்சியில் உள்ள சாராயக்கடையில் அதிக வருமானத்தை ஏற்படுத்தியவர்களுள் இவரும் ஒருவர். புலிகள் இயக்கத்தின் அனுதாபி. முள்ளி வாய்க்காலில் நிகழ்ந்த இறுதிக்கட்டப் பேரழிவின் பின்னரான காலத்தில் மனநலம் பாதிக்கப்பட்டிருந்த இவர் தற்போது தேறிவந்துகொண்டிருக்கிறார். குடிப்பதைச் சற்றுக்காலமாகக் குறைத்திருக்கிறார். அவருக்குத் தொலைபேசியில் அழைத்தேன். எடுக்கவில்லை. நீண்ட யோசனைக்குப் பின்னர் பூனையைப் பற்றிக் கதைக்க சரியான ஆள் நளாயினி என்றே தோன்றியது. அவளைத் தொடர்புகொண்டேன். எடுத்ததும் அழுதுகொண்டே பேசினாள்.

"லாராவுக்கு உடம்பு சுகமில்லை. ரெண்டு நாளாய் ஒண்டையும் சாப்பிட மாட்டேன் என்கிறாள். என்ன செய்வதென்று

தெரியவில்லை, அவளுக்கு ஒன்று நடந்தால் என்னால தாங்கமுடியாது."

"நளாயினி நீங்கள் அழுகிறத நிப்பாட்டுங்கோ, இப்ப ஏன் அழுகிறியள். பூனைக்குச் சுகமில்லாட்டி அது தானாய் சரியாகும். ஆனால் நீங்கள் அழுது உங்களுக்கு ஒன்றானால் ஆர் வந்து பார்ப்பினம்" என்று கேட்டேன். அந்தப் பக்கத்தில் அழுகை நின்றுபோனது. அவளொரு இதய நோயாளி என்பதை அதிகமாக அவளுக்கு நினைவுபடுத்துவது நான்தான். அவள் வளர்க்கும் பூனையைப் பூனை என்று சொன்னாலே கோபப்பட்டுவிடுவாள். "லாரா" என்று சொல்லுங்கோ என்று கெஞ்சுவாள்.

"செய்தி பார்த்தனியலா? ஆட்டிறைச்சிக்குள்ள பூனை இறைச்சியை மிக்ஸ் பண்றாங்களாம், உங்கட லாராவ கவனமாய் பார்த்துக்கொள்ளுங்கோ" நகைக்கும் தொனியில் சொன்னேன்.

"போடா விசரா… உனக்கு எப்ப பார்த்தாலும் என்ர லாரா தான் கண்ணுக்க குத்தும்" என்று சொல்லிக்கொண்டு தொடர்பைத் துண்டித்துவிட்டாள்.

## 2

**ந**ளாயினி போராளியாக இருந்தவள். இப்போது திருச்சியில் வசித்துவருகிறாள். கடந்தகாலத்தின் அதிர்வுகளால் இதயம் பலவீனமாகியிருந்தது. துணைக்கு யாருமில்லை. நோயாளியாக மருத்துவமனையில் கிடந்த பொழுது அவளைப் பராமரிக்கவே ஆட்கள் இல்லாதிருந்தனர். இறந்தும் போகலாம்; மீளவும் வாய்ப்பிருக்கிறது என மருத்துவர்கள் சொன்னதும் எனக்குள் கிலி தொற்றிக்கொண்டது. நேராத கோவிலில்லை. மதுரை மீனாட்சி அம்மனையும் சமயபுரம் மாரியம்மனையும் வேண்டிக்கொண்டேன். நல்லூர் முருகனைத் திருச்சியில் இருந்தே பிரார்த்தித்தேன். எப்படியாவது அவள் உயிர் பிழைக்கவேண்டுமென உள்ளுக்குள் வருந்தி அழுதேன். மூன்று நாட்கள் கழித்து மருத்துவர்களின் நீண்ட போராட்டத்திற்குப் பயன் கிடைத்தது. நளாயினி அபாயக் கட்டத்திலிருந்து மீண்டிருந்தாள். மருத்துவமனையிலிருந்து வீட்டிற்கு வந்ததன் பின்னரும் அவளுக்கு ஓய்வு தேவைப்பட்டது. நேரத்திற்கு

நேரம் மாத்திரையை மட்டும் விழுங்கிக்கொண்டு பட்டினி கிடந்தாள்.

சமைப்பதற்குக் கூட இயலாமல் அவளை ஆக்கியிருந்தது. படுக்கையறையிலிருந்து மெது மெதுவாக எழும்பி சமையல் கட்டிற்கு வருவதற்கே நெஞ்சில் ரணம் படரும். பெரும்பாலும் எல்லா மரக்கறிகளையும் ஒன்றாகப்போட்டுக் குழைசோற்றைச் சமைப்பாள். அவள் பார்த்துவந்த வேலையை தொடரமுடியாத காரணத்தினால் மருந்துகளுக்கும் பணமில்லாமல் போயிருந்தது. புலம்பெயர்ந்து பிரான்சில் வாழும் சிலரின் கூட்டு முயற்சியினால் அவளுக்கு வழங்கப்பட்ட ஒரு தொகை இந்திய ரூபாய்கள் பெரிய உதவியாக இருந்தன. ஆனாலும் அந்த உதவி தொடர்ச்சியாகக் கிடைக்கவில்லை. அவளுக்கு வழங்கப்பட்ட தொகையை விடவும் அதிகமான எண்ணிக்கையிலான இணையதளங்களில் அந்தச் செய்தி வெளியானது.

நளாயினிக்கு உடம்பு சுகமாகி அவள் மீண்டு வருவதற்கு ஆறு மாதங்களுக்கு மேலாகின. திருச்சியில் வசித்துவரும் இன்னொரு ஈழத்தமிழ்க் குடும்பம் அவளுக்கு கொஞ்சம் உதவியாக இருந்த போதிலும் யாருக்கும் கஷ்டத்தை வழங்கிவிடக் கூடாது என்பதால் எதனையும் வலிந்து கேட்க மாட்டாள். எப்போதாவது அவர்கள் தோசையும் சம்பலும் கொண்டு வந்து கொடுப்பார்கள். ஆனால் இந்தச் சாப்பாடு தாருங்கள் என்று அவள் கேட்கவில்லை. இப்போதும் இரவு நேரங்களில் மூச்சுத்திணறுவதாகச் சொல்லிக்கொள்வாள். ஒவ்வொரு நாள் காலையிலும் அழைத்துக் கதைப்பதை ஒரு கடமையாகக் கொண்டுள்ளேன். சில காலைகளில் அவளே தொடர்பு கொண்டு “உயிரோடு இருக்கிறேன் சேர்” என்று சொல்லிவிட்டுச் சிரிப்பதும் நடக்கும்.

ஆயுதங்களுக்கு நான் என்றுமே அஞ்சியதில்லை. ஆனால் இந்தத் தனிமையை என்னால் சகிக்கமுடியவில்லை. வெந்து வெந்து விரியும் என்னைப் பதைபதைப்புக்குள் புதைக்கிறது. யாருக்கும் வேண்டாத என்னை ஏன், தனிமை துரத்துகிறது. நிரை நிரையாக அடுக்கப்பட்ட பிணங்களின் நினைவுகளாயினும் பரவாயில்லை. இந்தப் பொழுதில் மூண்டெழும்பும் தனிமைக்குத்தான் முகங்கொடுக்க முடியவில்லை என்று என்னிடம் அழுது குழறினாள்.

ஒரு பறவையைப் போல வாழ்க்கை காணாமல் போயிற்று. யாரிடம் முறையிடுவது. என்ன ஆறுதலிருக்கிறது. அந்தரிப்பான காலத்தில் எதற்கும் கதியில்லை என்று சமாதானம் சொன்னேன்.

மாசத்தில் இரண்டு தடவைகளாவது நளாயினியைப் பார்ப்பதற்காக திருச்சிக்குச் சென்று வருவேன். அவளைப் பார்த்துவிட்டுத் திரும்புகையில் மனத்திடை விரியும் அரூபமான பாரம் ஆறாத ஆறாய்ப் பெருக்கெடுத்து ஓடும். அந்த ஆற்றில் அன்றைக்கு அலைந்து அலைந்து அற்றுப் போகும் கேவலாக அழுதுகொண்டே பேருந்தில் ஏறினேன். நளாயினிக்குத் திருமணம் செய்யவேண்டுமென்ற ஆசை இருக்கிறது.

அவளுடைய புகைப்படங்களை நிறைய திருமணத்தரகர்களுக்கு அனுப்பி வைத்தேன்.

வளசரவாக்கத்தில் இருக்கும் பிரபல திருமணத்தரகர் யோகநாதனிடம் நளாயினியின் புகைப்படத்தையும் குறிப்பையும் கொடுத்தேன். வெளிநாட்டு மாப்பிள்ளைதான் வேண்டுமென்று சொன்னேன். பெம்பிளை என்ன ஆக்கள், "வெ"னாவோ வேறையோ என்று கேட்டார். இந்த இழிவின் இரைச்சலைப் பொறுத்துக்கொண்டு அவா "போராளி" கடைசிநாள் மட்டும் சண்டை பிடிச்ச ஆள். நீங்கள் இதை மட்டும் சொல்லுங்கோ என்றேன். யோகநாதன் யாழ்ப்பாண வைதீகவாதி. இந்தத் தொழிலில் கறாரான ஆள். நிறைய பேருக்குத் திருமணத்தை முற்றாக்கி வைத்த ராசியான புரோக்கர். யோகநாதன் மூலமாக நளாயினிக்கு ஒரு மாப்பிள்ளை கிடைத்து, திருமணம் நடக்குமென நம்பினேன். அது நடந்தால் பழனி கோவிலுக்கு மொட்டை அடிப்பதாக நல்லூர் முருகனிடம் நேர்த்தி வைத்துக்கொண்டேன்.

"எனக்கொரு பூனை வாங்கித் தாவன்" என்று நளாயினி முக நூலில் தகவல் அனுப்பியிருந்தாள். அதனைப் படித்ததும் கதைக்கவில்லை, நேரம் இரவு ஒருமணியாக இருந்தது. காலையில் எழுந்ததும் அவளே அழைத்து "உயிரோடு இருக்கிறேன் சேர்" என்று சொல்லிவிட்டுப் பூனை வாங்கித் தா என்று கேட்டாள். இதென்ன திடீரென பூனை ஆசை என்று கேட்டேன். வன்னியில் இருக்கும் போது இயக்க

முகாமில் தானொரு பூனையை வளர்த்துவந்ததாகவும், அந்தப் பூனை இப்போது தனது கனவில் வருவதாகவும் சொன்னாள். நான் இடைமறித்தேன். கனவில் வரும் பூனை வன்னிப்பூனை தான் என்பதை எப்படி உறுதியாகச் சொல்லுகிறீர்கள் என்று கேட்டேன்.

“மியாவ் மியாவ் என்று கத்தாமல் எனது பெயரைச் சொல்லி அழைத்தாள். நீ நம்பமாட்டாய்... மஞ்சளும் வெள்ளையும் கலந்த நிறத்திலிருந்த பூனையை நான் தூக்கிவளர்த்தேன். பிறந்து சில நாட்களே ஆன அந்தப் பூனையை கிளிநொச்சியில் இருந்த அரசியல் பிரிவினரின் முகாமிலிருந்து என்னுடைய முகாமிற்குத் தூக்கிக்கொண்டு போய் முதலில் அதற்குப் பெயர் சூட்டினேன். இசைநிலா வீரச்சாவடைந்த எனது நெருக்கமான தோழியின் பெயரைப் பூனைக்குச் சூட்டியதும் பொறுப்பாளர் என்னை நொந்துகொண்டார். ஆனாலும் நான் இசைநிலா என்றே அழைத்தேன். என்னுடைய தலையணையில் நித்திரையாகவும் என்னுடைய கோப்பையில் உண்ணவும் அது பழக்கமான நாள் வரைக்கும் சிறிய உருண்டைகளாக சோற்றைத் தீத்திவிட்டேன். என்னைப் பூனை விசரி என ஏனைய சிலபோராளிகள் தமக்குள் கிசுகிசுக்குமளவிற்கு நெருக்கமாகியிருந்தோம். அவளுடைய எந்த மியாவ்வில் என்னுடைய பெயர் இருக்கிறதென என்னால் கண்டுபிடிக்க முடியும்.

நேற்றைக்குக் கனவில் சொன்ன மியாவ்வில் நானிருந்தேன். என்னுடைய பெயரை மீண்டும் மீண்டும் சொல்லி அழைத்துக்கொண்டே இருந்தாள் இசைநிலா. அவளை நான் சண்டைக்குப் போகும்போது இன்னொரு பிள்ளையிடம் கொடுத்துவிட்டுப் போனேன். அவளும் எனக்குப் பின்னரான அணியோடு வேறொரு களத்திற்கு அனுப்பப்பட்டிருந்தாள். அள்ளுண்டு போன கனவினைப் போல நாம் தொலைத்தவை ஏராளம். சவப்பெட்டிகள் இல்லாமல் மனிதர்கள் புதையுண்ட நிலத்தில் பூனைகளும் இறந்துநாறின. பசுக்களும் சிதைந்தன. நாய்களும் புழுத்தன. ஆயுதங்களின் ஊளை எல்லாவற்றையும் தின்று செரித்துவிட்டது” என்றாள். அதன்பின்னர் எங்களுக்குள் உருவான அமைதி எங்கிருந்து தொய்ந்து இறங்கியது என்று தெரியவில்லை. மீண்டும் கேட்டாள்.

"நீ எனக்கொரு பூனை வாங்கித் தா."

நான் சரியென்று சொல்லி, தொடர்பைத் துண்டித்தேன்.

### 3

உள்ளூர் நண்பரொருவரிடம் பூனை வாங்கவேண்டுமென்று சொன்னேன். நடுத்தரமான விலையில் இருந்தால் போதுமென்று சொன்னேன். நானும் நண்பரும் பூனைகளை விற்பனை செய்யும் வீடொன்றிற்குச் சென்றோம். அங்கே நிறைய வகையான நாய்களும் பூனைகளும் இருந்தன. அந்த வீட்டில் எப்படி மனிதர்கள் வசிக்கிறார்கள் என்ற குழப்பம் வேறு. விலங்குகளின் நெடில் நாற்றம். ஒரு வகை நாய் குரைக்கையில் அதன் எச்சில் எம்மை நோக்கிப் பறக்கிறது. அவர் வீட்டிற்குள் கூட்டிக்கொண்டு போய் கூண்டிற்குள்ளிருக்கும் பூனைகளைக் காண்பித்தார். ஒவ்வொரு பூனைக்கும் ஆயிரக்கணக்கில் விலை இருந்தது. அடுத்தவாரத்தில் வருகிறோம் எனச் சொல்லிவிட்டு வெளியேறினோம். உங்களுக்கு ஒரு நாட்டுப் பூனைக்குட்டியைக் கொண்டு வந்து சேர்க்கிறேன் என நண்பர் கொடுத்த உத்தரவாதம் எந்தப்பிசகும் இல்லாமல் நிறைவேற்றப்பட்டது. அதனைத் திருச்சிக்குச் சென்று நளாயினியிடம் கொடுத்தேன். இந்தப் பெண்பூனை சாம்பல் நிறத்தில் இருந்தது. புருவங்களில் மெல்லிய துளியில் வெள்ளைநிறமிருந்தது. அவள் அந்தப் பூனையைத் தனது மடியில் போட்டுவைத்துக் கொண்டு லாரா என்று அழைத்தாள். இதென்ன பெயர் லாரா என்று கேட்டதும், மால்கம் எக்ஸின் தோழி ஒருத்தியின் பெயர் என்றாள். புரோக்கர்மாரிடம் புகைப்படமும் குறிப்பும் கொடுத்ததன் பிறகு ஏதேனும் தகவல் வந்ததா என்று கேட்டாள். இதுவரை எதுவுமில்லை. ஆனால் கண்டிப்பாக வருமென்று சொன்னேன். நளாயினி அதனைப் பொருட்படுத்தாமல் பூனையைத் தடவிக்கொடுத்தாள். கண்கள் கலங்கினாள். கண்ணீரைத் துடைத்துக்கொண்டு பூனையைப் போல மியாவ் என்றாள். அவ்வளவு சின்னஞ்சிறிய லாரா உடனடியாக மியாவ் என்று கத்தி நளாயினியின் முகத்தைத் தனது நகம் வளராத கைகளால் தடவத்தொடங்கிற்று.

புரோக்கர் யோகநாதனிடம் இருந்து தொடர்பு வந்தது. எடுத்துக் கதைத்தேன். தம்பி சுவிஸ்ல இருக்கிற ஒரு

முல்லைத்தீவு பெடியனோட குறிப்பு நீங்கள் தந்ததுக்குப் பொருந்துது. கேக்கிறன் எண்டு குறை நினைக்கவேண்டாம். இந்தப் பிள்ளை என்ன ஆக்கள் என்று சொன்னியள் என்றால் எனக்கு வசதியாய் இருக்கும். நீங்கள் போராளி, இயக்கம், தியாகி, தேசத்துரோகி, மாமனிதர், தோழர் இப்பிடி என்னத்த சொன்னாலும் கலியாண விஷயத்தில் சாதி முக்கியமாயிருக்கு, வெளிநாட்டில இருக்கிறவன் அதைத்தான் கேக்கிறான். நான் என்ன செய்யட்டும். என்னைக் கோபிக்காததம்பி என்று சொல்லிவிட்டுத் தொடர்பைத் துண்டித்துவிட்டார்.

நளாயினி எல்லாவற்றையும் கேட்டுக்கொண்டிருந்தாள். லாரா தனது வாலை அசைத்தவாறு பாலினைக் குடித்துக் கொண்டிருந்தாள். நளாயினிக்குச் சொல்லாமலே சென்னைக்கு வந்தேன். அவள் அழைத்தும் எடுத்துக்கதைக்க இயலவில்லை. அவமானம் அழுத்தி உரசிக்கொண்டிருந்தது. மூச்சு இறுகியது. போராளிக்கும் சாதி வேண்டுமென்கிற அந்தக் குரலை ஒரு துப்பாக்கி விசையினால் சம்ஹாரம் செய்யவேண்டுமாற் போலிருந்தது. அந்த மனநோயாளிகளைப் பின்மண்டையில் சம்மட்டியால் அடிக்கவேண்டுமென்று நெஞ்சம் கொதித்தது.

நேராக யோகநாதனைச் சந்தித்தேன்.

நான் என்ன செய்வது தம்பி, யாரென்றாலும் சாதி கேட்பார்கள் என்று ஒரே பதிலாகச் சொல்லிமுடித்தார்.

நான் சொன்னான்தானே, போராளியா இருந்த என்னை மாதிரிப் பிள்ளையளை கலியாணம் செய்ய ஆர்தான் முன்னுக்கு வருவினம். வெளிநாட்டில நானும் இயக்கமென்று சொல்லி புகலிடக்கோரிக்கையை முன்வைத்து எல்லா வசதிகளையும் பெற்றுக்கொண்டு எல்லாரும் அவரவர் சுகவாழ்க்கை வாழுவினம். எல்லாரும் இயக்கத்தோட துவக்குக்குத்தான் பயந்துபோய் நடிச்சவே. இப்ப எல்லா வெறியும் தலைநீட்டிப் படமெடுக்குது. நீ இனிமேல் எனக்குக் கலியாணம் பார்க்கிறதைக் கைவிடு. இரந்து பெறுகிற எதையும் என்னால ஏற்கமுடியாது.

நிலத்தில் விதைக்கப்பட்ட அத்தனை உயிர்களும் வெட்கித்தலை குனிந்து பூமிக்குள் இன்னும் ஆழமாக

உட்சென்று தமது உடல்களை மறைத்துக்கொள்ளும் ரூபம் எனக்குள் தோன்றி நிலைத்து மெதுமெதுவாய் மறைந்தது.

தமிழனின் தாகம் சாதியே தடாகம் என்று கூக்கிரலிட்டுக் கூவினேன்.

## 4

**தொ**லைக்காட்சியில் பூனை இறைச்சிக் கடையை நடத்திவரும் சிலரை காவல்துறை கைதுசெய்திருக்கும் செய்திகள் ஓடிய வண்ணமிருந்தன. கோபத்தில் தொடர்பினைத் துண்டித்த நளாயினி மீண்டும் அழைத்தாள். மன்னித்துக்கொள், நீ லாராவைப் பற்றி இப்படிச் சொன்னதால் கோபித்து விட்டேன் என்றாள். அதெல்லாம் பரவாயில்லை. உங்களுக்கு இந்தப் பூனை பற்றிய வரலாறு தெரியுமா? அதனைச் சொல்லத்தான் உண்மையிலேயே எடுத்தேன்.

பூனை பற்றிய வரலாறா? எந்தப் பூனை பற்றியது?

பூனை இனம் பற்றிய ஒரு வரலாறு.

இல்லையே, என்ன?

பண்டைய எகிப்தியர்கள் பூனையை தெய்வமாகக் கருதினராம். பெண்ணின் உடலோடு பூனையின் தலைகொண்ட உருவத்தினை அவர்கள் வழிபட்டு இருக்கிறார்கள். ஆறாயிரம் ஆண்டுகளுக்கு முன்பு வாழ்ந்த பூனைகள் பதப்படுத்தப்பட்ட நிலையில் எகிப்தில் கடந்த ஆண்டு கண்டுபிடிக்கப்பட்டது. பூனைகளுக்குத் தனிமைதான் பிடிக்குமென்றும் சொல்கிறார்கள். வன்னியில ஒரு பூனையைத் தூக்கி வளர்த்த புலிக்கு பூனையோட இந்த வரலாறு தெரியாமலிருப்பது ஆச்சரியம் என்றேன். அந்தப் பகிடியை விளங்கிக்கொண்டு நளாயினி சிரித்தாள். பிறகு நிறைய விடயங்களைப் பற்றிக் கதைத்து முடித்துவிட்டு தொடர்பைத் துண்டித்தோம். அடுத்தநாள் காலையில் எழுந்ததும் நளாயினியின் முகநூலில் இப்படியொரு பதிவைப் பார்த்தேன்.

## 5

**நே**ற்றைக்கு ஒரு நண்பனிடம் கதைத்துக்கொண்டிருந்தேன். பூனைகள் பற்றிய வரலாறு உங்களுக்குத் தெரியுமா என்று

கேட்டான். எந்தப் பூனைகள் பற்றி என்றேன். பூனை இனம் பற்றியது என்றான். பண்டைய எகிப்தில் பூனைகள் தெய்வங்களாக வழிபடப்பட்டிருப்பதாகவும், வீட்டில் பூனைகள் இறந்தால் ஆண்கள் தங்கள் புருவத்தை மழித்து, துக்கம் அனுசரித்தனர் எனவும் வரலாற்றைச் சொன்னான். தமிழீழப் போராளியாக இருந்ததைப் பார்க்கிலும் ஒரு எகிப்தியப் பூனையாக ஆகியிருக்கலாம் என இந்தப் பிறவியைக் கடிந்தேன். அல்லற்பட்டு இரத்தச்சேற்றில் நின்று களமாடி போராடியவர்களைத் திருமணம் செய்துகொள்ள சாதி கேட்கும் வீரவரலாற்றின் புலம்பெயர் கொடிகளுக்கு திசையற்ற திசையிலிருந்து கண்ணீரால் சபிக்கிறேன். நீங்கள் நூற்றாண்டுக்கும் நூற்றாண்டு அகதியாகவே அலைவீர்! உங்கள் புருவங்களை மழித்து துக்கம் அனுசரியுங்கள். உங்கள் இழிமனத்தை பூமிக்கும் தெரியாதபடி எரியூட்டிப் புதையுங்கள். இல்லையேல் எஞ்சியிருக்கும் ஒருபிடி மண்ணுமற்றுப் போய்விடுவோம்.

நான் இக்கணத்திலிருந்து பண்டைய எகிப்தியப் பூனை.

## 6

**லா**ரா இசைநிலாவைப் போல மியாவ்களில் நளாயினியை அழைத்துக்கொண்டே இருந்தாள். எந்த மியாவ்களுக்கும் கண்விழிக்க முடியாதபடி அவள் படுக்கையில் கிடந்தாள். தத்தளிக்கும் தீராத பாடலைப்போல முற்றுப்பெற்றாள். அவள் இறுதி மூச்சின் சொல் வரலாற்றில் கலந்துவிட்டது. போர்த்துவதற்குக் கொடியுமில்லை. வான்நோக்கிப் பாய தோட்டாக்களும் இல்லை. மேனியில் போட்டு அழ ஒருபிடி சொந்தமண்ணும் இல்லை.

வெட்கமாயிருக்கிறது நளா!

வீரவணக்கம்.

**பாலன்**

**ஆதியிலிருந்து தேவன் வானத்தையும்** பூமியையும் சிருஷ்டித்துக்கொண்டிருக்கையில் எங்கள் ஊரின் வடக்குப் பகுதியில் காடொன்று தோன்றியதாம். அபூர்வமாக அங்கு குடியேறிய சனங்கள், மிகுந்த ஆரோக்கிய மாக வாழத் தொடங்கினார்கள். சிறுவர்கள் காட்டுப்பழங்களை உண்டு மகிழ்ந்தார்கள். மர அணில்களைப் பிடித்து நெருப்பில் வாட்டினார்கள். முள்ளம்பன்றிகளை வேடிக்கையாக அடித்துக் கொன்றார்கள். முந்திரியம் பழங்களை ஆய்ந்த சிறுமிகள் அவற்றை ஒரேயொரு கடிகடித்து வனத்தின் பள்ளங்களில் எறிந்தார்கள். அதனாலேயே காட்டின் பச்சைய சுகந்தத்தில் செழிப்பு இசைந்துகொண்டிருந்தது.

அப்போது, சிறுமியாக இருந்த உமையாள் பூப்பெய்தினாள். அவள் ஏறி நின்று கொண்டிருந்த மரத்தை விட்டு அச்சத்தோடு கீழே இறங்கி, தாயைத் தேடி ஓடினாள். காட்டின் மீது நின்றுகொண்டிருந்த வானம் மழையைத் தூவியது. காடு இருண்டு

வெள்ளத்தில் அசைய முடியாத யானையைப்போல நின்று கொண்டிருந்தது. என்ன பெயரென தமக்குத் தெரியாத பூவைப் பறித்து உமையாளுக்கு மாலை சூட்டினார்கள். தேவன், 'வெளிச்சம் உண்டாகக் கடவது' என்று சொல்வதற்கு முன்னரே உமையாளின் உடலிலிருந்து இப்பூமிக்கு வெளிச்சம் உண்டாயிற்று எனும் பேருண்மையை தேவனே அறிந்திருக்காத நேரத்தில் கலியன் சங்கெடுத்து ஊதினான். காடெங்கும் உமையாளின் கூந்தல்போலிருந்த நாணல்கள், காற்றைப் போர்த்தன. கலியன் தனது காதலியான உமையாளின் மார்பில் காட்டுப்பூவின் மொட்டைச் சூடினான். பூமியோ முதல்முறை சிலிர்த்தது.

உமையாளின் மேனியில் ஈர்ப்பின் சுடர்கள் தளும்பத் தொடங்கின. பொந்துத் தேன்களை எடுக்கவல்ல ஒரேயொரு வேட்டைக்காரனாயிருந்த கலியன், காட்டின் நடுவே புதிதாகவொரு நீர்நிலையைக் கண்டான். அதிலிருந்து எழும் வாசனையைச் சொல்ல, சொல்லுக்குப் பிரமை போதவில்லை. உமையாளைக் கூட்டிக்கொண்டே போய் நீர்நிலையில் நீராடவிட்ட கலியன், கதகதப்பான உஷ்ணத்தோடு பார்த்துக்கொண்டிருந்தான். தேவன் இந்தச் சம்பவத்தைக் கண்ணுற்றபோது, 'காதலானது பூமியில் பெருகக் கடவது' என்று சொன்னார். உமையாள் நீருக்குள்ளிருந்து கரையேறுகையில் அவளிலிருந்து சொட்டிய நீர்த்துளிகள் பனி என்று பெயர்கொண்டன. இந்தக் காட்டின் முதல் காதலர்களான உமையாளும் கலியனும் திருமணம் செய்துகொண்டதன் விளைவாக இரணைக் குழந்தைகள் பிறந்தன.

தேவனானவர் அவர்களைப் பரிசுத்தமாக்கினார். அவர் ஏதேன் எனும் தோட்டத்தை உண்டாக்கி, தான் உருவாக்கிய மனுஷனை அதிலே வைப்பதற்கு முன்னரே உமையாளின் இரண்டு குழந்தைகளுக்கும் பெயர் சூட்டப்பட்டது. அந்தக் காட்டில் உமையாளுக்குப் பின்னர் பூப்பெய்து அந்த நீர்நிலையில் குளித்த காதலர்கள், தமது குழந்தைகளைப் பெற்றுக்கொள்ளத் தொடங்கினர். காட்டில் புதிது புதிதாக முளைவிடத் தொடங்கியிருந்த மரங்களிலிருந்து காய்த்த கனிகளை சனங்கள் புசிக்கத் தொடங்கினார்கள். கலியன் வேட்டைக்குச் செல்வதற்காகப் படையொன்றைச்

சேர்த்தான். உமையாள் பறவைகளுக்குக் கூடுகள் செய்து மரங்களில் செருகினாள். காடு எல்லோரின் சுவாசத்திலும் கசிந்துகொண்டிருந்தது.

அப்பொழுது தேவனாகிய கர்த்தர் மனுஷனை நோக்கி, "நீ தோட்டத்திலுள்ள சகல விருட்சங்களின் கனிகளையும் புசிக்கவே புசிக்கலாம், ஆனாலும் நன்மை தீமை அறியத்தக்க கனியைப் புசிக்க வேண்டாம். அதை நீ புசிக்கும் நாளில், சாகவே சாவாய்" என்று கட்டளையிட்டார்.

காட்டிலுள்ள சனங்களைப்போலவே ஆதாமும் ஏவாளும் ஏதேன் தோட்டத்தில் நிர்வாணமாகப் படைக்கப்பட்டார்கள். தேவன் உமையாளின் தோற்றத்தில் ஏவாளைப் படைத்தான். இந்த வடிவின் நகலெடுப்புக்கு தேவனே வெட்கப்படாதிருந்தார். நிர்வாணமாக இருந்த எவரும் வெட்கப்படவில்லை என்று இதற்கு மேல் தேவனால் போதிக்க முடியாமல் இருந்தது. கலிங்கன் வேட்டைக்குச் சென்று பத்து நாள்களாகியும் திரும்பாமல் இருந்தான். அவனோடு சேர்ந்து சென்றவர்களின் மனைவிமாரும் என்ன ஆயிற்று என்று தெரியாமல் தேவனிடம் மன்றாடினார்கள். தேவனோ மனுஷர்களைப் பெருகப்பண்ணும் வேலையில் ஈடுபடத் தொடங்கியிருந்தார்.

கலிங்கனும் அவனது வேட்டைப்படையச் சேர்ந்தவர்களும் திரும்பிவருவார்கள் என்ற நம்பிக்கை தீர்ந்தபொழுதில், உமையாளோடு சேர்த்து 90 விதவைகள் தமது குழந்தைகளோடு காட்டை விட்டு வெளியேறினார்கள். அப்போதும், "வானத்தின் கீழே ஜீவசுவாசமுள்ள சகல மாம்ச ஜந்துக்களையும் அழிக்க நான் பூமியின் மேல் ஜலப்பிரளயத்தை வரப்பண்ணுவேன். பூமியிலுள்ள யாவும் மாண்டுபோம்" என்று தேவன் சொன்னார்.

இன்றைக்கு இந்தக் காடானது உமையாள்காடென்று அழைக்கப்படுகிறது. காட்டின் பெரும்பகுதியை அழித்து உருவாக்கப்பட்டிருக்கும் ராணுவ முகாமைத் திறந்து வைப்பதற்காக வந்திருந்த இலங்கையின் ஜனாதிபதி மைத்திரிபால சிறிசேனாவின் பயணப் பாதையெங்கும் காணாமலாக்கப்பட்டவர்களின் பெற்றோர்கள் நீண்டிருந்தனர். தாய்மார்கள் ஏந்திக்கொண்டு நின்ற

மட்டைகளில் எழுதப்பட்டிருந்த வாசகத்தைச் சிறுமி யொருத்தி ஒலிவாங்கியில் சொல்லிக்கொண்டிருந்தாள். இதனையடுத்து ஜனாதிபதியின் பயணப்பாதை இறுதி நேரத்தில் மாற்றப்பட்டது. ராணுவத்தினர் கூடியிருந்த மக்களைப் புகைப்படம் எடுத்தனர். மக்களின் கைகளிலிருந்த வாசக அட்டைகளால் தமது முகங்களை மறைத்துக்கொண்டு வீட்டிற்குத் திரும்பினர். ராணுவ முகாமைத் திறந்துவைத்த ஜனாதிபதி, யுத்த வெற்றியின் நினைவாக இன்னும் நிறைய ராணுவ முகாம்களைத் திறக்கவிருப்பதாகக் கூறினார். நந்திக் கடலின் ரத்தம், உமையாள் காட்டிலும் வழிந்துகொண்டிருந்தது.

பெத்லகேமில் ஏரோது ராஜாவினால் கொன்றொழிக்கப்படாத இரண்டு வயதுப் பாலகனான இயேசுபிரான், கிறிஸ்துவுக்குப் பிறகான 2011-ம் ஆண்டில் எங்கள் ஊருக்குள் நுழைந்திருந்தார். அன்றிரவே அவரைக் கொண்டுபோய் எங்கே மறைத்துவைப்பதென்று தெரியாமல் நானும் நண்பர்களும் சற்றைக்குக் குழம்பிப்போயிருந்தோம். வீட்டில் உள்ளவர்களின் பெயர் விவரங்களையும் புகைப்படங்களையும் ராணுவத்திற்குக் கொடுக்க வேண்டுமெனும் கட்டளைக்கு மாறாக இருக்கவேண்டியதாகியிருந்தது.

இயேசுபாலன் களைப்பாகவும் மெலிந்தும் போயிருந்ததைப் பார்க்கையில் என்னுடைய நண்பனுக்கு மரியாள் நினைவுக்கு வந்தாள். என்னுடைய அம்மா, பாலனின் பரிசுத்தமான முகத்தை ஈரச்சீலை கொண்டு துடைத்தாள். நம்பமுடியாத அளவுக்கு இயேசுபாலனின் இருதயம் அதிவேகமாகத் துடித்துக்கொண்டெழுப்பிய முறைபிறழும் ஒலியில், எங்கள் நிலத்தின் சிலுவை ஊன்றி நின்றது. அம்மா, பாலனைத் தூக்கித் தன் மார்பில் அணைத்து ‘பாலச்சந்திரன்’ என்றாள். அப்போது, உமையாள் காட்டிலிருந்து சரியாக ஒரு கட்டை தூரத்திலிருக்கும் எங்கள் வீட்டின் முற்றத்துக்கு மேலே விரவிக்கிடந்த வானத்தில் புதிய நட்சத்திரம் ஒன்று பூத்தது. பாலனான இயேசுபிரானை நாங்கள் பாலச்சந்திரன் என்று கூப்பிடத் தொடங்கிய சத்தம் கொழும்பிற்கும் இஸ்ரவேலுக்கும் கேட்டிருக்குமானால் நாளை காணாமலாக்கப்படும் எம்மோடு பாலன் இயேசுவும் சேர்க்கப்படுவார் என்பது எமக்கு மட்டும் தெரிந்த வாதை. என்னுள் நூற்றாண்டின் கொடுங்கனா மணலாய்ப் பெய்யத் தொடங்கியது.

சீலையொன்றை எடுத்து ஏணைகட்டி பாலனுக்குத் தாலாட்டுப் பாடினாள் அம்மா. அப்போதே நானும் நண்பர்களும் சேர்ந்து ஒரு மறைவான இடத்தை பாலனுக்காக ஆயத்தப்படுத்தினோம். கதிர்களின் நுனிகளைப்போல அறுக்கப்படும் சனங்களின் நிலத்தில் அவன் ஓரிரவைக் கழிப்பான் என்று தேவனாலேயே சொல்லப்படாமலிருந்தது. இந்த வாக்கியத்தை நித்திரை யிலிருந்து எழும்புகிறபோது சொல்லவேண்டுமென்று நினைத்துக்கொண்டேன். வீட்டுக்குள்ளேயே சிறிய பங்கர் ஒன்றை வெட்டிக்கொண்டிருந்தோம்.

அம்மா பாலனை நோக்கி ஜெபம் சொல்லத் தொடங்கினாள்.

1. கர்த்தாவே எங்கள் மேல் கொஞ்சமேனும் இரக்கம் செலுத்துங்கள். உம்முடைய நாமத்தை நேசிக்கிறவர்களாகிய எம்மிடம் இனியும் சிந்துவதற்கு இரத்தமில்லை. உம்முடைய கிருபையின் நிமித்தம் இந்தத் தீவில் எமக்கு சுகம் தங்கப்பண்ணும்.

2. ஏரோது ராஜாவின் கொலைப் படைக்கு பயந்து, மரியாள் உம்மை மறைத்துவைத்ததைப்போல எங்கள் குழந்தைகளை எங்கே மறைப்பது? எங்கள் வனாந்தரங்கள் இராணுவ முகாம்களாகி விட்டன. வணக்கஸ்தலங்களை குண்டுகளால் தகர்த்தது போதாதுவென, இராட்சத இயந்திரங்களால் உடைக்கிறார்கள்.

3. பாவிகளின் வழியில் எமது பாதங்களை எப்படிச் சேர்ப்போம். எங்கள் குழந்தைகளின் கல்லறைகளை அவர்கள் கற்களாக்கி, தூளாக்கினார்கள். இயேசுவானவரே! நீர் உயிர்த் தெழுந்ததைப்போல எங்கள் நிலத்தின் மீட்பர்களும் எழுவார்கள். தங்களின் உக்காத எலும்புகளைக்கொண்டும் அவர்கள் துன்மார்க்கரை வீழ்த்துவார்கள்.

4. யுத்தம் முடிந்த பின்னர், இந்த நிலத்தை இளம்விதவைகளின் தேசமென்று உலகம் சொல்லுவதை உம் செவிகளில் சேர்ப்பிக்கிறேன். கர்த்தாவே, திக்கற்ற எங்களின் நிலங்களை அபகரித்துக்கொள்ளும் பொல்லாதவர்களையும்

அவர்களின் இராணுவசேனைகளையும் நாங்கள் கற்கள்கொண்டு வீழ்த்தும் நாள்களில் நீரும் ஜாக்கிரதையாக இரும். ஆண்டவரே அநியாயத்தை உமது அமைதியும்தான் செய்கிறது.

5. கூக்குரலுக்கு உதவாத கடவுளைத் தண்டியாமல் விடாதே, பிரம்பினாலும் சவுக்கினாலும் ஏன்... கல்கொண்டு அடித்தாலும் அவன் சாகான். பிதாவே, வதைக்கூடங்களைப் புனரமைக்கும் நல்லிணக்கம் எமக்கு வேண்டாம்.

6. கர்த்தாவே என் வார்த்தைகளுக்குச் செவிகொடும், என் தியானத்தைக் கவனியும். இந்த நிலத்தில் நீர் காணும் ஒவ்வொரு அங்கவீனர்களின் காயங்களிலும் இஸ்ரவேலின் குண்டுச் சிதறல்களும் இருக்கின்றன. அவர்களிடம் பாலைவனக் காற்றைப்போல வீசுகிற துயரத்தை நீர் சிலுவையில் அறையப்பட்டபோதிலும் உணர்ந்திருக்க முடியாது. எங்களைப் புதைகுழிக்குள் உயிரோடு புதைத்தனர். நாமோ உம்மை நோக்கிக் கைகளை உயர்த்தி அழுகையில், வானிலிருந்து குண்டுகள் விழுந்தன. முள்முடி ஏந்த உம்மிடம் சிரசிருந்தது. நீர் பாக்யவான்.

7. கர்த்தரே! நாம் குருதிப் புழுதியில் முகமூடப் பட்டவர்கள். எமது சேனைகள் பெலன் குறைந்து மண்ணை அணைத்தனர். உம்முடைய சத்தம் நீருக்கு மேல் தொனித்ததுபோல எங்களின் சத்தம் கண்ணீரில் முழங்கியது. அப்போது உமது கண்கள் குருடாகவும் செவிகள் செவிடாகவும் இருந்தன. என் தேவனே! உம்மை என்றென்றைக்கும் துதிப்பேன். இந்த நிலத்தில் ஒரு களிப்பையுண்டாக்கும். எங்களின் குழந்தைகளை வதைமுகாம்களில் இருந்து பெற்றுத்தந்து அதிசயங்களைத் தருவியும்.

8. என் தேவனே எம்மைக் கழைகள்போலத் தின்று கொண்டிருக்கும் அக்கிரமக்காரர்களின் இராணுவச் சேனையை எங்கள் கொம்புகளால் வீழ்த்துவோம் ஆமென்!

ஆதியில் வேட்டைக்குப்போன கலியன், காணாமல் போனதையடுத்து காட்டிலிருந்து நகர்ந்த உமையாள் உட்பட 90 விதவைகளும் குடியேறியிருந்த நிலத்தில், கடவுளை வணங்கத் தொடங்கியிருந்தனராம். ‘இறக்கை மரம்’ என அழைக்கப்படும் அந்த விருட்சத்தின் கீழே பழங்காலக் கல்லொன்று இன்றைக்கும் இருக்கிறது. அந்தக் கல்லின் மத்தியப் பகுதியில் வரையப்பட்டிருக்கும் நீரடிப்பாசிகள் போன்ற கோடுகளுக்கு நடுவில் நீந்தும் இறக்கைகொண்ட சிறிய மீனின் உருவத்தை அவர்கள் கடவுளென வரித்துக் கொண்டார்களாம்.

அதிக நீரேரிகளும், குளங்களும் கடலும் கொண்ட அந்த ஊருக்குப் பேர் கலியன்குடி. உமையாள் அங்குள்ள அனைத்து மக்களுக்கும் தலைவியாக இருந்தாள். அங்கிருந்து அவளும் சிலரும் உணவுக்காக வேட்டைக்குச் செல்லத் தொடங்கினார்கள். ஆரம்பத்தில் அவர்கள் எல்லோருக்குள்ளும் பயமிருந்தாலும், தொலைந்துபோன கணவர்மாரைத் தேடுவதையும் குறியாக வைத்தனர். முதல் நாளில் அவர்கள் ஆடிய வேட்டையில் பெரிய மரையை வீழ்த்தினார்கள். கலியன்குடியில் உள்ள 90 குடும்பத்துக்கும் போதுமான வகையில் தலைவி உமையாள், இறைச்சியைப் பங்கிட்டுக் கொடுத்தாள். காட்டுக்குள் ஊடுருவியதும் ஏற்படும் கிளர்ச்சியை எல்லோரும் தமக்குள் பகிர்ந்துகொண்டார்கள். ஒரு கோடை நாளின் மதிய நேரத்தில் வேட்டைக்குச் சென்ற உமையாள் குழுவின் கால்களில் முள்கள் ஏறின. எல்லோரும் கால்களைத் தூக்கிப் பார்க்கையில் மனித எலும்புகள் தெரிந்தன. உமையாள் அங்கு உக்கிக்கிடந்த எலும்புகளைப் பொறுக்கிக்கொள்ளும்படி எல்லோருக்கும் உத்தரவிட்டாள். காட்டின் மரங்களில் வேர் வரை வழிகிற ஈரம்போலவே அந்தப் பெண்கள் குந்தியிருந்து எலும்புகளைப் பொறுக்கிக்கொள்ளத் தொடங்கினர். இறக்கை மரத்தின் கீழே கொண்டுவந்து குவித்த மனித எலும்புகளை உமையாள், ஒரே குழியில் போட்டு மூடி, நடுகல் ஒன்றை நட்டாள்.

பல்லாயிரம் ஆண்டுகளான கலியன்குடி நடுகல்லைச் சிங்கள இராணுவத்தினர் 2012-ம் ஆண்டில் இடித்தழித்த அடுத்த நாள் காலையில், ‘தமிழீழ விடுதலைப் புலிகளின் மிகமுக்கியமான உறுப்பினர் ஒருவரைப் புதைத்த இடத்தைத் தாம் கண்டு

பிடித்திருப்பதாக' இலங்கையின் பாதுகாப்புத் துறைச் செயலகம் அறிக்கை வெளியிட்டது. கலியன்குடி நடுகல்லின் சிதைக்கப்பட்ட கற்துண்டுகளை சனங்கள் வீடுகளுக்கு எடுத்துச் சென்று பாதுகாத்து வைத்தனர். அம்மாவோ எடுத்துவந்த சிறிய கற்துண்டொன்றை சாமித்தட்டில் வைத்து ஊதுபத்தி காட்டத் தொடங்கியிருந்தாள். தனக்குப் பெம்பிளைப்பிள்ளை பிறந்தால், உமையாள் என்றுதான் பேர் வைக்க வேண்டுமென்று நினைத்திருந்ததாக அம்மா சொல்லுவாள்.

அப்பாவை 'புலிகள் இயக்கத்திற்கு ஆதரவானவர்' என்று பிறிதொரு ஆயுத இயக்கம் வெட்டிக்கொன்றது. அப்பாவை நான் மிகவும் நேசிக்கத் தொடங்கும் பிள்ளைப் பிராயத்தில் அவரின் உடலை எரியூட்டும் கற்பூரங்களை நானே பற்றச் செய்தேன். அப்பாவை எரியூட்டும் சுடலையானது, உமையாள் காட்டின் உள்ளே இருந்தது. 90 விதவைகளும் குந்தியிருந்து எலும்புகளைப் பொறுக்கிய அந்த இடத்திலேயே எரியூட்டும் மேடையிருந்தது. அப்பாவின் இறுதிச் சடங்கில் கலந்துகொள்ள வருகை தந்திருந்த இயக்கப் போராளிகள் சிலர், அழுதுகொண்டு சுடலை வரைக்கும் நடந்தனர். அப்பாவைக் கொன்றதற்குப் பொறுப்பேற்றுக்கொண்ட பிறிதொரு இயக்கத்தின் உறுப்பினராக இருந்த சொந்தக்காரர், செத்த வீட்டிற்கு வந்தால் தன்னைப் புலிகள் பிடித்துவிடுவார்களென அஞ்சியே வராமல் போயிருந்தார். அம்மாவுக்கு அருகிலேயே பெண் போராளிகள் சிலர் நின்றுகொண்டிருந்தனர். அம்மா அங்கே நின்றுகொண்டிருந்த ஓர் அக்காவை உமையாள் என்று அழைத்து அழுதாள். புதைகுழி வாய்திறந்து அம்மாவின் கருப்பையை விழுங்கும் காட்சியை அப்பாவின் சடலம் முன்னேயே காலம் எனக்குக் காண்பித்தது.

இயேசுபாலனை அம்மா பங்கருக்குள் மறைத்துவைத்தாள். பாலகன் குரலெழுப்பும் பொழுதுகளில் தன்னுடைய நெஞ்சினில் வைத்து ஓராட்டினாள். அம்மாவைத் தன் ஒளிரும் கண்கள்கொண்டு பாலன் இயேசு பார்த்துக்கொண்டே இருந்தார். தனது பிஞ்சுக் கைகளால் செடியைப் பதியனிடும் தோரணையில் அம்மாவின் கன்னங்களைக் கிள்ளி விளையாடிக்கொண்டிருந்தார். இயேசுபாலனுக்கு மாட்டுக் கொட்டகைபோல எனக்கு பங்கர். பிறகு இடப்பெயர்வில்தான் வளர்ந்தேன்.

வேட்டைக்குச் செல்லும் காடுகளில் உமையாள் காடே பிடித்தமானதாக இருந்துவந்திருக்கிறது. எனது பதினான்காவது வயதில் மறக்க முடியாத ஒரு மழைக்காலம் ஊருக்கு வந்தது. அன்றைய நாள்களில் வேட்டைக்குச் செல்வதற்கென்றே சில உடைகளை நான் வைத்திருந்தேன். அதிலோர் அதிர்ஷ்டம் இருப்பதாக அம்மா சொல்லுவாள். உமையாள் காட்டின் மேற்குப்புறத்தில் வேட்டையாடுவதற்காக எப்போது இறங்கினாலும் செழிப்பான இரைகளைக் கையில் தருவிக்கும். அந்த மழைக்காலத்தில் காட்டுக்குள் நாயோடு இறங்கினேன். அது தனியாக வேட்டையாடும் சுகத்தைத் தருவித்த நாள்.

காட்டினுள்ளே உயர்ந்து நீண்டிருந்த மரங்களின் மேனியில் சுழன்று பற்றியேறிய கொடிகள், கீழ் நோக்கித் தொங்கிக்கொண்டிருக்கும் இயற்கையின்அலங்கார ஜதிகளை அங்குதான் கண்டேன். பூமியில் நிறைந்திருக்கும் வனப்பின் நீர்க்குமிழி, சொட்டிக்கொண்டேயிருக்கும் ஓர் இளஞ் செடியில் சமநேரத்தில் நீரருந்தும் வேட்டை நாயையும் என்னையும் காடு ஒரு கனியாகவே வளரவிட்டிருந்தது. வெள்ளம் ஓடுகிற சத்தம் பரிசளிக்கும் ஆசுவாசம் எனக்குள் பிரவாகமெடுத்தது. மரத்தின் கீழே இருந்தேன். கிளைகளிலிருந்து சொட்டிக்கொண்டிருக்கும் பெருமழையின் உச்சாடனங்களைக் கவனித்துக்கொண்டிருந்தேன். கிட்டத் தட்ட உமையாள் காட்டின் நடுவில், அதுவும் சுடலையின் பக்கமாக வந்தமர்ந்திருக்கிறேன் என்பதைப் பிறகுதான் கவனித்தேன். வேட்டை நாய் எனக்கு அருகிலேயே இருந்தது.

அப்போது மரத்தின் கிளை ஒன்றிலிருந்து முறிந்து, கீழே விழுகிற மனிதனின் உடலைக் கண்டேன். நீரில் விழுந்து ஆடும் அவனின் உடலைத் தூக்குவதற்காக ஓடிப்போனேன். அவனின் முதுகுப்புறத்தில் நீரடிப்பாசிகள் போன்ற கோடுகளுக்கு நடுவில் நீந்தும் இறக்கைகொண்ட சிறிய மீனின் உருவத்தைப் பார்த்தேன். கலியன்குடியின் இறக்கை மரக் கல்லிலிருக்கும் சித்திரம் அது. அவன் என்னைச் சில நிமிடங்கள் உற்றுப் பார்த்தான். கைகள் முழுக்கக் கீறலும் காயங்களும் குருதி கசிந்து துருவேறிக்கிடந்தன. அவனிலிருந்தது பழங்கால ரத்த வாடை. அவனின் சாயலில் இதற்கு முன் யாருமிந்த பூமியில் இல்லை என்று சொல்லுமளவுக்கு திரண்ட தோளோடு வடிவாக இருந்தான்.

எனதருகில் வந்து உன்னுடைய பெயர் என்னவென்று கேட்டான். கலியன் என்றேன். உமையாள் காடு பெண்ணின் நளினத்தோடு அசைவதை அப்போதுதான் பார்த்தேன். அவனும் சொன்னான். கலியன் பின்னர் மரங்களைப் பிடித்து அந்தரத்தில் மறைந்தான். நானோ பயத்தில் வீட்டிற்குத் திரும்பிக்கொண்டிருந்தேன். காட்டின் கண்கள் திறந்துகொண்டு என்னையே பார்த்தன. நான் கலியனைப் பார்த்தேன் என்று சொன்னால், நம்புவதற்கு ஆளில்லை. அசரீரி தரிசனங்களும் உக்கிப்போன விறகுகள் மாதிரி எரிந்துபோய் சாம்பலாகிவிடுகின்றன. இந்தச் சம்பவத்திற்குப் பிறகு உமையாள்காடு அதிகமாய்ப் பிடித்துப்போயிற்று. அடுத்த தடவை கலியனைச் சந்திப்பேன் என்று நினைத்தும்கூடப் பார்க்கவில்லை. அப்போது கார்த்திகை மாதம். காந்தள் பூக்கள் கிளைகளின் நுனியில் காடெங்கும் அசைந்துகொண்டிருந்தன. கலியன் ஒரு மரத்தின் பொந்திற்குள்ளிருந்து வெளியே வந்தார். நான் பார்த்துக்கொண்டேயிருந்தேன். அவரின் உடல் சிவனின் சாம்பல் நிறத்தை ஒத்திருந்தது. அவர் எனக்கு ஒரேயொரு செய்தியை மட்டும் சொல்லி மறைந்தார். அந்தச் செய்தி அவரோடு ஆதியில் காணாமல்போனவர்கள் குறித்து மட்டுமில்லையென்று சொல்லித் தெரிய வேண்டியதில்லை. 'காடு உடையதை விளம்பவில்லை கலியா' என்று கூக்குரல் தொனியில் சொன்னார். கலியனிலிருந்து எழுந்த தேன் வாசனையானது இன்னும் ஆயிரம் ஆண்டுகள் அந்தக் காட்டின் வளியில் நின்றேகும். அவர் மறைகிறபோது காட்டினுள்ளே சுழன்ற காற்றின் இரைச்சல் இதயத்தில் படிந்தது. இந்தக் காட்டிற்குள்ளும் வதைமுகாம்கள் இருக்கிறதென அவர் சொல்லவந்தாரா? இப்போது கலியனைப் பார்க்க முடியாது. இராணுவ முகாம் பெருமளவில் காட்டைக் குடைந்துவிட்டது. மக்களின் சுடலையையே இராணுவம் வேறோர் இடத்திற்கு மாற்றியது. இடம்பெயரும் சாபம்கொண்ட நாம், எரிவதற்கிருக்கும் இடமே இடம்பெயர்ந்து போவதைப் பற்றி எந்த முறைப்பாடுகளும் இல்லை.

இயேசுபாலன் பங்கருக்குளிருந்து அழத் தொடங்கிய சத்தத்தை ஒரு கட்டத்தில் ஆற்றுப்படுத்த முடியாத அம்மா, வெளியே தூக்கிவந்தாள். எங்கள் வீட்டிலிருக்கும் குழந்தையை எல்லோரும் அதிசயமாகப் பார்த்தார்கள். இரண்டே வயதான

ஒரு பழுப்புநிற பாலகனை அம்மா மடியில் போட்டுக்கொண்டு இன்றைய நாளின் ஜெபத்தைத் தொடங்கினாள்.

1. பாலகனே! நீயொரு யூதனாகப் பிறந்து சிலுவையில் அறையப்படுவீர், நாம் பங்கருக்குள் உயிர்விடுவோம். நீர் பெத்தலகேமில் பிறந்து ஏரோது ராஜாவிற்கு மட்டும் ஒளிந்துபோனீர். நாம் பிறக்கும்போதே துட்டகைமுனுக்களுக்கு இரையாவோம்.

2. நீர் ஆதிமுதலாய் அன்பைப் போதித்தீர். ஆதலால், இன்றும் உம்மை நம்பியிருக்கிறோம். ஐ.நாவா, ஆண்டவனா என்று சாத்தான்கள் என்னை நோக்கிக் கேட்டால், நான் உமக்கும் கேட்கும்படியாய் ஆண்டவன் என்பேன். எம்மிடம் அலைந்து திரிய இனி ஒரு பிடி மண்ணும் இல்லையென்று உமக்கும் தெரியும்.

3. யுத்தம் எமக்குப் பெலனாக இருந்தது. பின்னர் எம்மையும் அதன் நிழலிலே இளைப்பாற அனுமதிக்க வில்லை. யுத்தம் எமக்காக வேதனைப்பட்டது. நிராயுதபாணிகளாக நாம் ஆடைகளை அவிழ்த்துக் கடலுக்குள் இறங்குகையில், உமது அற்புதங்களான கடலைப் பிரித்து நிலமாக்கிய காட்சியும் சடுதியாய் நினைவுக்கு வந்தது. அப்போது நந்திக்கடலில் உப்புக்குப் பதிலாய் பிணங்கள் விளைந்தன.

4. நீங்கள் மகத்துவமானவர் கர்த்தரே! அப்பம் போலொரு மகிழ்ச்சியையும், திராட்சைரசம் போன்ற நிம்மதியையும் உங்கள் புயத்தின் வல்லமையினால் எம்மிடம் கொண்டு சேர்ப்பீர். இல்லையேல் நாம் மீட்கப்படுவது சந்தேகமென்றாலும் பாலனே வாய்திறந்து சொல்லும்.

5. சனங்களே கவனியுங்கள்! துரோகம் செய்யும் அக்கிரமக்காரர்களை நீதியின் நிமித்தம் தண்டிக்கும் படியாய் இயேசு பாலனிடம் வேண்டுங்கள். இஸ்ரவேலர்கள் எம்மைக் கொன்றதன் சாட்சியாக இருக்கும் குண்டுகளின் கோதுகளைக் கொண்டுவந்து காட்டுங்கள். கர்த்தர் கண் திறக்கும்படியாய்க்

கூடிவாருங்கள். அவர் இஸ்ரவேலராகவென்றாலும் கரிசனம்கொள்ளட்டும்.

6. குதிரைகளே எங்கள் பிணக்காட்டின் மேலே நீங்கள் ஓடினீர்கள், உங்கள் யுத்தரதங்கள் கடகட வென்று எங்கள் உடல்களில் ஏறிக்கொண்டே போயின. அலைகள் மோதியடிக்கும் இந்துசமுத்திரக் கடலில் இறந்துபோய்க் கிடந்த மீன்கள் மாதிரி இறந்துபோன எத்தனையோ பாலன்களை நட்சத்திரங்கள் பார்த்தன. அப்போதும் அவை பிரகாசமாக ஒளிர்ந்து மின்னின. அலைகள் குருதியாய் எழுகையில் நிலவு வளர்ந்தது. யுத்தம் வானத்தில் நடக்காதென நீர் உறுதியளித்தீரா?

7. எனது நொறுங்குண்டுபோகும் இந்த உயிரின் நடுக்கத்தை நீர் மரியாளின் பிள்ளையாகப் பொருட்படுத்தும். நாம் கேட்பதைப் புறக்கணித்தால் இந்தப் பூமியின் ஆரோக்கியம் இருப்பதிலும் பார்க்கக் குறைந்துவிடும். அன்பெனும் சொல்லைப் பழியும் பாவமும் தீண்டத் தொடங்கும். எங்கள் கண்ணீர் தாவீதுவின் பையிலிருந்த கல்லைப்போலாகி எமக்கு உதவாத அமைதியையும் அன்பையும் நோக்கிக் குறிவைத்துத் தாக்கும்.

8. பெத்தலகேமின் பாலகனே, உம்மைப் பார்க்கையில் அலற வேண்டுமாற் போலிருக்கிறது. இந்த நாட்டின் குடிகளை உனது எந்த வார்த்தைகளும் சுகப்படுத்தாது என்று நீரே முடிவுபண்ணாதையும். அந்நிய பாஷையிலேனும் நீர் உரையாடும். ஆமென்!

அம்மாவின் கண்ணீர் இயேசுபாலனின் வயிற்றில் துளிச் சிசுவென விழுந்து உடைந்தது. கால்களை உதறி அழத் தொடங்கியவரின் கண்கள் அசைவற்று அம்மாவில் குத்தி நின்றது. காணாமல்போன தனது பிள்ளையைக் கண்டு பிடிப்பதற்காய்ப் போராடிக்கொண்டிருந்த மலர்வதி, கிணற்றுக்குள் விழுந்து தற்கொலை செய்துகொண்ட செய்தி, கலியன்குடியை மீளமுடியாத சுழிக்குள் இழுத்தது. பாலன் இயேசுவைத் தூக்கிக்கொண்டு மலர்வதியின் வீடுநோக்கி ஓடினாள் அம்மா. நீர் குடித்து உப்பிப் போய்க்கிடந்த

மலர்வதியின் சடலத்திற்கருகே செல்ல இயேசுபாலன் வீறிட்டு அழுதார். ஊருக்குள் புதிதாகவொரு குழந்தை வந்திருப்பதை ஊரிலுள்ள உளவாளிகள் மூலம் அறிந்த இலங்கையின் பயங்கரவாதத் தடுப்புப் பிரிவினரால் கலியன்குடி சுற்றிவளைக்கப்பட்டது. மலர்வதியின் இறுதிக்கிரியைகள் முடிவதற்கிடையில் கலியன்குடியில் இன்னொரு கொலையை இராணுவம் நிகழ்த்தியது.

அடுத்த நாள் காலையில் இந்தச் சம்பவம் பற்றித் தொலைக் காட்சி ஒன்றுக்கு பேட்டி வழங்கிய இலங்கையின் பாதுகாப்பு அமைச்சர், 'சுட்டுக்கொன்ற இரண்டு வயதான புலியை, இதற்கு முன்பும் ஒரு தடவை தமது இராணுவம் போரின் இறுதி நாள்களில் சுட்டுக் கொன்றதாகவும் எப்படி உயிர்த்தெழுந்தார் என்பதே ஆராயப்பட வேண்டியுள்ளதாகவும்' குறிப்பிட்டார். தொலைக்காட்சியைப் பார்த்துக்கொண்டிருந்த அம்மா பாலச்சந்திரன் என்று குரல் எடுத்துக் கதறுகையில் வீட்டின் கதவைத் தட்டும் சத்தம் கேட்டது.

இயேசுபாலனின் ரத்தம் காய்ந்த எங்கள் வீட்டு வாசலில் நின்றுகொண்டிருந்தாள் அன்னை மரியாள்.

## நெடுநிலத்துள்

**வெள்ளிக்கிழமையின் மாலை நேரத்தில்** அம்மம்மாவின் குடிசைக்கு முன்னால் சனங்கள் குழுமியிருப்பார்கள். உடல்நிலை சரியில்லாத குழந்தைகளைத் தமது மடியில் கிடத்தி நிலத்தில் அமர்ந்திருக்கும் இளந்தாய்மார்கள் அம்மம்மாவிற்காகக் காத்திருப்பார்கள். மனக்குறை, ஏதென்று தெரியாத பயமும் பதற்றமும் பீடித்தவர்கள் உட்பட பக்தர்களும் வந்துசேர பூமியில் இருள் பூக்கத்தொடங்கியிருக்கும். குடிசையின் வலதுபக்கத்தில் நிற்கும் மிக உயரமான பனையிலிருந்து கூட்டமாய் கிளிகள் சத்தமிட்டுப் பறக்கும். சாதுவான காற்றிலும் காவோலைகள் உரசி அந்தப் பொழுதின் மகத்துவத்தை ஓரிசையாய் உய்விக்கும். அம்மம்மா குடிசையினுள்ளே இருக்கும் சாமிகளுக்கு பூசை முடித்துவிட்டு, கற்பூரம் எரிந்தபடியிருக்கும் திருநீற்றுத் தட்டோடு குழுமியிருக்கும் சனங்களுக்கு முன்னால் வந்து நிற்கையில், “அம்மாளாச்சி” என்று உருகியழுது கும்பிடுவார்கள்.

அம்மம்மாவை நானும் இந்தப் பொழுதுகளில் மூக்குத்தி அம்மன் என்றுதான் அழைப்பேன். அவளின் மினுங்கும் மூக்குத்தியின் ஒளியே கடவுளை மறுப்பதற்கு ஒருபோதும் இடமளியாது. நெற்றியின் திருநீற்றுப் பூச்சுவசீகரமான புலரியைப் பெருங்கனிவாய் எல்லோருக்கும் நினைவுபடுத்தும். கையை நீட்டித் "தா" என்று கேட்டதும் ஒடித்துவைத்திருந்த வேப்பிலைக்கட்டை உடனேயே எடுத்துக் கொடுப்பாள் ஒருத்தி. விரிக்கப்பட்ட ஓலைப்பாயில் அம்மன் சப்பாணி கட்டியிருந்ததும் ஒவ்வொருவராக அவளிடம் நீறுபோட்டுச் செல்வர். அம்மாளாச்சி... அம்மாளாச்சி என்று மனதுக்குள் உச்சரித்தபடியேயிருக்கும் சிலரோ அம்மனிடமிருந்து ஆறுதலான வார்த்தைகளைக் கேட்பதற்காக தமது மனக்குழப்பங்களைக் கூறுவார்கள். காய்ச்சல் வந்த குழந்தைகளை அம்மனின் வேப்பிலையால் அடித்துத் தண்ணீர் தெளித்து நலம்பெற முண்டியடிப்பார்கள்.

மூக்குத்தி அம்மன் என்றழைக்கப்படும் எனது தாயின் தாயாரான திருமதி. சிவயோகம் எனக்கு நிறையக் கதைகளைச் சொல்லி வளர்த்தாள். அவளின் கொடுப்புக்குள் அடைந்திருக்கும் வெற்றிலையோடு கூடிய பொயிலைக் குழைச்சலின் வாசத்தோடு கதைகளைக் கேட்பேன். இந்தப் பழக்கத்தினால் நானும் வெற்றிலை போடப்பழகினேன். காய்ந்த பாக்கைவிடவும் பச்சைப்பாக்கில் ஈரப்பதமிக்க துவர்ப்பு இருப்பதாகச் சொல்லி அதையே எனக்குத் தருவிப்பாள். சிலநேரங்களில் காய்ந்த பாக்கை சீவலாகச் சீவிக்கொடுத்து "இது காணும் இதற்கு மேல் கேளாதே" என்று கண்டிப்பாள். அம்மம்மாவும் நானும் வெற்றிலை போட்டு ஒன்றாக மென்று துப்பிக்கொண்டு வீட்டின் முற்றத்தில் இரவிரவாக இருந்து கதைத்துக்கொண்டிருப்போம். அந்த இரவுகளில் அவள் சொன்ன கதைகளை எந்தக் காகிதத்திலும் குறித்து வைக்கமுடியாதென என்னுடைய சிறுவயதிலே தெளிவுற்றிருந்தேன்.

நிர்மல வான்வெளியில் அசைகிற உள்ளுணர்வு போலவிருக்கும் அந்தக்கதைகளை இப்போது மீட்டிப்பார்க்கிறேன். ஏராளமான சிதிலங்களோடு உதிர்ந்துபோகிற நினைவுகளில் தப்பித்து நிற்கும் சில கதைகள் அலையலாய் மங்கி நிற்கின்றன. அவற்றின் துலக்கம் போதவில்லை. நேற்றைக்கு எனது

கனவினில் வெற்றிலை வாசத்தோடும் நரைத்து உதிர்ந்துபோன தலைமுடியோடும், மூக்குத்தியுமில்லாமல் பாம்பாய் ஊர்ந்து வந்த அம்மம்மா புதிய கதையொன்றைச் சொன்னாள்.

மோனே நீ பிறந்த அன்றைக்கு தென்மராட்சியில் பெலத்த மழை பெய்துகொண்டிருந்தது. வயிறு குத்தத்தொடங்கி உனது கொம்மா வலியில் துடித்தாள். ஆசுபத்திரிக்கு ஏற்றிச்செல்ல ஒரு வெள்ளைநிற ஆமைக்காரைப் பிடித்துக் கொண்டு வந்தான் உன்னுடைய கொப்பன். ஓடையில் நீரருந்தும் மேய்ச்சல் மாட்டைப்போல கள்ளு குடித்து ஊரை மேய்ந்துவிட்டு வரும் குடிகாரன் அன்றைக்குக் கொஞ்சம் பொறுப்பாக நடந்துகொண்டான். இல்லையேல் நீயும் உன் தாயும் மூச்சடங்கியிருப்பீர்கள். வலிதாங்காமல் கதறிக்கொண்டிருந்தவளைத் தூக்கி காரில் ஏற்றினோம். சுய நினைவற்று அப்படியே சட்டையோடு மூத்திரம் போயிருந்தாள். மழையில் நனைந்து வெயிலில் மினுங்கும் பனைமரக் கறுப்பு, கட்டை ஆம்பிளையான உன்னுடைய அப்பனே “அம்மாளாச்சி... அம்மாளாச்சி” என்று கும்பிட்டபடி வந்தான்.

என்னுடைய இடுப்புப்பையிலிருந்த திருநீற்றை எடுத்து அவளின் நெற்றியில் பூசினேன். சாவகச்சேரி ஆசுபத்திரிக்குப் போகும் வேளையில் மழையின் இருள் வீதியை மூடியிருந்தது. மின்னலும் இடியும் வெறிகொண்டு விழுந்தபடியிருந்தன. அந்த மழையின் மூர்க்கம் நிலத்தையே அச்சத்தில் மிதக்கச் செய்திருந்தது. கொடுங்கடலைப் புயற்காற்றில் கடக்கும் பாய்மரக்கலத்தைப்போலப் போய்க்கொண்டிருந்தது கார். வலியில் கதறி ஓய்ந்து முனகத்தொடங்கியிருந்தாள். பாவஞ் செய்த நிலத்தின் மீது ஊழ் கவிவதைப்போலப் பெய்யும் மழையைக் கடந்து ஆசுபத்திரியை அடைந்தோம். பனிக்குடம் உடைந்து நீண்ட நேரம் ஆகியிருப்பதால் வயிற்றில் இருக்கும் குழந்தை அதைக் குடித்திருந்தால் தப்புவது கஷ்டமென டாக்குத்தர் ஒருவர் சொன்னார். ஆனால் நீ உயிரோடு பிறந்தாய். அக்கணமே மழையின் நடுவே இருள்பிளந்து ஒரு மின்னல் விழுந்தது.

நிலமெங்கும் ஓடிக்கொண்டிருந்த நீரில் இந்திர ஒளி யோடியது. மழையின் மூர்க்கம் படிப்படியாகக் குறைந்து

நீராடிய பெண்கூந்தலின் சொட்டைப்போலக் கிளர்த்திக் கொண்டிருந்தது.

பனைமரக் கறுப்பான உனது அப்பன் கொட்டும் மழையில் கள்ளுத்தவறணையைத் தேடிப்போனான். பிரசவ விடுதியில் தாய்க்கு அருகில் களைப்பாகி அமைதியாய் ஆழ்ந்திருந்தாய். இடையிடையே வீறிட்டு அழவேண்டும் என்பதற்காய் நானே உனக்கு வலியூட்டி அழச்செய்தேன். உன்னுடைய உடலிலிருந்து நஞ்சூறிய மரவள்ளிக்கிழங்கின் வாசனை வருவதை என்னால் உணரக்கூடியதாய் இருந்தது. சிலநேரங்களில் ஒரு நாகத்தின் வாசனையும் வந்தது. தாயின் முலையிலிருந்து பாலருந்தும் உன் விழிகள் நீலத்துகளாய் ஒளிர்ந்தன. பிறந்து ஆறாவது நாளில் ஆசுபத்திரியிலிருந்து வீட்டிற்கு வந்தாய். உனது சகோதரங்கள் உன்னோடு கொஞ்சி விளையாடினர். உனது சிறியதிலும் சிறியதுமாயிருந்த சின்னிவிரல்களில் நாகலிங்கமலரின் வாசம் எழுந்து வீட்டையே அடைத்து நின்றது. பாலூட்டும் நேரங்களில் இரண்டு நாக்குகள் தனது மார்புக்காயில் படுவது போலிருப்பதாக என்னிடம் வந்து சொன்னாள் உன் அம்மை. அதற்குப் பிறகு வந்த வெள்ளிக்கிழமையொன்றின் மாலை நேரத்தில் நான் “ஆச்சியிடம்” கேட்டேன். புதிதாகப் பிறந்திருக்கும் நீ யாரென்று அவள் சொல்லமறுத்தாள். நான் அவளோடு மல்லுக்கு நின்றேன். கற்பூரத்தட்டின் அந்தப் பக்கம் அம்மனும் இந்தப் பக்கம் நானுமாய் நின்று பேசிக்கொண்டோம். அவள் நீ யாரென்று சொல்ல மறுத்தாள்.

ஆறு மாதங்களுக்குப் பிறகு எங்கள் வளவில் கிணறு வெட்டுவதற்காக மூன்று கூலியாட்கள் வந்திருந்தனர். அதிலொருவனின் பெயர் குத்திகன் என்றான். என்னுடைய ஐம்பது வயதுவரைக்கும் இப்படியொரு பெயரை நான் கேள்விப்பட்டதில்லை. அவனது குடும்பத்தின் அடி அனுராதபுரமென்று கதைக்கும்போது சொல்லியிருந்தான். கிணறு வெட்டத்தொடங்கி இரண்டு நாட்களுக்கு மேலாகியும் ஊற்றுக்கண்ணைக் காணமுடியாதிருந்தது. மூன்றாவது நாளின் மதிய நேரத்தில் கிணற்றின் ஊற்றுக் கண் பத்தாவது அடியில் திறக்குமென குத்திகன் ஆருடம் சொல்வதைப்போல சொன்னான். நிலத்தை மையமாகத் தோண்டிக்கொண்டே இருக்கையில் மண்வெட்டியின் முனை கல்லில் மோதுண்டது.

குத்திகன் மீண்டும் அதன் மீது மண்வெட்டியை வீழ்த்துகையில் கிணற்றினுள் அசரீரி தோன்றியது.

"நாக" என்ற சத்தம் மீண்டும் மீண்டும் ஒலித்தது. குத்திகன் எல்லோருக்கும் குரல் கொடுத்தான். வெளியே நின்ற கூலிக்காரர்கள் என்னை அழைத்தனர். கிணற்றை நான் எட்டிப்பார்க்கையில் ஒரு நந்திவிக்கிரகத்தைத் தனது கைகளில் தூக்கி வைத்திருந்தபடி, அம்மா "நந்தி... நந்தி..." என்று கத்தினான். கிணற்றில் நீர் பொங்கிக்கொண்டிருந்தது.

அவன் எழுப்பிய ஓசை ஊருக்கெல்லாம் கேட்டது. கிணற்றுக்குள் இருந்து நந்தியை சனங்கள் கட்டி இழுத்தனர். குத்திகன் மட்பாண்டங்கள், சங்கு, சிற்பி, கூரை ஓடுகள் செங்கற்கள் போன்றவற்றை நந்தியிருந்த இடத்திலிருந்து கண்டெடுத்தான். நந்தி விக்கிரகத்தை மூன்று குடம் நீரெடுத்து வந்து குளிப்பாட்டினேன். சனங்கள் பூக்களை ஆய்ந்து வந்து நந்தியின் மீது சொரிந்தனர். சிறுவர்கள் தேவாரம் இசைத்தனர். குத்திகன் மிச்சப்பொருட்களையும் அதே இடத்தில் கொண்டு வந்து வைத்தான். நீ பிறந்த ராசியே எனது வளவிற்குள் இப்படியான பெறுமதியான பொருட்கள் கிடைத்தன என ஊரெங்கும் பேச்சாகியது.

இயக்கப்பிள்ளையள் சிலர் வந்து பார்த்தனர். இயக்கத்தின் ஊடகப்பிரிவுப் போராளிகள் வந்து அதனைப் புகைப்படங்கள் எடுத்தனர். இந்தச் செய்தியை அறிந்த வரலாற்று அறிஞர்கள் எங்கள் ஊருக்கு படையெடுத்தனர். யாழ்ப்பாணத்தைச் சேர்ந்த அறிவியலாளர்கள் தங்கியிருந்து ஊரையே சல்லடை போட்டுத் தேடினர். வீட்டின் உள்ளே தையல் ஊசியை தவறவிட்ட மூதாட்டியைப் போல அவர்கள் நிலத்தைப் பார்த்துக்கொண்டே நாட்களைக் கழித்தனர். ஆனாலும் அவர்கள் சில பொருட்களைக் கண்டெடுத்தாக அறிவித்தனர். எங்கள் ஊரின் சிறிய பகுதியிலிருந்து கண்டெடுத்த மட்பாண்ட ஓடுகளையும் கல்மணிகளையும் சில நாணயங்களையும் தந்தை செல்வா வாசகசாலையில் கண்காட்சிக்கு வைத்தனர்.

அதுபோன்ற நாணயங்கள் சிலவற்றை என்னுடைய சிறிய வயதிலிருந்து சேர்த்து வைத்திருக்கிறேன் என்கிற தகவலை நான் அன்றைக்குக் கூட யாரிடமும் சொன்னது கிடையாது. அவர்கள் கண்டெடுத்த நந்தியையும் ஏனைய

பொருட்களையும் என்னிடமிருந்து வாங்கிக்கொண்டு செல்ல முயன்றனர். நான் நந்தியை மட்டும் தரமுடியாது என உறுதியாக நின்றேன். குத்திகன் எனக்குப் பெரிய உறுதுணையாக இருந்தான். பின்னர் நிறைய தலையீடுகளின் அழுத்தத்தால் அவற்றை வழங்கவேண்டியதாய் ஆகியிருந்தது. அதற்கொரு நாளை அவர்களிடம் சொன்னோம். அந்த நாள் வரையும் எமக்கு இடையூறு செய்யக் கூடாதென மக்கள் அறுதியாகச் சொல்லிமுடித்தனர். சரியாகப் பத்து நாட்களுக்கு மேலாக நந்தியை எனது வளவில் வைத்துப் பூசை செய்தோம். பதிகங்கள் ஓதிக் களிகொண்டோம். குத்திகன் தீட்சையணிந்து தொன்மத்தின் வயிற்றில் அவனின் ஆன்மாவை காற்றாய் இழந்தான். பக்தியில் சிறுகளைப்பும் அண்டாது துடியின் ஒலியில் ஆடிக்கொண்டேயிருந்தான். ஓம் என்று சொல்கையில் உன்மத்தம் கொண்டு "நாக... நாக..." என்று பேரொலி எழுப்பினான்.

அவனது கோலம் ஒரு மன்னனுக்குரியதாய் இருந்தது. அவனது கைகள் நந்தியின் மேல் படுகையில் அதனது முதுகு அசைவதைப் போல ஒரு நேசமிருப்பதை என்னால் அறியமுடிந்தது. ஆறு மாதங்களேயான உனது கண்கள் இந்தத் திருவிழாவைப் பார்த்தன. நந்தியை நாம் அவர்களுக்கு கையளித்த நாளில் உனக்குக் குத்திகனே பெயர் சூட்டினான். அவனது கரங்களில் உன்னைத் தூக்கிவைத்துக்கொண்டு நந்தியின் காதில் உன் பெயரைச் சொன்னான். "உதிரன்" என்று உனக்குப் பெயர் சூட்டப்பட்ட நாளில் எங்கள் கிராமமே ஒன்றாகக் கூடி நின்று "உதிரன்" என்று உச்சரித்தது.

சங்குகள் ஓங்கி ஒலித்தன. நந்தி எங்கள் கிராமத்திலிருந்து கொண்டுசெல்லப்பட்டது. குத்திகன் பிறகு அடிக்கடி எனது வீட்டிற்கு வரத்தொடங்கினான். உன்னில் அவனுக்கு ஒரு அதீதமான அகவயமான நேசம். வீட்டுக் கிணற்றைப் பொதுக்கிணறாக பாவிக்குமாறு நானே சனங்களுக்குச் சொல்லியிருந்தேன். நான் சிறியவயதிலிருந்து சேர்த்துவைத்த நாணயங்களை ஒரு ரங்குப்பெட்டியில் எனது குஞ்சியம்மாவின் சீலையால் சுருட்டிக்கட்டி வைத்திருந்தேன். அதனை அவிழ்த்துப் பார்க்கவேண்டுமென்று ஆசை தோன்றிற்று. அன்றைக்கிரவு ரங்குப்பெட்டியைத் திறந்தேன். குஞ்சியம்மாவின் சீலை முடிச்சை அவிழ்த்து நாணயங்களைக்

கைகளில் எடுத்துப் பார்த்தேன். லாம்பின் திரிதீண்டி அந்த நாணயத்திலிருக்கும் சின்னங்களை கொஞ்சம் துலக்கமாய்ப் பார்த்தேன். குத்துவிளக்கும் பிறைச்சந்திரனும், சூரியனும் இருமீன் சின்னமும் சில எழுத்துக்களும் கண்ணுக்குத் தென்பட்டன. அந்த இருமீன் சின்னம் என்னை வசீகரித்திருந்தன. நான் அவற்றை மீண்டும் பக்குவமாய் மூடி வைத்தேன்.

உன்னுடைய முதலாவது வயதில் எங்களூரை விட்டு இடம்பெயர வேண்டிய சூழல் ஏற்பட்டது. நாம் மொத்தமாக இடம்பெயர்ந்து செல்வதற்கு முன்பாக வீட்டின் சில பொருட்களை தாட்டு வைப்பதற்காகப் பெரிய கிடங்கொன்றை வெட்டினோம். உனது தகப்பன் ஒரு பெரிய ஓதிய மரத்தை அடையாளமாக வைத்து அந்தக் கிடங்கை வெட்டி முடித்தார். அப்போது அங்குமே நாணயங்கள் கிடைத்தன. ஆனால் தெய்வ உருவங்கள் பொறித்த இந்த நாணயங்கள் எனக்குமே புதியதாகத் தெரிந்தன. அவற்றையும் எனது ரங்குப்பெட்டியில் சேர்த்து வைத்தேன். வெட்டிய கிடங்கிற்குள் ஆட்டுக்கல், அம்மி, குழவி கிடாரம் மற்றும் பித்தளைப் பாத்திரங்கள் ஆகியவற்றோடு எனது ரங்குப்பெட்டியையும் நிலத்தினுள் ஒளித்தேன். இடம்பெயர்ந்து போவதற்கு முன்னர் கிணற்றில் போய் நீரள்ளி அருந்தினேன். முற்றத்து மண்ணை அள்ளி எனது சிறிய திருநீற்றுப்பையில் சேர்ப்பித்தேன்.

ஊரே இடம்பெயர்ந்து நகர்ந்துகொண்டிருந்தது. பறவைகள் ஒரு சோகவொலி எழுப்புகின்றன என்றாள் உனது அம்மா. பசுக்கள் புல்லுக்காணிகளில் நின்றுகொண்டு எம்மைப் பார்த்துக் கத்தின. கன்றுகள் எம் பின்னே ஓடி வந்து அழுதன. துணிகளையும் அன்றாடத் தேவைக்கான பொருட்களையும் தூக்கிச் சுமந்துகொண்டு சனங்கள் நடந்தபடியிருந்தனர். போர் விமானங்கள் மேலே பறந்து போய்க்கொண்டிருந்தன. வீதியின் ஓரத்தில் வெட்டப்பட்டிருந்த பதுங்குகுழிகளுக்குள் மக்கள் சிலர் இளைப்பாறி இருந்தனர். ஒரு வயது நிரம்பிய குழந்தையான உனக்குக் குதூகலமான பயணமாக இந்த அலைக்கழிவு தோன்றிற்று. உன்னுடைய நீலவிழிகள் எல்லா வற்றையும் வேடிக்கை பார்த்துக்கொண்டிருந்தன. இரண்டு நாட்களுக்கு மேலாக நடந்து ஒரு கடலின் கரையை நாம் அடைந்த பொழுது நீ கடலின் முன் நின்று மூத்திரத்திற்குப்

போக அடம்பிடித்தாய். பிறகு அங்கேயே நின்றுகொண்டு அலையோடு கதைத்துக்கொண்டிருந்தாய். இப்படித்தான் நான்கு இடப்பெயர்வுகளுக்குள் ஐந்து வயதினைத் தொட்டிருந்தாய்.

பறவைகள் பறப்பது மனிதர்களால் பார்க்கமுடியாத ஆகாயத்திலென்றும் நாகம் மண்ணின் தெய்வமென்றும் நீ கதைக்கத்தொடங்கிய நாட்களில் குத்திகன் ஒரு மன்னனின் அலங்காரங்களோடு எனது கனவில் தோன்றத் தொடங்கினான். அவனது தேசத்தின் மீது படையெடுத்தபடியிருக்கும் எதிரிநாட்டு மன்னர் படையோடு போர்க்களத்தில் களமாடிக் கொண்டிருந்தான்.

அவனின் அரசு நிகழும் அந்தத் தேசத்தில் நிறைய நந்தி விக்கிரகங்கள் வழிபாட்டிலிருந்தன. எதிரி நாட்டின் போர்வீரர்களின் படைத்தளபதி தனது கையில் ஒரு மனிதப் பல்லையும், இன்னொரு படைத்தளபதி வெள்ளரசுக் கன்றையும், புத்த பிட்சு ஒருவன் கையில் வாளோடும் குத்திகனின் தேசத்திற்குள் நுழைய எத்தனிக்கின்றனர். ஆனால் எல்லா நகர்வுகளையும் குத்திகனின் படைகள் வென்று கொண்டேயிருக்கின்றன. குத்திகன் தனது அகன்ற நெஞ்சில் இரண்டு மீன்களைப் பச்சை குத்தியிருந்தான். அவன் “நாக” “நாக” என்று குரலெழுப்பி யுத்தத்தை எதிர்கொண்ட விதமே போரின் சாரமாக விளங்கியது. கண்களை விழித்தும் குத்திகன் பற்றிய கனவுகளே என்னைச் சூழ்ந்திருந்தன. அந்நேரத்தில் போர்விமானங்கள் சனங்களின் குடியிருப்புக்கள் மீது குண்டுகளை வீசியபடியிருந்தன. நீ பதுங்குகுழியினுள்ளே இருந்தபடி வெடிகுண்டுச் சத்தங்களை வேடிக்கையாகக் கேட்டாய். உலங்குவானூர்தியின் படபடப்பான துருவேறிய ஒலி வளியைக் கிழித்துக் கீழ் நோக்கிச் சுட்டது. சனங்கள் செத்துவீழ்ந்தனர். அவற்றைக் கடந்துகொண்டு நாம் வேறொரு இடம் நோக்கி இடம்பெயர்ந்தோம். அவ்வளவு பிணங்களும் அப்படியே புழுத்துப்போயின. அந்தச் சிறிய வயதினில் உனக்குப் புலப்படாத ஒரு பிரளயத்தை நீ பார்த்துக்கொண்டு வளர்ந்தாய்.

இராணுவத்தின் கட்டுப்பாட்டுப்பகுதியில் அகதிகளுக்கு ஒதுக்கப்பட்ட இடத்தில் தங்கி வசித்தோம். சனநெரிசலின்

கூச்சல் எப்போதும் கேட்டபடியிருக்கும். குழந்தைகளுக்குத் தொற்றுநோய் பரவத்தொடங்கியிருந்தது. மனம் குலைந்துபோனவர்களைப் போல எல்லோரும் நடமாடிக் கொண்டிருந்தோம். பச்சை விறகில் அடுப்பு புகைந்து உலையில் சோறு வெந்தது. இயல்பாகவே வாழ்வின் விருப்பு எல்லோரிடமும் குன்றிப்போயிருந்தது. குழந்தைகளைப் பெறுவதற்கே விருப்பமற்று இளம்சோடிகள் தாம்பத்யம் நடத்தினர். தவறிப்பிறக்கும் குழந்தைகளும் ஊனமுற்று இருந்தனர். அகதிமுகாமிலிருந்து சில குடும்பங்களோடு சேர்ந்து இராணுவத்தின் அனுமதியோடு வெளியேறி சொந்தக்காரர்களின் வீடுகளுக்குச் சென்றோம். உன்னுடைய தந்தையை இராணுவம் பிடித்திழுத்துக்கொண்டு போனது. ஆறாவது நாளில் நாங்கள் தங்கியிருந்த வீட்டினருகேயிருந்த இராணுவத்தின் சிறிய முகாமின் ஆலமரத்தினருகில் பிணமாகக் கண்டெடுக்கப்பட்டார். இந்த வேதனை உனக்கு ஞாபகத்திலிருக்குமென்று முதன்முறையாகத் தோன்றுகிறது.

இந்தத் துயருக்குப்பிறகும் குத்திகன் எனது கனவில் வந்தான். தனது படைகளை வைத்து அதே எதிரிகளோடு யுத்தம் செய்தபடிக்கு என்னோடு கதைத்தான். நிறைய நந்தி விக்கிரகங்களைக் கைவிட்டுப் பின்வாங்கிக் கொண்டிருப்பதாக கவலையுற்றான். அவனுடைய முகத்தில் தோல்வியின் வாட்டம் எழுந்து நின்றது. திடீரென விநோதமாக அவன் ஓங்கிக்குரலெழுப்பி "நாக... நாக..." என்று கத்திக்கொண்டு எதிரிநாட்டுப் படைகளைத் தாக்கினான். ஆயினும் குத்திகனின் படையில் ஆளணி குறைந்துகொண்டேயிருந்தது. யுத்தத்தின் எரிதழல் வீச்சு அந்த நிலமெங்கும் பரவிச் சென்றது.

மண்ணை வன்க ரும் பௌத்தப் படைகளைக் கொன்று வீழ்த்தும் வேட்கை ஒரு கடலாய் விரிந்தது. குத்திகன் கட்டளைகளுக்கு இயங்கிய சேனை வெற்றியைப் பெற்றுக்கொண்டேயிருந்தது. படையெடுத்து வந்த பௌத்தப் படைகள் செத்து வீழ்ந்தன. பின்வாங்கிய படைகளை ஒரு புத்தபிட்சு சந்தித்துப் பேசுகிற செய்தியை ஒற்றர்கள் மூலம் அறிந்துகொள்கிறான் குத்திகன். போர்புரிந்த களைப்பும் வெற்றியின் திகைப்பும் குத்திகனின் படைகளுக்கு. மூன்று நாட்கள் கழித்து ஒரு மழைநாளின் மதியநேரத்தில் மீண்டும் யுத்தம் தொடங்கியது. குத்திகனின் படைகள் மும்முரமாக

பிட்சுக்களின் சேனையைத் தாக்கின. ஆயினும் அவர்களின் ஆளணி பலமானதாய் இருந்தது. ஒரு பொழுதில் நிலைமை தலைகீழாக ஆனது. புத்த பிட்சுகள் தலைமையேற்கும் எதிரி படைகளால் குத்திகனின் சேனை தோற்கடிக்கப்படுகிறது. குத்திகன் உயிர் பிரியும் நேரத்தில் பேரழகு பொலிந்து மண்ணில் வீழ்ந்தான். “உதிரன்” என்ற உனது பெயரை ஒரேயொரு தடவை உச்சரித்த அவனின் கழுத்தை அறுத்த எதிரிநாட்டு மன்னன் புத்த பிட்சுகளின் காலடியில் அதனைப் படையலிட்டான்.

தேங்கி நின்ற குருதியின் மீது மழை பொழிந்தபடியிருந்தது. நிலமெங்கும் ஓடிய வெள்ளத்தில் நந்தி விக்கிரகங்கள் மூழ்கின. நாகமும் மீன்களும் பொறித்த நாணயங்கள் கேட்பாரற்று நிலமெங்கும் கிடந்தன. எஞ்சிய நந்தி விக்கிரகங்களை புத்த பிட்சுகள் உடைத்து நொறுக்கினர். அந்தக் குருதியின் ஈரப்பதத்தின் மீதே வெள்ளரசுக் கன்றுகளை நட்டனர். தமது கைகளில் இருந்த கொலைவாள்களை புத்தனின் சிலைகளில் மறைத்து வைத்தனர். எத்தனையோ சூழ்ச்சிகள் நிரம்பிய வெள்ளரசு மரங்கள் குத்திகனின் தேசமெங்கும் கிளைவிடத்தொடங்கின. நந்திகளற்ற குத்திகனின் தேசத்தில் எருக்கலைப் பூக்கள் பூத்து நின்றன. மேலும் குத்திகனின் ரத்தம் வெதுவெதுப்பாக எனது கிணற்றில் ஊற்றெடுப்பதாகக் கனவுநீள்கையில் திடுக்கிட்டுக் கண்விழித்தேன் என்று கதையைச் சொல்லிமுடித்தாள்அம்மம்மா. பாம்புடலால் அவள் கனவினில் ஊர்ந்து சென்று மறைந்த போதில் தவம் கலைந்த உணர்வெனக்கு. ஏனெனில் அவளென் முதுசத்தின் செட்டை.

இந்தக் கதையைக் கேட்டெழுந்த அன்றைக்குக் காலையிலேயே போரிலும் அழியாமல் எஞ்சி நிற்கும் ஒதிய மரத்தின் கீழுள்ள ரங்குப்பெட்டியை எடுப்பதற்கு மண்ணைத் தோண்டலாமென முடிவெடுத்தேன். ஐந்தடிக்குத் தோண்டியும் எந்தப் பொருட்களும் எனக்குக் கிடைக்கவில்லை. ஆயினும் மரத்தைச் சுத்தி எல்லாப் பக்கங்களிலும் கிடங்கு வெட்டினேன். பிறகு ஊரிலிருக்கும் சிலரும் அதில் உதவி புரிந்தனர். மரத்தின் வலதுபக்கமாக இரண்டாவது நாள் நாம் கிடங்கை வெட்டிக்கொண்டிருந்தபோது ரங்குப் பெட்டியைக் கண்டெடுத்தோம். அதனைத் திறந்து பார்த்தோம்.

சீலைமுடிச்சுக்குள் நாணயங்கள் இருந்தன. அவற்றை வாங்கிப் பார்த்த கந்தசாமிப்பிள்ளை வாத்தியார் இது நாகர் காலத்துத் தமிழ் நாணயங்கள் என்றார். அவரின் குதூகலம் எனக்கு ஆச்சரியத்தைத் தந்தது. அந்த நாணயங்களை வாங்கிக் கண்களில் ஒத்திக்கொண்டேன். அந்த ஒதிய மரத்தின் பூக்கள் நீலவண்ணமாய்ப் பூத்துக்குலுங்கின. கந்தசாமிப்பிள்ளை எனது கண்களின் நீலச்சுடரை உற்றுநோக்கியபடியே உனது வியர்வையில் நாகம் நெளிகிறது என்றார்.

நாகர்களின் வம்சமடா நாமென்று அவர் உரக்கக் கத்தினார். சனங்கள் மெதுவாகக் கதைக்குமாறும், இது இராணுவத்திற்கோ பொலிசுக்கோ தெரிந்தால் ஊருக்கே ஆபத்து என்றும் எச்சரித்தனர். அரசாங்கம் இப்படியான எச்சங்கள் இருப்பதாகக் கேள்விப்பட்டால் அதனை மூடிமறைப்பதற்கு ஊரையே அழிக்குமென கந்தசாமிப்பிள்ளையே சொன்னார்.

இப்படியொரு வரலாற்றுச் சம்பவமானது நூறாண்டுக் கால ஒதிய மரத்தின் கீழே நிகழ்ந்துகொண்டிருக்கையில் அம்மம்மா கிணற்றுக்குள் இருந்து கூப்பிடும் சத்தம் காதினில் ஒலித்தது. கிணற்றை நோக்கி ஓடிப் போனேன். கிணற்று நீரில் மூக்குத்தியோடு நீந்திக்கொண்டிருந்தது ஒரு நாகப்பாம்பு. அதன் தித்திப்பான அசைவில் புராதனத்தின் ஆழம் பெருகிக்கொண்டே இருந்தது. அம்மம்மா என்று குரலெடுத்துக் கூப்பிட்டேன். அந்தக் கிணற்றில் நீந்திக்கொண்டே இருந்த நாகத்திலிருந்து வரலாறு என்னைத் தீண்டத்தொடங்கியது. அதன் நீச்சலில் தனித்தனிக் கோபங்களும் தீரங்களும் படமெடுத்தாடியபடியிருந்தன.

கந்தசாமிப்பிள்ளை ஒரு நாணயத்தைப் பெருவிரலில் வைத்து மேலே சுண்டினார். நாணயத்தின் சுழற்சியில் ஆயிரக் கணக்கான ஆண்டின் ஓலம் தலையிலும் பூவிலுமிருந்து வெளியேறியது. இதுவரை காலமும் சிந்திய குருதிகாயம்பட்ட பெருநிலத்தின் ஆழத்திலிருந்து எரிதழலாய்ப் பூத்துக்கிளம்பியது. மனமெழுந்து வாதையைப் பிளந்தது. ஊர்க்குடி திரண்டு அம்மாளாச்சி... அம்மாளாச்சி என்றனர். காற்றில் கம்பீர வெக்கை கலந்து சனங்களை உசுப்பிக்கொண்டிருந்தது. இந்த மண் எங்களின் சொந்த மண் என்று நாகரின் காதையை பிரசங்கமாய்ச் சொல்லத்தொடங்கினார் கந்தசாமிப்பிள்ளை.

அன்றிரவு திடீரென கறுத்துத் திரண்ட வானம் இடியும் மின்னலுமாய் பூமியில் இறங்கிற்று. நாய்கள் இரண்டு ஒரு கால இடைவெளியில் ஊளையிட்டுக்கொண்டே இருந்தன. ஈரப்பதம் கூடிய காற்று வீசத்தொடங்கியிருந்தது. நாகர்களின் தமிழ்பொறித்த நாணயங்கள் என்னிடம் இருப்பது அரசாங்கத்திற்குத் தெரிந்தால் என்னை நரபலி கொள்ளுமென அஞ்சினேன். கடுமையாக உடல் நடுங்கி உயிரோடு திடுக்கிட்டேன்.

குத்திகன் போர்க்களத்தில் களப்பலியான உடன் நந்திகளை அழித்து புத்தசிலைகளை நிறுவிய பிட்சுகள் அதனுள்ளேயே வாள்களை மறைத்துவைத்தனர் என்ற காட்சி மீண்டும் மீண்டும் எனக்குள் வந்துபோனது. இருட்டின் சமுத்திரத்தில் விழித்திருந்தே அந்த நாணயங்களை எங்கே மறைத்து வைப்பதெனத் தெரியாமல் அம்மம்மாவின் கிணற்றுக்குள் கொட்டிவிட எண்ணினேன். மழையின் பேரிருளில் இயற்கையின் நாளங்கள் மின்னலாய் ஒளிர்ந்தன. தவளைகள் கத்தத்தொடங்கிய போது வீட்டின் முற்றத்தில் பாம்புகளின் வாசம் வரத்தொடங்கியிருந்தன. குளிர்காற்றின் மீது தாழம்பூ வாசம் மேலேறியிருந்தது. மனைவியை எழுப்பிவிடாமல் படுக்கையிலிருந்து எழும்பி நாணயங்களை அள்ளிக்கொண்டு கிணற்றடிக்கு நடந்தேன். இடியின் ஒலி பனையில் மோதியது போலிருந்தது. மழைக்கும் காற்றுக்கும் இடையே மரங்கள் தள்ளாடின.

பிரம்புப் பிடிபோட்ட அவளது குடையை விரித்துபிடித்தபடி கிணற்றின் மீது ஏறியிருந்து கதை சொல்லிக்கொண்டிருந்தாள் அம்மம்மா. அவளுக்கருகில் என்னைப் போன்ற சாயலில் ஒரு சிறுவன் அமர்ந்திருந்து கதைகேட்கிறான். உடலின் இயக்கம் உறைந்துபோய்விட்டது. மாயத்தின் அலைகளில் நங்கூரமிடமுடியாதபடி தத்தளித்துப் போயிருந்தேன். மழையின் பெருமுழக்கத்தோடு உடலை சிலுப்பிக்கொண்டு அம்மம்மாவின் முன்னே போய் நின்றேன். கையில் கிடந்த நாணயச் சீலைமுடிச்சை இறுகப்பற்றியிருந்தேன்.

உங்களுக்குப் பக்கத்திலிருக்கும் சிறுவன் ஆர் எனக் கேட்டேன்?

வெள்ளிக்கிழமையில் கட்டுச்சொல்லும் மூக்குத்தி அம்மனாக கணத்தில் உருமாறி நாகர்களின் புத்திரனாய் புலகதன் எனும்

நாமத்தோடு உனது குழந்தையாய்ப் பிறக்கவிருக்கிறான் என்றாள்.

போர் தின்ற குழந்தைகளின் மாம்சங்களால் இந்த நிலமெங்கும் துர்வாடை நிரம்பிற்று. குலமழிந்து குடியழிந்துபோயிருக்கும் இந்நிலத்தில் குழந்தைகள் இனி அதிகமாகப் பிறப்பார்கள். அவர்களே அமைதியையும் அழிக்கவியலா விடுதலையையும் தருவார்கள். நாகர்களின் குருதியோடு இன்னுமின்னும் பெருகு வார்கள். அவற்றின் தொடக்கமாக புலகதன் பிறக்கிறான் என்று சொன்ன பொழுது மழை திசைமாறிப் பெய்தது. வானிலிருந்து நீலச்சுடர் வழிந்து என்முன்னே தும்பியைப் போல பறந்துகொண்டிருந்தது. பூமியின் அசைப்பில் “ஓம்” “ஓம்” என்ற ஒலி மட்டும் கேட்டுக்கொண்டே இருந்தது.

கிணற்றில் கொட்டச்சென்ற நாகநாணயங்களோடு மீண்டும் படுக்கைக்குத் திரும்பினேன். மனைவியின் மூச்சும் முத்தமும் நாணயங்களின் பழமைபோல நிறைந்திருந்தது. மனைவியின் அண்மையில் ஆலிங்கனம் தனது அலகால் பொழுதைக் கவ்விக்கொண்டு பறக்கக் காத்திருந்தது. மழையின் கிளைகளின் மீது சுகத்தின் தோகைகள் விரிந்திருந்தன. அவள் மேலே விழுந்த எனது உடலில் நாகத்தின் மினுக்கமும் வாடையும் பலம் கூடி நின்றது. நீரால் நிலத்தைக் கழுவ எண்ணிப் பெய்யும் இந்த மழையிரவில் நிலமெங்கும் நாகர்களைப் பிரசவிக்கும் முனைப்பில் புணர்ச்சியில் புகுந்தனர் நாடிழந்த பூர்வகுடிகள்.

அக்கணத்தில் நீண்டுபெருத்துப் பெருமூச்சை எய்தது இரண்டாம் குத்திகனின் மூச்சடங்கிய நந்திக்கடல் காயல்.

## பிரிவுக் குறிப்பு

**மழைக்காலம் தொடங்கி மூன்று நாட்கள்** ஆகியிருந்தன. வாய்க்கால்களில் நீரோட்டம் அதிகரித்திருந்தது. ஒரு மதிய நேரத்தில் நானும் உருத்திரனும் மழையில் நனைந்துகொண்டு புல்வெளியில் படுத்துக்கிடந்தோம். துளிகள் தீண்டும் சிலிர்ப்பு உடலெங்கும் ஊர்ந்தது. புற்களிலிருந்து சிதறி எழுகிற பூமியின்வாசத்தை மழை எழுப்பிக்கொண்டேயிருந்தது. நாம் படுத்திருக்கும் இந்தப் புல்வெளிக்கு அருகே ஓடிக்கொண்டிருக்கும் வாய்க்காலில் அழுகுக்குக் கையளிக்கப்பட்ட திரவம் போலநீர் சப்தத்தோடு நகர்ந்துகொண்டிருந்தது. உருத்திரன் மழையில் நனைந்தபடி கண்கள் செருகி நித்திரையானான். அவனின் மேனி தழுவி பூமியில் வழியும் மழைத்துளிகளுக்கு வெளிச்சம் நிறைகிறது. எம்மிருவரின் துவக்குகளும் பெரியமரமொன்றின் பொந்திற்குள் சாத்திவைக்கப்பட்டிருந்தன. இனிமையாக இருக்கும் இப்படியொரு நீர்மையான இளைப்பாறல் அந்தரங்க ரகசியமாய் எனக்குள் பூத்தது. மேகங்கள் கருந்திரளாய்த் தொங்கிக்கொண்டே இருந்தன. மழையின் கனிவு நம்மிருவருக்கு மட்டும்

சுரப்பதைப் போலிருந்தது. மின்னல் திறக்கையில் கண்ணை மூடிக்கொண்டேன். உருத்திரன் மழையைப் போர்வையாக்கி, ஓடும் நீரைப் படுக்கையாக்கி, இடியையும் மின்னலையும் சொப்பனமாக்கி நீண்டநேரமாயிருந்தது. என்னுடைய சிந்தையின் துவாரங்களில் வீசிநுழையும் விரல் போன்ற குளிர்காற்றில் வந்தமர்ந்தாள் வான்மலர். அவளின் இமை திறந்து மயில் போல அகவும் சின்னஞ்சிறு அசைவு என் ஞாபகத்தில் காய்த்தது. உடலுக்குள் பெருங்காற்றின் ஒலி அதிர்கிறது. வான்மலரின் வாசம் என்னைச் சூழ்ந்துவிட்டது. முத்தத்தின் கதகதப்பு தெரிந்த கம்பளிப்புழுக்களாய் என்மீது ஊர்ந்துகொண்டிருக்கும் பேருணர்ச்சிக்குப் பெயரென்ன? நினைவுகளில் தத்தளிக்கும் பசலையின் பாசியில் நானொரு கல்லென வளர்ந்துகொண்டிருந்தேன்.

இந்தக் கதையின் துயர்மிகுந்த பகுதிகள் நீக்கம் செய்யப் பட்டதனாலும், குறிப்பாக கதைசொல்லியின் காதல் கதை இல்லை என்பதனாலும் சற்றே நிமிடங்களில் நிறைவுறும் இந்தக் கதையை கட்டுநாயக்க விமான நிலையத்தில் வைத்து ஒருவருக்குச் சொல்லத்தொடங்கினேன். விமானம் சென்னையை நோக்கிப் பறக்கத்தொடங்கியது.

உருத்திரனும் நானும் இயக்கத்திற்குக் கட்டாயமாகச் சேர்க்கப்பட்டவர்கள். அவனுடைய தந்தை வன்னியிலுள்ள பள்ளிக்கூடமொன்றின் அதிபராக இருந்தார். தன்னுடைய மகனை இயக்கம் இவ்வாறு சேர்த்துக்கொண்டதனையடுத்து இயக்கத்தின் மீது அவருக்கு அதிருப்தி ஏற்பட்டிருந்தது. வான்மலர் என்னிலும் பார்க்க மூன்று வயது மூத்தவள், அவளை முதன்முறையாக மன்னார் களமுனையில் சந்தித்தேன். அன்றிரவு நடந்த இராணுவத்துடனான மோதலில் எழுபதிற்கும் மேற்பட்ட பெண் போராளிகள் வீரச்சாவை அடைந்திருந்தனர். அதிலும் நிறைய வித்துடல்கள் இராணுவத்தின் கையில் அகப்பட்டிருந்தன. தொடர்ந்தவண்ணமிருந்த தாக்குதல்களை இயக்கத்தினால் எதிர்கொள்ளமுடியாமலிருந்தது. இரண்டு நாட்கள் கழித்துக் களமுனையில் சத்தம் ஓய்ந்திருந்தது. வான்மலரும் நானும் ஒரே அணியில் சேர்க்கப்பட்டு நான்கு நாட்கள் ஆகியிருந்தன. உருத்திரன் எனக்கு முன்னதாகவே களமுனைக்கு அனுப்பப்பட்டிருந்தான். ஆனால் இங்கு

அவனைக் காணமுடியவில்லை. சிலவேளைகளில் முகமாலை களமுனைக்கு அவன் அனுப்பப்பட்டிருக்கலாம் என்று தோன்றியது.

வான்மலர் ஓரிரவு முழுக்க வயிற்றுவலியால் துடித்தாள். அவளோடு நின்றிருந்த ஏனைய பெண்போராளிகள் அவளுக்குச் சுடுதண்ணீர் வைத்துக் கொடுத்தனர். அவளுக்கு மாதவிடாய் வருகிற முதல் நாளில் இப்படி ஆவது வழமையென இன்னொரு போராளி சொன்னாள். நாங்களிருக்கும் மூன்று பதுங்குகுழிகளிலும் மொத்தமாகப் பன்னிரண்டு பேர் இருந்தோம். வான்மலர் உடல் சோர்ந்து களைப்புற்றுக் கிடந்தாள். களமுனைக்குக் காலையுணவோடு வந்துகொண்டிருந்த வாகனத்தின் மீது கிளைமோர் தாக்குதல் நடந்துவிட்டதாகத் தகவல் வந்தது. இனி மதியம்தான் சாப்பாடு என்று சொன்னதும் “ஏன் மதியத்தில் கிளைமோர் வெடிக்காதோ” வான்மலர் அனுங்கிய குரலில் சிரித்துக்கொண்டு கேட்டாள். மதியம் வரைக்கும் பசிதாங்கலாம், ஆனால் வான்மலர் இன்றைக்கிருக்கும் நிலையில் பசியோடு இருத்தல் கூடாதென்று தோன்றிற்று. பதுங்குகுழியை விட்டு வெளியேறித் தென்னைமரமிருக்கும் காணிக்குள் சென்று மூன்று இளநீர் பிடுங்கிக்கொண்டு வந்தேன். துவக்கின் முன்னிருக்கும் கூர்மையான கத்தியால் இளநீரில் துளையிட்டுக் கொடுத்தேன். வான்மலர் வேண்டாமென்று சொல்லாமல் மூன்றையும் குடித்துமுடித்தாள்.

அன்றைக்கிரவும் களமுனையில் மோதல் தொடங்கியது. வான்மலர் சண்டை செய்யவில்லை. ஆனால் எழுந்திருந்தாள். அவளின் கையில்தான் வோக்கியிருந்தது. கட்டளைப் பீடத்தில் இருந்து வருகிற உத்தரவுகளையும் அதன் சாத்தியங்களையும் வான்மலரே விவாதித்துக்கொண்டிருந்தாள். என்னுடைய கைகளைத் துவக்கு உதறுகிறது. காப்பெடுப்பதும் மீண்டும் தலைதூக்கி இலக்கைப் பார்த்துச் சுடுவதுமென ஒரு குட்டிப்பாம்பு புற்றிலிருந்து பூமியைப் பார்த்து நாக்கை அசைப்பது மாதிரியிருந்தது என்னுடைய இயங்குதல். போர் பூமியை மட்டுமல்ல, காலடி மண்ணையும் நடுக்குவிக்கிறது. அதனுடைய நாளங்களில் குவிந்திருக்கும் ஒலிகள் இதயத்தின் பலத்தைச் சுக்குநூறாகக் கிழிக்கிறது. சன்னங்களை நோக்கிச் சன்னங்கள். வீழ்த்தப்பட்ட உயிர்களின் பேரால் வீழ்த்தப்

படுகிற உயிர்கள். போர், ஊழியின் ஜன்னல் இருக்கை. சண்டை ஓய்ந்துபோயிருந்தது. களமுனையில் காயமே நிறைந்திருந்தது. வான்மலர் அடுத்தடுத்த நாட்களில் தேறிவந்து விட்டாள். ஒரு நிலவின் ஒளியை ரசிக்கவல்ல படிமத்தைக் கிளைகள் தருவது மாதிரி அவளின் முகத்திடையே நழுவி விழுந்துகொண்டிருந்தது கூந்தல். சிலநேரங்களில் வான்மலரின் பார்வையும் கண்களின் அசைவுகளும் எனக்குள் பனிபோல் விழுந்துருகும்.

ஆறுமாதங்களுக்குப் பிறகு வான்மலரும் நானும் காதலிக்கத் தொடங்கியிருந்தோம். களமுனையில் இழப்புகளுக்குள்ளும், பின்வாங்கல்களுக்குள்ளும் இயக்கம் அமிழத்தொடங்கியிருந்தது. பின்தளத்தில் இருந்து களத்திற்கு வருகிற வழங்கல்கள் வான்படைத் தாக்குதல்களால் இலக்குவைக்கப்பட்டன. வான்மலரும் நானும் கதைத்துக்கொண்டிருந்தோம். மூன்றுநாட்களாய் ஆர்மி முன்னேறாமல் இருக்கிறான், ஏதோ பெரியதிட்டமிருக்குமென்று நினைக்கிறேன் நீங்கள் என்ன நினைக்கிறியள்? ஓம் அவங்களிட்ட திட்டமுமிருக்கு, ஆயுதங்களுமிருக்கு, இந்தியாவுமிருக்கு என்றாள் வான்மலர்.

அணியிலிருந்த மற்றவர்கள் எங்களிருவருக்கும் சேர்த்து இளநீ பிடுங்கிக்கொண்டு வந்தனர். சேர்ந்துகுடித்தோம். இருவரும் தனியாக இருப்பதை விரும்புகிறோம் என்பதை ஏனையவர்கள் புரிந்துகொண்டு விலகிப்போய் நின்றனர். புலுனிக்குஞ்சுகள் தெத்தி தெத்தி கிளைகளில் இருந்தன. நாமிருந்து கதைத்துக்கொண்டிருந்த தென்னைமரக்குத்தியின் முன்னாலிருந்த மட்டைக்கும்பிக்குள்ளிருந்து இரண்டு நாகபாம்புகள் சீறிச் சீறி சண்டை போட்டபடியிருந்தன. வான்மலர் கண்களை அகலவிரித்து சுவாரஸ்யமாக அதனைப் பார்த்தாள். இரண்டு பாம்புகளும் மூச்சு வாங்கி ஆளுக்கொரு திசையில் நெளிந்து போனதும் இருவருக்குமிருந்த இடைவெளியின் தூரம் உதிர்ந்துவிட்டிருந்தது. எனக்குள் குழைந்திருந்த முத்தத்தின் சுவர்களில் தும்பைப் பூக்கள் மலர்ந்தன. வான்மலரின் கிழங்குநிற உதட்டில் முத்தத்தின் நீரலைகள் கசிந்தன. இருவருக்குள்ளும் வேர்கொண்டிறங்கியது நதி. போதத்தின் தாழி நிறைந்தது. வான்மலரின் தேகத்திலிருந்து மூச்சு முட்டியது. அந்தக் கணத்தில் குகை ஓவியமொன்று மூச்சுவிடுவது மாதிரி என் கண்களுக்குள் யாக்கை எரிந்தது.

மூன்றுநாட்களில் அந்தக் களமுனையில் இருந்து வேறொரு வேலைக்காக இடமாற்றம் செய்யப்பட்டேன். வான்மலரின் கைவிரல்கள் எனது கன்னத்தைத் தடவின. அறுந்து துடிக்கும் பல்லியின் வாலை நினைவுபடுத்துவது மாதிரியிருந்தது அவள் விரலின் அப்போதைய ஸ்பரிசம். என்னிடம் அவள் எழுதிய பிரிவுக்குறிப்பை நீட்டினாள். வாங்கிக்கொண்டு களமுனையிலிருந்து இரண்டு கிலோமீட்டர்கள் நடந்துபோய் கட்டளைப்பணியகமாக இயங்கிக்கொண்டிருந்த வீட்டிற்குள் நுழைந்தேன். வாசலில் நின்ற போராளி ஒருவர் மறித்து என்னை விசாரித்தார். தகுந்த உறுதிப்படுத்தல்களுக்குப் பின்னர் உள்ளே செல்ல அனுமதிக்கப்பட்டேன். சதுர வடிவில் சீமெந்தால் கட்டப்பட்ட பதுங்குகுழிக்குள் கட்டளைத் தளபதியும் இன்னும் சில பகுதித்தளபதிகளும் இராணுவத்தின் முன்னேற்ற நடவடிக்கையைத் தடுத்துநிறுத்துவதற்கு திட்டமிட்டுக்கொண்டிருந்தார்கள். கிபிர் விமானங்களின் இரைச்சல் தூரத்தில் கேட்டது. குண்டு விழுந்து வெடிக்கும் பேரோசை கடலையும் அழிப்பதைப் போலிருந்தது. வீட்டின் கல்சுவர்கள் அதிர்ந்து விலகின. வானமே புழுதியாகி கூரை மேல் விழுகிறது என்பது மாதிரி குண்டுகளின் சிதறல் வீடெங்கும் பொழிந்தன. பதுங்குகுழிக்குள் ஓடிப்போனேன்.

தளபதி தன்னுடைய கால்களை நீட்டிக்கொண்டு களத்தில் நடைபெறவிருக்கும் திட்டங்களைச்சொல்லிக்கொண்டிருந்தார். நிலத்தின் இரத்தம் புகைகளில் எழும்புகிற வாடையை நமது நாசிகள் உணர்ந்தன. சொற்ப நிமிடங்களில் தாக்குதல்கள் தீர்ந்திருந்தன. போர் விமானங்களின் சத்தம் தடயமற்று மறைந்தது. பதுங்குகுழியை விட்டு வெளியேறினோம். தளபதி எங்களுக்கு முன்னால் விரைந்தார். சிதைவுற்ற பூமியின் மீது துளிர்விட்டிருந்த மரங்கள் யாவும் எரிந்துபோயின. வாசலில் நின்றிருந்த போராளியின் கால்களிலொன்று முறிந்து கிடந்த மரக்கிளைகளுக்குள் வித்தியாசமற்று இருந்தது. அவனின் உடலைத் தேடிக்கண்டுபிடிப்பது இயலாமல் போயிற்று. துவக்கினுடைய பின்பக்கத்தின் சிறிய துண்டு அவன் நின்றுகொண்டிருந்த இடத்திலேயே பிய்ந்து கிடந்தது. கிளைகளுக்குள் இருந்த அவனின் ஒரு காலை என்னுடைய கரங்கள் தூக்கின. நிலத்தின் இரத்த நாளங்கள் ஓடிக்கொண்டிருந்த விடுதலையின் சூடு மிஞ்சிக் கிடந்த காலில் இன்னும் ஆறாதிருந்தது. துயரின்

கன்னங்கரேலான கொந்தளிப்பு என்னில் புரண்டது. இந்தத் தாக்குதல் நடைபெற்று இரண்டுநாட்களில் தளபதி மன்னாரிலிருந்து கிளிநொச்சிக்குச் சென்றார். அவருக்கு பதிலாக வந்திருந்த தளபதி கொஞ்சம் இறுக்கமானவர் என்று கேள்விப்பட்டிருந்தேன். ஆனால் அடுத்தநாள் காலையில் நானும் இன்னொரு போராளியும் அங்கிருந்து வெளிக்கிடும்படியாயிற்று. நீண்ட தூரம் வந்ததற்குப் பிறகு அவனே கதையைத் தொடங்கினான்.

*என்ர பேர் நந்தியன், விசேட வேவுப்பிரிவு, நீங்கள்?*

என்னுடைய பேரைச்சொல்லி, பிரிவையும் சொன்னேன். அடுத்ததாக நீங்கள் எப்போது இயக்கத்திற்கு வந்தீர்கள் என்று கேட்பான். நான் எங்கே இயக்கத்திடம் வந்தேன், இயக்கம்தான் வீட்டிற்கு வந்தது என்று அவனுக்குச் சொல்லவேண்டுமென்று நினைத்துக்கொண்டேன். அவன் அப்படியொரு கேள்வியைக் கேட்கவில்லை. கடுமையான வேகத்தில் வாகனத்தை ஓட்டினான். அவனளவில் இந்த வேகம் போதுமானதாக இல்லையென்று குறைப்பட்டுக்கொண்டான். இருமருங்கிலும் அடர்ந்த காடு, அதன் நடுவே விரிந்துகிடக்கும் புழுதிப்பாதை காய்ச்சல்காரனின் நாக்கைப்போல வெளிறிக்கிடந்தது. கிளைமோர் தாக்குதல் அதிகமாக நடந்துகொண்டிருக்கும் இந்தப் பாதையில் போராளிகள் ரோந்து செய்துகொண்டிருந்தனர். அவர்களை மிகநெருக்கத்தில் காணும் வரை அது ஆழ ஊடுருவும் படையணியா, போராளிகளா என்கிற குழப்பமே பயத்தின் முகிலுரசும். அண்மையில் நடந்த கிளைமோர் தாக்குதலில் போராளிகள் வேஷத்தில் வந்திருந்த ஆழ ஊடுருவும் அணி வாகனத்தை நிறுத்தி அனைவரையும் சுட்டுக்கொன்று கிளைமோரை வெடிக்கச்செய்திருந்தது. இந்தச்சம்பவத்தின் பிறகு இடையில் எவர் மறித்தாலும் வாகனத்தை நிறுத்திவிடக் கூடாது என்பது அறிவுறுத்தலாக இருந்தது. நாம் கிளிநொச்சியை வந்தடைந்த அன்றைக்கிரவு ஒரே முகாமில் தங்கியிருந்தோம். நந்தியன் அடுத்தநாள் அதிகாலையில் கையைக்குலுக்கிக்கொண்டு விடைபெற்றான்.

மன்னார் களமுனை நிலவரங்களைத் தெரிந்துகொள்வதற்கு அங்கிருந்த வோக்கியில் சிலரைத் தொடர்புகொண்டு கதைத்தேன். நேற்று பகலிலிருந்து இராணுவம் முன்னகர்வு

நடவடிக்கையைச் செய்யவில்லை என அறிந்துகொண்டதன் பிறகு காலையுணவைச் சாப்பிட்டேன். நான் இங்கு வரவழைக்கப்பட்டிருக்கும் காரணம் மிகமிக ரகசியமானது என்றெல்லாம் கிடையாது. ஆனால் யாருக்கும் சொல்ல முடியாதது. ஏனெனில் எனக்கும் அதுவரை சொல்லப்படாமல் இருந்தது. வாகனத்தில் என்னை ஏற்றிச்சென்று வேறொரு முகாமில் சேர்த்தனர். அங்குதான் உருத்திரன் நின்றான்.

"வாடா மச்சான், உன்ர பேரை நான்தான் குடுத்தனான். உடனையே உன்ன களத்தில இருந்து பின்னுக்கு எடுக்கிறம் எண்டு சொல்லிட்டனம்."

எங்களைச் சந்தித்த இயக்கத்தின் மிகமுக்கிய தளபதிகளில் ஒருவர் புதிதாக அமைக்கப்படவிருக்கும் தாக்குதல் அணியொன்றிற்காக நாங்கள் ஒருங்கிணைக்கப்பட்டிருப்பதாகச் சொன்னார். கூட்டத்தில் இருந்த ஒருவன் நீரைவிலக்கிக் குளிப்பதுவாய் சாவுறுதி என்றான். அவனின் கண்களைத் திரும்பிப்பார்த்தேன். லாகவமாகக் கண்களை இமைத்துக்கொண்டு தளபதி பேசுவதைப் பார்த்துக்கொண்டிருந்தான். சிலர் முகங்கள் நெய்யப்பட்ட மரண இழைகளில் இறுகிப்போனது. தாக்குதல் அணியின் முதல் அறிவிப்பு எங்களைத் துயரின் ஓடையில் உறைவித்தது. சிலரோ பயம் குடையும் தம்முயிரை எண்ணி வெறித்தார்கள். சிலர் இப்படியொரு அணியில் இருந்து களமாடுவதே சுவர்க்கம் என்று மகிழ்வு அப்பிய தங்களது முகங்களால் புன்னகைத்தார்கள். பயிற்சிக்காகக் கொண்டுசெல்லப்படும் வரை அதே முகாமிலேயே தங்கவைக்கைப்பட்டிருந்தோம். அணியின் தலைவராக உருத்திரன் நியமிக்கப்பட்டிருந்தான். ஓய்வுநேரத்தில் இருவரும் கதைத்துக்கொண்டிருந்தோம்.

லீவில வீட்ட போனியா?

உருத்திரன் போய்வந்திருப்பான் என்று இந்தக் கேள்வியே எனக்கு உணர்த்திற்று. இல்லை என்று சொன்னேன். இந்தப்பயிற்சி முடிஞ்சதும் வீட்டுக்கு அனுப்பித்தான் எடுப்பினம் எண்டு நினைக்கிறேன், யோசியாதே என்றான். பள்ளிக்கூடம் மீது நடத்தப்பட்ட விமானத்தாக்குதலில் அவனுடைய தந்தையாருடன் சேர்த்துப் பள்ளிமாணவர்கள் மூவர் இறந்துபோன சம்பவத்தைச் சொல்லிக்கொண்டிருந்தான்.

செத்தவீட்டிற்காக இயக்கம் கொடுத்த நான்கு நாள் லீவை முடித்துக்கொண்டு வந்துவிட்டதாகவும், தாய் நடந்துமுடிந்த இந்த நிகழ்வைக் காரணம்காட்டி தன்னை இயக்கத்தில் இருந்து விலத்தி எடுத்துவிடமுடியுமெனச் சொன்னதாகவும் கோபப்பட்டான். அது நல்லதுதானே, இயக்கம் அபூர்வமாக தலையாட்டிவிடும், அம்மா முயற்சி செய்யட்டும் என்றேன். முகாமின் முன்னால் வாகனமொன்று வந்துநிற்கும் சத்தம் கேட்டது. முகாமின் பொறுப்பாளர் தன்னுடைய அறையில் இருந்து முகப்பு வாசலை நோக்கிச் சென்றார்.

"இயக்கம் போவென்று சொன்னாலும் நான் போறதாய் இல்லை, இனிமேல் உருத்திரன் செத்தால் அது வீரச்சாவு தான். நீ அம்மா கதைக்கிற மாதிரி என்னோட விசர்க்கதை கதையாதே" சொல்லிமுடித்து எழும்பினான் உருத்திரன். அவனிடமிருந்து இப்படியானதொரு பதிலை நான் மட்டுமல்ல, வன்னியே எதிர்பார்த்திருக்காது. வாழ்வில் விந்தைகள் நிறைந்த காலத்தின் வெளி விரிந்துகொண்டேயிருந்தது. வாகனத்தில் அனைவரும் ஏற்றப்பட்டு இரண்டுமாதங்கள் வரையிலும் பயிற்சி அளிக்கப்பட்டனர். பயிற்சி முடிவடையும் பருவத்தில் வான்மலரை உருத்திரனுக்குச் சொன்னேன். அவளின் படையணியைக் கேட்டுத்தெரிந்து கொண்டவன், நான் இங்கிருக்கும் தகவலைத் தெரியப்படுத்திவிடுவதாக உறுதியளித்தான். வான்மலருக்குக் களமுனையில் எதுவும் நடந்துவிடக்கூடாது என்கிற வேண்டுதலுக்காய் நானிருந்த விரதங்களைப் பகிடி செய்திருந்தான். வான்மலர் எழுதித்தந்தப் பிரிவுக்குறிப்பை வாசிக்கவேண்டுமென்று அடிக்கடி தோன்றுகிற சிந்தையை பூமியின் சிறந்த சிதைமேட்டில் எரியூட்டவேண்டும். எழுதப்பட்டவை யாவும் வாசித்துத் தீர்க்கவேண்டியவை அல்ல, வார்த்தைகளைக் கவ்விக்கொண்டு சட்டென்று மீறத்துணியும் காதலை நான் எப்போதும் அரைக்கண்ணால் பார்க்கிறேன். நாணல் சேற்றுக்குள் புதைபடும் விலங்கின் கைகளைப்போல பிரிவுமீளத் துடிக்கிறது. மஞ்சத்தில் ஒருசேரத் திளைப்பதற்குகூட வேண்டாம் களமுனையில் ஒருசேர உயிர்திறப்பதற்கேனும் காதலிற்கு வல்லபம் பிறக்கவேண்டுமென்று என்னுடைய குறிப்பில் எழுதினேன்.

விடுமுறையில் வீட்டிற்குச் சென்று நான்கு நாட்களில் திரும்பிவருமாறு அறிவிக்கப்பட்டது. உருத்திரனும் சேர்ந்து

என்னோடு வந்தான். அப்பா பன்றி வேட்டைக்குப் போய் வந்து எதுவும் மாட்டவில்லை என்று நான்கு நாட்களும் கவலையுற்றார். அம்மா ஒவ்வொரு நாள் காலையிலும் கள்ளூற்றிப் புளிக்க வைத்த அப்பத்தைச் சுட்டுத் தந்தாள். பக்கத்து வீட்டில் உள்ளவர்கள் சிலர் விருந்துக்கு அழைத்திருந்தனர். வீட்டை விட்டு முகாமிற்கு வெளிக்கிடும் போது அம்மா என்னுடைய கையிலும் உருத்திரனின் கையிலும் கோயில் நூலைக் கட்டி விட்டாள். அப்பா எங்கேயோ கேட்டு விசாரித்து, பன்றி இறைச்சி வத்தல் வாங்கிவந்து தந்தார். அடுத்தமுறை வரேக்க கண்டிப்பாய் உங்களுக்கு எண்டு ஒரு பண்டி மாட்டும் என்று சொன்ன அப்பாவின் கண்களில் புத்திர சோகத்தின் அறிகுறிகள் முட்டிமோதுவதைக் கண்டேன். ஆனால் அதனை உணர்ந்துகொண்டு அவருக்கருகில் சென்றுவிடக்கூடாது. உடைப்பெடுத்து ஓடும் அணையின் இரைச்சலோடு அப்பா உதிர்வதை என்னால் பார்க்கவியலாது. எம்மிருவரின் முதுகிலும் துவக்கைக் கொழுவிமடித்துக்கொண்டு வீட்டை விட்டு வீதியில் இறங்கி நடக்கலானோம். எதிர்கொள்ளும் சனங்களின் முகங்களில் சொல்லவியலாத நித்தியம் பலாத்காரமாய் நகர்ந்துகொண்டிருந்தது. யுத்தத்தின் அடங்காத துர்சகுனம் சனத்தின் புன்னகையை மொய்த்துவிட்டது. திக்கற்றுச்சிதறும் பீங்கான்போல அவர்களின் உயிர் அச்சத்தில் மண்டிக் கிடக்கிறது. போர்விமானங்கள் குண்டுகளால் கயிறு செய்து அவர்களின் தலையறுக்கும் கோரங்கள் ஊர்முழுக்க உறுமுகிறது. நாம் யுத்தத்தில் இருந்து விடுதலை அடைவதற்கு யுத்தமே வழியாகி நிற்கிறது. இந்த வீதியின் மருங்குகளில் நிற்கிற பூவரசமரங்களின்கிளைகளில்நின்றுவாலாட்டும் அணில்களைக்கூட குண்டுகள் மிச்சம் வைக்காது. நாம் இந்தத் துவக்கோடு நின்று சண்டை செய்து உதிரத்தை இழப்பது எங்களுக்காக இல்லை; எம் பிள்ளைகளுக்காக. அடிமையின் குழந்தை அருந்தும் தாய்ப்பாலும் செமிக்காது.

உருத்திரன் இவ்வாறு தொடர்ச்சியாகக் கதைப்பது எனக்கு ஆச்சரியமாக இருந்தது. பேருந்தில் ஏறி இருந்தும் அவனே கதைத்தான். நாம் இப்போது எந்தக் களமுனைக்குக் கொண்டுசெல்லப்படுவோம் என அவனுக்கு ஒரு தீர்மானம் இருந்தது. முகமாலைக்குத்தான் பெரும்பாலும் அனுப்பப்படுவோம் எனச் சொன்னான். முகாமிற்குள்

நுழைந்ததும், விடுமுறை முடித்துவந்திருந்த பெடியள் கதைத்துக்கொண்டிருந்தனர். நீண்ட நேரமாகியும் வராதவர்களின் பெயர்விவரங்கள் கோப்புக்களில் இருந்து எடுக்கப்பட்டு அவர்களின் வீட்டு முகவரிக்கு போராளிகள் அனுப்பப்பட்டார்கள். இரவாகியும் வராதவர்களின் எண்ணிக்கை பத்துக்கும் மேற்பட்டதாயிருந்தது. தேடிச்சென்ற போராளிகள்மட்டுமே முகாமிற்குத் திரும்பிவந்தார்கள். உருத்திரன் சொன்னதுவே இறுதியில் உண்மையானது. முகமாலைக் களமுனையில் தாக்குதலைச் செய்வதுதான் முதல் திட்டமென எங்களுக்கு அறிவிக்கப்பட்டது. வரை படத்தில் விளக்கமளித்துக்கொண்டிருந்த தாக்குதல் தளபதி இந்தக் களமுனையில் இருந்து சிங்களவனின் முன்னேறுகிற கனவை நாம் சுக்குநூறாகச் சிதைக்கவேண்டும். யாழ்ப்பாணத்தில் நின்று கொண்டு ஆனையிறவுக்குக் கால்விரிக்கும் இராணுவத்தின் கால்களை நமது கண்ணி வெடிகள் அறுக்குமென்றார். நாம் முகமாலைக்கு ஒரு துருப்புக்காவியில் ஏற்றிச்செல்லப்பட்டோம். தாக்குதல் அணி மூன்று பிரிவுகளாகப் பிரிக்கப்பட்டது. மூன்றுக்கும் ஒரு அணித்தலைவர் நியமிக்கப்பட்டார். முகமாலைக் களமுனையானது எல்லோர் நெஞ்சிலும் திகில் ஒழுகவை வைத்தது. துருப்புக்காவிக்குள் இருந்த சிலருக்கு இந்தப்பயணம் பரவசத்தைத் தந்தது. வான்மலர் பருத்திக்காட்டில் பறந்திடும் பஞ்சுபோல எனக்குள் பிம்பமாக அலைந்தாள். இந்தத் துருப்புக்காவி வாகனம் இப்படியே திரும்பி மன்னார் நோக்கிச் செல்லுகிறது என்று சொன்னால் போகும்வரை அதன் சக்கரமுமாவேன் என்றதும் விழுந்து சிரித்தான் உருத்திரன். வான்மலரின் பிரிவுக்குறிப்பு எனது சீருடைப் பொக்கேற்றுக்குள் இப்போதும் இருக்கிறது. அதனைத் திறந்து படியென்று மனம் சொல்கிறது. காதல் மறுக்கிறது. சூன்யம் பொதிந்த தாழியைத் தூக்கிச் சுமந்தவர்களைப் போல இந்தப் பிரிவுக்குறிப்பை ஏன் திறக்க அஞ்சுகிறாய்? உருத்திரன் கேட்டான். எல்லாவற்றுக்கும் பதில் தராத பகிரங்கம்தான் அன்பு. நான் எதுவும் கதைக்காமல் இருந்தேன்.

களமுனையில் நிறுத்தப்பட்டு இரண்டு நாட்கள் ஆகியிருந்தன. வடபோர்முனையின் கட்டளைத்தளபதியாக இருந்த கேணல் தீபன் எமது தாக்குதல் அணியோடு சிறிய சந்திப்பை நிகழ்த்தினார். இராணுவத்தின் முன்னேற்ற ஏற்பாடுகள் ஒரு

பாரிய படையெடுப்பை நோக்கமாகக் கொண்டிருப்பதாகவும் அதனை முறியடிப்பது அவசியமென்றும் சூளுரைத்தார். புதிய களமுனையில் ஐந்து நாட்கள் ஆகியிருந்தன. யுத்தம் ஒருகண அதிர்வில் விஷம்போல பரவிற்று. இராணுவத்தின் எறிகணைகள் நொங்குகுக் குழைகள். சன்னங்கள் உலோகச் சிறுவிரல்கள். எங்கள் திசை நோக்கிச் சரிந்தன பல்குழல் பீரங்கிக்குண்டுகள். சற்றுநிமிடங்களுக்கு முன்னர் நான் பார்த்த களமுனை உருமாறிற்று. கட்டளைகள் பிறந்தன. எங்கள் துவக்குகள் இயங்கின. கூவிவிழும் எறிகணைகள் போதாதென வான்வழியாய் ஒழுகி விழுந்தன ராட்சத குண்டுகள். நீண்ட நேரமாகியும் ஓரடிகூட முன்னேற முடியாத இராணுவம் சற்று இடைவேளைக்குத் திரும்பியது. களமுனை இப்போது ஜடம். அதன்மீது புகையும் குருதிகளும் எழும்புவதும் வடிவதுமாக இருந்தன. இருபதிற்கு மேற்பட்ட போராளிகள் வீரச்சாவு அடைந்திருந்தனர். உருத்திரன் எங்களுடைய அணியில் உள்ள ஒருவன் காயமடைந்ததாக வோக்கியில் அறிவித்தான். அவன் தப்புவது கடினமென்று சொல்லிமுடித்து மீண்டும் இருமிக்கொண்டு சொன்னான், அவனோடு சேர்த்து இருபத்து ஒன்று. இதுதான் யுத்தம் பிளக்கும் உள்ளங்களின் வார்த்தை.

அடுத்தநாள் இரவு எங்களுடைய அணியை ஒன்றுசேர்த்துத் தாக்குதல் ஒன்றைச் செய்வதாகத் திட்டமிடப்பட்டது. நாங்கள் அனைவரும் தயாரானோம். அன்றைக்கு அமாவாசை இரவைப் போன்ற இருள். நாம் தாக்குதலைத் தொடுத்தோம். இராணுவம் எதிர்பார்க்கவில்லை. அவர்களால் திடுமென தங்களை நிலைப்படுத்தி பதிலுக்குத் தாக்கமுடியாமல் போயிற்று. அவர்களுக்கு அருகில் ஊடுருவி நின்று பலமான தாக்குதலைச் செய்வோமென எண்ணியிருக்கமாட்டார்கள். பெயர் தெரியாத பட்சிகள் வீழ்ந்து மாய்கிற சித்திரம் மாதிரி என்ன ஆயுதங்கள் என்று கண்டுபிடிக்கவே முடியாதளவுக்கு அவர்கள் பதில் தாக்குதலை நிகழ்த்துவார்கள் என்று எதிர்பார்த்தோம். எங்கள் அணியிலிருந்த ஒரு முக்கியமான சண்டைக்காரன் சினைப்பரால் வீழ்த்தப்பட்டான். எமது இடத்தை இராணுவம் கண்டுபிடித்துவிட்டது. இனிக் கேட்பதெல்லாம் குண்டுகளின் எதிரொலி, அதன் மூலமோ எங்களின் குருதியிழப்பு என்று எனக்குத்தோன்றிற்று. தாக்குதல் நடந்தபடியிருந்தது. இராணுவத்தின் திசையிலிருந்து

இசைக்குறிப்பின் சீர்படுத்தப்படாத லயத்தோடு குண்டுகள் வரத்தொடங்கின. தரையிலிருந்து சமவெளியாக பெய்யும் உலோக மழை தொடங்கிற்று. கிட்டத்தட்ட அந்தத் தாக்குதலில் நாங்கள் ஐவரை இழந்திருந்தோம். அவர்களில் ஒருவன் காயமடைந்து வலி தாங்காமல் சயனைடைக் கடித்திருந்தான். மூன்று மணித்தியாலங்கள் நடந்த தொடரான இந்த நடவடிக்கையில் எமது தாக்குதல் அணிக்கு வெற்றி கிடைத்தது. முப்பதிற்கும் மேற்பட்ட இராணுவத்தின் உடல்களை நாம் கைப்பற்றியிருந்தோம். நிறைய ஆயுதங்களை மீட்டிருந்தோம். படையணிகள் மத்தியில் எங்களுடைய தாக்குதல் அணியின் பேர் பேசுபொருளாகியது. உருத்திரனுக்கு இந்த வெற்றி இன்னும் "தாவிப் பாய்" என்று உத்வேகம் அளித்தது.

ஒருமாதத்துக்குள் மூன்று தாக்குதல்களைச் செய்திருந்தோம். உருத்திரன் தனது விதைப்பையில் காயமடைந்திருந்தான். அவன் உயிர்தப்புவது சந்தேகமென்று அறியநேர்ந்தது. நான் அதிலிருந்து இரண்டு வாரங்களில் காயமடைந்திருந்தேன். அப்போது இயக்கம் அந்தக் களமுனையில் மிகவும் பலமாக இருந்த போதிலும் இராணுவம் அதனை விடவும் பலத்துடன் இருந்தது. நான் காயமடைந்து கிளிநொச்சி ஆசுப்பத்திரியில் அனுமதிக்கப்பட்டிருந்தேன். வான்மலர் பற்றிய தகவல்களை அறியவேண்டுமாற் போலிருந்தது. அங்கு காயப்பட்டு சிகிச்சைக்காக வந்திருக்கும் சில பெண்போராளிகளிடம் பேர் சொல்லி விசாரித்தேன். அவர்கள் யாருக்கும் அவளைத் தெரியாதிருந்தது. என்னுடைய நீக்கப்பட்ட வலதுகண்ணிலும் அவளின் பிம்பம் வண்டுகளைப் போல ஊர்ந்தன. சிலவாரங்கள் கழித்து உருத்திரன் நலமடைந்திருந்தான். அவனுக்கு தற்காலிக ஓய்வு அறிவிக்கப்பட்டிருந்தது. அவனோ களத்திற்குச் செல்லவேண்டுமென்று அடம்பிடித்தான். இருவரும் ஓரிருமாதங்களுக்குப் பிறகு களமுனையில் ஒன்றாகச் சந்தித்தோம். வான்மலரின் தொடர்பு கிடைத்ததா என்று அவனே கேட்டான். நான் தலையை அசைத்து "இல்லை" என்றேன். மன்னாரில் நடந்து முடிந்த உக்கிரமான மோதல்களில் இயக்கம் பின்னடைவைச் சந்தித்திருந்தது. நிறையப் பேரை இழந்துமிருந்தோம். பெரும்பாலும் பெண் போராளிகளின் வீரச்சாவு எண்ணிக்கைகள் அதிகமாயிருந்தன. அன்னியோன்யமான ஒருத்தியின் நினைவுகள் பளீரெனத் துலங்கும் சலனமானவன் நான். பிரிவு நெடுந்தூரம்

அலைக்களித்து நலிந்த சமரனின் சரீரத்தில் பசலையின் விரட்டல். நேருக்கு நேர் நின்று எதிரிகளோடு மோதுகிற உக்கிரங்களிலும் என்னைச் சுற்றிவளைப்புச் செய்திருப்பவள் வான்மலர். அவள் எழுதித் தந்த பிரிவுக்குறிப்பை வாசித்தால் என்னவென்று இப்போது எனக்குத் தோன்றியது. பறவையின் அலகிலிருந்து தவறிக்கடலில் விழுந்த விதையைப் போல அங்குமிங்கும் மிதந்து ஆடுகிறேன். நான் துளிர்ப்பதற்கு வான்மலர் எக்காலமும் ஓரொளி. களத்தில் நிறைய நாட்கள் அமைதி நிலைத்துநின்றது. நானும் உருத்திரனும் விடுமுறைக்காகக் காத்திருந்தோம். தரப்பட்ட ஐந்து நாட்களின் மூன்றாவது நாளில் மழையில் நனைந்தபடி இந்த வாய்க்கால் கரையோரம் நானும் அவனும் உணர்கொம்புகள் கொண்ட நத்தைகளைப்போல மண்ணில் கிடந்தோம்.

அன்றிரவு வான்மலர் வீரச்சாவடைந்த செய்தியைப் புலிகளின் குரல் வானொலியில் கேட்டேன். விடுமுறையின் நான்காவது நாள் காலையில் வான்மலரின் வீட்டிற்கு நானும் உருத்திரனும் சென்றிருந்தோம். உடலைப் பார்க்கமுடியாது பேழை சீல் செய்யப்பட்டிருந்தது. அதனை உடைத்து பிள்ளையின் முகத்தைப் பார்க்கவேண்டுமென்று வான்மலரின் தந்தை கங்கணமாய் நின்றார். அங்கிருந்த மகளிர் போராளிகள் அவரைச் சமாதானப்படுத்தினார்கள். கிளிநொச்சி துயிலுமில்லத்தில் அவளை விதைத்து இரண்டு வருடங்களில் யுத்தம் எங்களைப் புதைத்திருந்தது. அற்புதங்கள் நிகழ மறுத்த கடற்கரையில் அற்புதங்களின் பாடல்கள் தகர்ந்துபோயின. முள்ளிவாய்க்காலில் சரணடைந்த போராளிகளை ஒரு வாகனத்தில் அடைத்து ஏற்றிய அன்றைய காலைப்பொழுதில் எங்கள் கைகளில் விலங்குகள் இடப்பட்டன. பெண் போராளிகள் இன்னொரு வாகனத்தில் ஏற்றப்பட்டனர்.

அப்போது தான் வான்மலரைப் பார்த்தேன். இராணுவ உடையில் நின்று கொண்டு சரணடைந்த பெண்போராளிகளை விசாரித்தபடி நின்றாள். அவளின் மிதப்பான தோரணை தோற்றுவந்த எம்மிடம் இரக்கம் காட்டுவதாய்க்கூட இல்லை. சென்னையில் விமானம் தரையிறங்கியதும் தன்னுடைய இருக்கைப்பட்டியைக் கழற்றிக்கொண்டு இதுவரை நேரம் கதையைக் கேட்டவர் இப்படியொரு கேள்வியைக் கேட்டார். இயக்கம் வீரச்சாவு எண்டு கிளைம் பண்ணியிருக்கு. ஆனால்

அவள் ஆர்மியிட்ட உயிரோட பிடிபட்டு பிறகு சி.ஐ.டி. ஆகியிருக்கிறாள் அப்பிடித்தானே?

அவளின் பிரிவுக்குறிப்பு இப்போதும் என்னிடமே இருந்தது. நம்பமுடியாத ஒரு கணத்தின் மேன்மை சாம்பலாகிய இந்தவிடத்தில் இத்தனை வருடங்களுக்குப் பிறகு அதனைப் திறந்து படித்தேன்.

"என்னோடு வா, சில நேரங்களில் கூட நீ உறுதியாக இறந்துபோகமாட்டாய்" என்று எழுதப்பட்டிருந்தது. காலம் அதிர்ச்சியில் உறைந்தது.

## பதி

### 1

**கௌதாரிகளையும், மணிப்புறாக்களையும்** கவணால் வேட்டையாடுவான் தம்பி. உந்தச் சின்னச் சீவனுகள கொண்டு பாவத்த தேடாத என்பாள் அம்மா. மணிப்புறா இறைச்சியின் உருசைக்கு ஈடில்லை. தம்பியின் கவணை அவனைத் தவிர யாரும் தொடக்கூடாது. கவணுக்கு அணியும் கற்களைச் சேமித்து வைக்கும் ஷெல் பெட்டியையே யாரும் திறந்து பார்க்கக்கூடாது. தம்பியை அம்மா வேடுவன் என்றுதான் அழைப்பாள். அவன் கண்ணில்படும் ஓணான், அணில், பச்சைப் பாம்பென எல்லாவற்றையும் வித்தியாசம் பாராமல் கொன்றுபோட்டான். தம்பிக்கு அப்போது ஒன்பது வயதாகியிருந்தது. பள்ளிக்கூடம் போவதற்குச் சுணக்கப்பட்டான். காலையில் எழுந்தால் வயிற்றுவலியென சாட்டுச் சொல்லுவான். பின்னர் ஒரு ஊடுபார்த்து இப்ப சுகமெனக்கு என்று சொல்லிக்கொண்டு கவணை எடுத்து வலது தோள்பட்டையில் அணிவான். ஷெல்

பெட்டிக்குள்ளிருக்கும் கற்களைக் கால்சட்டைப் பைக்குள் போட்டுக்கொண்டு ஒரு திசையில் நடக்கத்தொடங்குவான். அவன் திரும்பிவருகையில் ஒன்றுக்கு மேற்பட்ட இரையோடு வருவான். "நீ பள்ளிக்கூடம் போகாமல் இருந்திருந்து காட்டு வாசியாய் ஆகப்போறாய் இருந்துபார்"அம்மா திட்டுவதைப் பொருட்படுத்தாமல் பறவைகளின் தோலையுரிப்பான்.

குழந்தைப் பருவத்திலேயே இழுப்பு நோயினால் பாதிக்கப் பட்டிருந்த தம்பியை அம்மா தண்டிப்பதேயில்லை. "இழுப்புக் காரன் அழக்கூடாது. மூச்சடக்கிப் போய்டும்" என்பாள். ஆனால் தம்பியின் குழப்படிகள் கூடிக்கொண்டே போயின. குளிப்பது கிடையாது. வியர்வை நாற பற்றைகளுக்குள்ளும் பாழடைந்த வீடுகளுக்குள்ளும் கவணோடு நடந்து திரிந்தான். அவனின் இரண்டு கண்களும் கவணின் இலக்கிலேயே இருந்தன. அவன் பசிகொண்ட குலத்தின் இறுதிக் குழந்தையைப் போல இரைக்காய் அலைகிறான் எனத் தோன்றும். ஒருநாள் இரண்டு மரஅணில்களோடு வீட்டிற்கு வந்தான். நான் முதன்முறையாக அன்றுதான் அவற்றினைப் பார்க்கிறேன். அவன் இரண்டு மரஅணில்களையும் தோலுரிக்க ஆயத்தமானான். பெரிய சட்டியை எடுத்துக்கொண்டு வீட்டின் பின்புறமாகப் போனான். அதன் இறைச்சி உருசை எனக்குப் பிடிக்கவில்லை. அவன் கொன்ற பாவத்தைத் தின்று போக்கும் தவிப்போடு வெளுத்து வாங்கிக்கொண்டிருந்தான்.

அன்றொரு நாள் இரவாகியும் தம்பியைக் காணவில்லை. அம்மா வீட்டின் படலையைப் பார்த்துக்கொண்டேயிருந்தாள். வீட்டிற்குள் எரிந்துகொண்டிருந்த லாம்பு வெளிச்சத்தில் பாடப்புத்தகங்களைப் படித்துக்கொண்டிருந்தேன். அம்மா வீதியால் செல்பவர்களிடம் தம்பியைக் கண்டீர்களா என்று விசாரித்துக்கொண்டிருந்தாள். இரவு ஒன்பது மணிக்கு மேலாகியது. தம்பியைக் காணவில்லை அம்மாவும் நானும் ஊரிலுள்ள ஒவ்வொரு வீட்டிலும் தேடிக்கொண்டு போனோம். பிறகு சனங்கள் ஒன்றுகூடி திசைதோறும் பிரிந்து தேடினர். தம்பியைக் கண்டுபிடித்து அதிகாலையில் வீட்டிற்குக் கொண்டுவந்தோம். அவனுக்கு சுயநினைவில்லை. ஆனால் தனது வலது கையில் கவணைப் பிடித்தபடியே இருந்தான். தேடிச்சென்ற ஒரு பிரிவினர் அவனைப் பனங்கூடலில் கண்டுபிடித்தனர். சிறிய பனையொன்றின்

கீழேயுள்ள செம்பாட்டு மண்மேட்டின் மீது அவன் உறைந்துபோயிருந்தானம். அவனுக்கருகில் சென்று அவனை அழைத்தபோதும் அவன் அசட்டை செய்யாமல் பனைமரத்தின் உச்சியையே பார்த்தபடியிருந்தானாம்.

அம்மா இரும்பைக் காய்ச்சி நீருக்குள் அமுங்கப்பண்ணினாள். அந்த நீரெடுத்து தம்பியின் முகத்தைக் கழுவினாள். அவனில் எந்த இயல்பும் திரும்பவில்லை. “பிள்ளையில ஏதோ கெட்டது தொத்திட்டுது” என பயந்த அம்மா கதறி அழத்தொடங்கினாள். தம்பியின் மேனியிலிருந்த சிறுகீறல் காயங்களில் ஊன் வழிவது மாதிரியிருந்தது. அப்போது அவன் இயல்பாக அசைந்தான். காயங்களில் இருந்து வழியும் திரவத்தை விரலினால் தொட்டு நக்கி நல்ல தேன் என்றான். அம்மா கூச்சலிட்டு அழுதாள். மரங்களை விட்டுப் பறவைகள் எழுந்து பறந்தன. அம்மா ஆறுதலற்று சித்தம் கலங்கி தம்பியின் முன்னே அமர்ந்திருந்தாள்.

விடிந்ததும் தம்பியைக் கண்டுபிடித்த பனங்கூடலுக்குச் சென்றேன். அவனிருந்த மண் மேட்டில் காலடித்தடங்களிருந்தன. சந்தேகப்படும் படியாக அங்கு எதுவுமில்லை. இரண்டு கவண் கற்கள் சிதறிக்கிடந்தன. நான் அந்தக் கற்களையெடுத்து கண்களுக்கு அருகில் கொண்டு வந்தேன். ஒரு கல்லினுள்ளே குருதிக்கடல் பொங்குவதைக் கண்டேன். அக்கல்லிலிருந்து கசியும் குருதியின் நறுமணம் பிசுக்கேறியிருந்தது. அச்சத்தில் சிறுநீர் பிரிந்து அப்படியே குந்தினேன். வானத்தின் அடிவயிறு என்னை அழுத்தியது. என்னைக் காப்பாற்றுங்கள் என்று கூக்குரல் எழுப்பினேன். வார்த்தைகள் அவிழ்ந்து உதிர்ந்தன. கல்லுக்குள் அலையெழுப்பும் குருதிக்கடலின் மீது சூரியன் நிமிர்வது மட்டும் தெரிந்தது. என் பாதங்களில் காட்டு மரங்களின் வேர்கள் படர்ந்தன. ஒரு பெண்ணின் கூந்தல் வாசத்தில் கொப்புகள் முளைத்தன. உச்சிக்கொப்பில் வண்ணத்துப்பூச்சியாய் ஆகியிருந்தேன். கைப்பிடித் தானியம் போல இரண்டு கற்களையும் சுமந்திருந்தேன்.

## 2

**அ**ந்தச் சம்பவத்திற்குப் பிறகு தேய்பிறை நாட்களில் மட்டும் தம்பியின் உடல் மெலிந்துவிடும். அவனை “ஒல்லித் தேரை”

என்று கூப்பிட்டால் ‘‘போங்கோடா பூழலி மக்களே’’ எனத் தூஷணை பொழிவான். கிளிப் பொந்திருக்கும் பனைமரங்களின் கீழே நின்றுகொண்டு அண்ணாந்து பார்த்துகொண்டே நிற்பான். வெயில் மழையென்று இல்லாமல் போயிற்று. ஷெல் பெட்டிக்குள் இருந்த கற்களை எடுத்துக்கொண்டு கவணோடு வெளிக்கிடத்தொடங்கினான். அம்மா அவனைப் போகவேண்டாமெனக் கையெடுத்துக் கும்பிட்டாள். தம்பி கடவுளைப் போல யார் கும்பிட்டும் கரைகிறவன் கிடையாது. அவனுக்குள் பறவைகளின் குரல்கள் கேட்கத் தொடங்கியதும் வீட்டை விட்டுப் பறந்துவிடுவான். அந்தக் கல்லின் மீது எனக்கொரு ஈர்ப்பு இருந்தது. அது என்னோடு கதைப்பதற்கு பாஷை பழகுகிறது என்று தோன்றியது. குருதிக்கல் எங்களைக் கைவிடாத ஒரு சக்தியென நம்பத்தொடங்கினேன். அதனால் குருதிக் கடல் பொங்கும் கல்லை பாவிக்காத கிணற்றின் முதல் படிக்கட்டில் மறைத்து வைத்தேன்.

அம்மாவுக்கு தம்பியின் நடத்தைகளில் கரவு வந்தது. அவனை நினைத்தழுதாள். அவனுக்குக் காவல் செய்து நூலொன்றைக் கட்டவேண்டும் இல்லையெனில் அவன்ர சீவனுக்கு கெட்டது நடந்துவிடுமென சொன்னாள். தம்பியைக் கூட்டிக்கொண்டு செல்ல முடியாததால் நானும் அம்மாவும் கிளிநொச்சியிலிருந்து அக்கராயன் குளத்திலுள்ள பேயாடி மணியத்தின் வீட்டிற்குச் சென்றோம். தம்பி கவணோடும் கற்களோடும் வெளிச்சம் சிதற நிழல் மிதித்து நடந்தான். வீடு தனித்திருந்தது. கிணற்றின் படிக்கட்டில் மறைத்து வைத்திருந்த குருதிக்கல் அசைந்து நீருக்குள் விழுந்துவிடுமென மனதுக்குள் இடிந்துவிழும் ஆகாயத்தை அள்ளியெறிய முடியாமல் தவித்தபடியிருந்தேன். அம்மா பேயாடி மணியத்தை முழுமையாக நம்பினாள்.

அக்கராயன் குளத்திலிருக்கும் பேயாடி மணியம் மந்திர சக்தியுடையவர். அவரோட மந்திரக்கட்டுக்கு அடங்காதது எதுவுமில்லை என்று அம்மா சொல்லிக்கொண்டிருந்தாள். நாங்கள் பேயாடி மணியத்தின் வீட்டிற்குள் நுழைந்த போது ஏற்கனவே நிறைய பேர் அங்கிருந்தனர், எங்களை வரவேற்ற படுகிழவனொருவர் ஓரிடத்தில் எங்களை அமரச் சொன்னார். சிலர் வந்தவேலையை முடித்துக் கொண்டு மிகவேகமாகவும் பதற்றமாகவும் அங்கிருந்து சென்றனர்.

அவர்களிடமிருந்து இழப்பின் சிறகடிப்பு கண்ணீரைத் தெறித்தது. பேயாடி மணியத்திற்கு முன்னால் நானும் அம்மாவும் அழைக்கப்பட்டோம். அங்கு எங்களைத் தவிர யாருமிருக்கவில்லை. பேயாடி மணியம் தனக்கு முன்னால் மிளாசி எரியும் கற்பூர நெருப்பில் தனது விரல்களை வாட்டிக் கொண்டிருந்தார். தம்பி சிலவேளைகளில் மணிப்புறாவை நெருப்பில் வாட்டுவது ஞாபகத்திற்கு வந்துபோனது. அம்மா நடந்தவற்றைச் சொல்லத் தொடங்கியிருந்தாள். பேயாடி மணியம் எல்லாவற்றையும் கேட்டு முடித்தார். பிறகு என்னைப் பார்த்துக் கேட்டார்.

"ஏன் தம்பியைக் கூட்டிக்கொண்டு வந்திருக்கலாமெல்லே?"

"அவன் வரமாட்டான். இப்பவும் கவணை எடுத்துக்கொண்டு வேட்டைக்கு வெளிக்கிட்டிருப்பான்."

"என்னத்த கூடவா அடிக்கிறான்?"

"அதுதான் மணிப்புறா... நல்ல உருசையாய் இருக்கும்."

"அதெல்லாம் சரி. அவன்ர மேலில இருந்து வந்தது உண்மையிலேயே தேனா? நீ நக்கிப் பார்த்திருக்க வேண்டியது தானே?"

"நக்கிப் பார்த்தனான். எங்கட செட்டிகாட்டு பொந்துத் தேனோட ருசி."

அம்மா அவரைப் பார்த்து "நீங்கள்தான் என்ர பிள்ளையைக் காப்பாற்ற வேணும்" என்று கையெடுத்துக் கும்பிட்டாள். பேயாடி மணியம் கற்பூர நெருப்பில் மீண்டும் விரல்களை வாட்டினார். கையில் இரண்டு மஞ்சள் நூலை எடுத்து நீறள்ளிப் பூசினார். பிறகு நிறைய வார்த்தைகளாலும் ஒலிகளாலும் அந்த நூலை எச்சில்படுத்தினார். நாங்கள் பேயாடி மணியத்தின் வீட்டிலிருந்து வெளியேறினோம். தம்பியின் வலது கையிலும் இடது கணுக்காலிலும் இரண்டு நூல்களையும் கட்டச்சொன்னார். அம்மா பயணத்தில் கேட்டாள்.

"பேயாடி மணியம் வீட்டில சனத்தைப் பார்த்தனியே, ஆரவை எண்டு விளங்குதோ?"

"எல்லாருக்கும் பிரச்சினை இருக்கும்தானே?"

95 ❋ அகரமுதல்வன்

"இவங்கள் சண்டைக்குப் பிடிச்சுக்கொண்டு போய்டுவாங்கள் எண்டு தங்கட பிள்ளையளை காட்டுக்குள்ள மறைச்சு வைச்சிருக்கிற சனம். காவலுக்கு வந்து போகுதுகள். இப்ப பேயாடி மணியத்துக்குத்தான் வன்னிக்குள்ள கிராக்கி. ஆனால் இயக்கம் இதைக் கேள்விப்பட்டுதோ அவ்வளவுதான் கதி" என்றாள் அம்மா.

"இயக்கத்திட்ட இருந்து பேயாடி மணியத்தைக் காப்பாற்ற அவருக்கொரு காவல் வேணுமே, அதை ஆர் செய்து குடுப்பினம்" என்று கேட்டேன். அம்மா உள்ளுக்குள் சிரித்தாள்.

தம்பி இரண்டு மணிப்புறாக்களை அடித்துவந்து நெருப்பில் சுட்டுத் தின்றுகொண்டிருந்தான். அம்மாவைப் பார்த்ததும் வந்து சாப்பிடு என்று கூப்பிட்டான். அம்மா காலைக்கழுவி முடித்து வீட்டிற்குள் நுழைந்தாள். நான் கிணற்றுப்படிக்கட்டில் வைத்த குருதிக்கல்லைப் பார்க்க ஓடோடிப் போனேன். கிணறு முழுக்க அதே மாதிரியான கற்கள் நிரம்பிக்கிடந்தன. குருதியின் நறுமணம் மேலேறிக்கொண்டிருந்தது. படிக்கட்டில் கிடந்த கல்லை எடுத்துக்கொண்டு வேறொரு இடத்திற்கு ஓடினேன்.

## *3*

**அ**ம்மா பலவந்தப்படுத்தி இரண்டு காவல் நூல்களையும் தம்பிக்குக் கட்டிவிட்டாள். அவனிலிருந்து வழியும் தேன் வாசம் வீசத்தொடங்கியிருந்தது. அம்மா ஒவ்வொரு நாளும் அவனது வலதுகையையும், இடது கணுக்காலையும் பார்த்தாள். நூலை அறுக்கக்கூடாதென சத்தியம் வாங்கிக்கொண்டாள். நான் கல்லைக்கொண்டு ஒரு பனைமரத்தின் கிளிப்பொந்தில் மறைத்து வைத்தேன். பேயாடி மணியத்திடம் இந்தக் கல்லின் கதையைச் சொல்ல மறந்துவிட்டது குறித்து என்னையே நொந்துகொண்டேன். பின்னர் இப்படியொரு விஷயத்தை எப்படிச் சொல்வது என சமாதானம் செய்துகொண்டேன். அம்மாவிற்குத் தெரியாமல் ஒருநாள் பேயாடி மணியத்தைப் பார்க்கப் போகவேண்டுமென நினைத்தேன். தம்பி வீட்டிற்குள் இருக்காமல் சுற்றிக்கொண்டே திரிந்தான். வாய்க்காலுக்கு அருகிலே உள்ள புல்மேடையில் சென்று படுத்துக்கொண்டான். அம்மா திடீரென ஒருநாள் தம்பியை அழைத்துக்கொண்டு

எங்கேயென்று சொல்லாமல் போய்வந்தாள். அதன்பிறகு அவனுக்கு அம்மாவின் மீது தாளாத கோபமிருந்தது. எரித்துப் பொசுக்கும் அவனின் பார்வையால் அம்மா நடுநடுங்கினாள். அம்மாவிடம் கேட்டேன்.

“எங்கையம்மா அவனைக் கூட்டிக்கொண்டு போனியள், அவன் இவ்வளவு கோபமாய் இருக்கிறான்.”

அம்மா பதில் சொல்ல மறுத்துவிட்டாள். தம்பியைக் கேட்டால் அவன் சொல்லப்போவதில்லை.

ஒருநாள் இரவு நித்திரையிலிருந்து கண்களை விழித்தவன் கவணை எடுத்துக்கொண்டு, எனக்குச் சேதி கிடைத்துவிட்டது. நான் வெளிக்கிடுகிறேன் என்று சொல்லிப் புறப்படத் தயாரானான்.

அம்மா அவனைக் கட்டியணைத்து அழுதாள். “ஏன் மோனே இப்பிடியெல்லாம் கதைக்கிறாய். உனக்கு என்ன நடந்தது? ஆர் உன்னில நிக்கிறது” என்று கேட்டாள். “நான் போகவேணும் என்னை விடுங்கோ” என்று தம்பி சொன்னான். அம்மாவின் அணைப்பை உதறிக்கொண்டு அவன் வீட்டின் படலையைத் திறந்து ஓடிப்போனான். அம்மா லாம்பைப் பிடித்துக் கொண்டு அவனின் பின்னால் ஓடிப்போனாள். ஊரெழுந்தது. அம்மாவின் கையில் கிடந்த லாம்பு அணைந்ததும் அம்மா பெருத்த வெளிச்சமாகி ஓடிக்கொண்டிருந்ததைக் கண்டேன்.

அம்மா... நில்லுங்கோ என்று கத்தியும் அவள் கேட்பதாயில்லை. தம்பியின் பின்னால் அம்மா ஓடிக்கொண்டிருந்தாள். “கல்லை மறைத்து வைத்திருக்கும் பனைமரத்திற்கு ஓடிப்போ. நீ மறைத்து வைத்திருக்கும் அந்தக் கல்லையெடுத்து உன் தம்பியிடம் குடு. அவனைக் காப்பாற்று” என்று எனக்குள் எழுந்த குரல் யாருடையது? என்னைப் பிளந்து பிய்த்தெறிந்தது.

இரவின் நித்திரை முறிகிறது. மூசும் காற்றில் காவோலைகள் வீழாத வருத்தத்தோடு சத்தமெழுப்புகின்றன. ஒரு உடும்பு பனையில் ஏறிக்கொண்டிருப்பதைப் பார்த்தேன். குருதிக்கல்லை எடுப்பதற்காக பனையில் ஏறத்தொடங்கினேன். நெஞ்சை வைத்து ஏறமுடியாதளவுக்கு பனை மேனி கொதித்தது. இருளின் நரம்பினில் நடுங்கியேறும் புழுவென என் கண்கள் குருடாகிப்போயின. ஒரேகணம் துயரின்

அதீதம் என்னைத் தன்னந்தனியே கைவிட்டது. பனையின் நடுவே பறந்து தடுமாறும் கிளியைப் போலிருந்தேன். விடிவதற்கு முன்னர் தட்டுத்தடுமாறி குருதிக்கல்லை எடுத்து இறங்கமுடியாமல் அப்படியே இருந்தேன். என்னைக் காணாது தேடிக்கொண்டிருந்த அம்மாவும் தம்பியும் ஊரவரும் காலையில் பனைமரத்தில் கண்டனர். அம்மா தலையிலடித்து அழுகிறாள் என்பதை உணர்ந்தேன். எனக்கு கண் தெரியாமல் போயிற்று. என்னைக் கீழே இறக்கிவிடுங்கள் என்று குரல் கொடுத்தேன். நான் பனையிலிருந்து இறங்கியதும் வீட்டிற்குக் கொண்டு செல்லப்பட்டேன். எனக்கு யாவும் அந்தகாரமாய் ஆயிற்று. அம்மா அழுதுகொண்டே கேட்டாள்.

"ஆர் தம்பி உன்னைக் கூட்டிக்கொண்டு போனது? இரவு என்னோட தானே படுத்திருந்தனி எப்பிடி எழும்பிப் போனி?"

"அம்மா நான் எங்க போனான். தம்பி கவணை எடுத்துக் கொண்டு போறான். அதுக்குப் பிறகு நீங்கள் லாம்பைத் தூக்கிக்கொண்டு ஓடினியள். உங்களுக்கு ஞாபகமில்லையே?"

"உனக்கென்னப்பன் விசரே! தம்பியும் நானும் பிள்ளையைப் காணேல்லயெண்டு தேடிக்கொண்டிருக்கிறம். நீ என்ன இப்பிடிச் சொல்லுறாய்?"

அம்மாவைக் கட்டியணைத்தேன். அவள் மேனி பனைபோலக் கொதித்தது. என்னுடைய தலையைத் தடவிக்கொண்டு ஏதோ எங்களைப் போட்டு அலைக்கழிக்குது என்றாள். தம்பி கவணை எடுத்துக்கொண்டு படலையைத் திறந்து வேட்டைக்குப் போகிறான். கல்லில் கசியும் குருதியின் ஈரலிப்பை உணர்ந்து அதனைத் தொடுகிறேன். கையில் குருதி படுகிறது. அதனால் கண்களைக் கசக்கினேன். வெளிச்சம் ஒரு சொல்லைப்போல கண்களில் விரிந்தது.

"எனக்குப் பழையபடி கண் தெரியுது" எனக் குரல் எழுப்பினேன். தம்பி இரண்டு மணிப்புறாக்களை இரையாக்கி வீட்டிற்குத் திரும்பிக்கொண்டிருந்தான்.

## 4

**நா**ன் இந்தக் குருதிக்கல்லை யாரிடமும் காட்ட விரும்ப வில்லை. ஆனால் அதனைத் தூக்கி வீச விரும்பினேன்.

இந்தக் கல்லினால் தான் இவ்வளவு துயரமும் நேர்கிறதென நினைத்தேன். கல்லை மறைத்து வைத்திருக்கும் இறங்குப் பெட்டியைத் திறந்தேன். அதனை எடுத்து கடலில் வீசிவிடத் துணிந்தேன். குருதிக்கல் எந்த இரத்தக்கசிவுமற்று இருந்ததைத் தடவிப்பார்த்தேன். ஆச்சரியமாக இருந்தது. நான் கையினில் ஏந்தினேன். கல்லில் குருதிக் கடல் பொங்கி இரைகிறது. பிசுக்கேறிய குருதியின் நறுமணம் நுரைத்தது. வீட்டிற்குள் நுழைந்த தம்பி எனது கையிலிருக்கும் கல்லைப் பார்த்ததும் "என்ர கவண் கல்லை ஏன் எடுத்தனி" என்று கேட்டான். என்னால் எதுவும் சமாளிக்கமுடியவில்லை. இது கவண் கல்லில்லை; குருதிக்கல் என்றேன். அவன் அந்தக் கல்லைப் பறித்துக்கொண்ட தனது கவணோடு வீட்டை விட்டு மூர்க்கம் தள்ளிய வேகத்தோடு வெளியேறினான். அவனோடும் சத்தம் என்னுடைய செவிகளுக்கு துர் ஒலியைத் தந்தது.

மீண்டும் அம்மாவும் நானும் தம்பியைத் தேடத்தொடங்கினோம். அவனைக் காணாது அம்மா துடியாய்த் துடித்தாள். கிராமத்துச் சனமும் காடுகளுக்குள் தேடிக்களைத்தனர். குருதிக்கல்லோடு வெளியேறிய தம்பியை எங்கெல்லாமோ தேடித்தேய்ந்தோம். நாட்கள் ஓடின. அவனைக் காணவில்லை. பேயாடி மணியத்திடம் கேட்டால், "அவன் ஒரு யுகத்தின் கல்லோடு ஆழிக்குள் இறங்கிவிட்டான். என்றோவொரு நாள் பேரலையைப் போல எழுந்து வருவான்" என்றார். அம்மாவுக்கு சித்தம் பிசகிவிட்டது. பேயாடி மணியம் சொல்லும் 'யுகத்தின் கல்' என்றால் என்ன மோனே என்று அம்மா அழுதபடி கேட்டாள்.

யாதுமாகி நின்ற போர்க்காளியின் முன்னால் நழுவிப்போன 'எங்கள் விடுதலை' என்றேன்.

கடைசி அலை ஓயக் காத்திருக்கும் மாளாத் தவிப்போடு அம்மா சொல்லத் தொடங்கினாள் "யுகத்தின் கல் எனப் படுவது எங்கள் விடுதலை." "யுகத்தின் கல் எனப்படுவது எங்கள் விடுதலை."

## உப செய்தி

தம்பி... தம்பி என்று அவனை அழைத்த எனது குரல் இந்து சமுத்திரத்தினுள்ளே ஊடுருவி எதிரொலிக்கிறது. தம்பியின்

கவணும் ஷெல் பெட்டியிலிருந்த கற்களும் படகொன்றின் அருகே தனிமையிலிருக்கின்றன. காலம் பற்றி எரிகிறது. மல்லாந்து கிடக்கிறது நிலம். அதன் சடலத்தில் "யுகத்தின் கல் எனப்படுவது எங்கள் விடுதலை" என்றெழுதிய தம்பியின் கையெழுத்தில் சீழ் கோத்திருந்தது.

# பிலாக்கணம் பூக்கும் தாழி

அ

“பிலா இலை ஆச்சிக்குத் தலைமுழுக்க பேன், ஆனா பார்க்க விடுகுதில்லையண்ணே” என்று கோள்மூட்டிக்கொண்டிருந்தாள் மாலா. அப்பா சுருட்டின் அடிப்பக்கத்தை எச்சிலால் பதப்படுத்தியபடி “ஏனணை அவளைப் பேன் பாக்கவிடன், அது தலைமுழுக்க பெருகிப்புழுத்தால் பிறகு மலத்தியோன் வைச்சுத்தான் முழுகவேண்டிவரும்” ஆச்சியின் கொட்டிலுக்குக் கேட்குமளவிற்குக் குரல் கொடுத்தார்.

“உந்தக் கொண்டோடி வேசய இஞ்ச வரச் சொல்லு” என்று ஆச்சி கத்தினாள். “என்ன சொல்லுங்கோ” என்று இருந்தவிடத்திலிருந்து பதிலுக்குக் கேட்ட மாலாவைப் பொருட் படுத்தாமல் ஓலைப்பெட்டியில் இருந்த குறைச்சுருட்டை எடுத்துமூட்டினாள் ஆச்சி. வாங்கின் அடியில் கிடந்த மூத்திரவாளியின் வீச்சத்தைத் தணிக்கும் வகையில் சுருட்டின் வாசம் கமழ்ந்து அலைந்தது. ஆச்சி செருமி முடித்து மீண்டும் புகைத்தாள். அப்பா

சுருட்டைப் பாதியில் காணுமென்று நூத்துவிட்டு தன்னுடைய போணியில் பத்திரப்படுத்தினார். மாலாவிற்கு அப்பா நூறுரூபாய் காசைக்கொடுத்து இதை வைத்துக்கொள் என்றார். அவளுக்கு மறுப்பதற்கு மனமுமில்லை இடமுமில்லை. வாங்கினாள். அப்பா சைக்கிளை எடுத்து தோட்டம் நோக்கி உழக்கலானார்.

மாலா என்னுடைய உடுப்புக்களையும் அப்பாவின் உடுப்புக் களையும் தோய்ப்பதற்கு எடுத்துக்கொண்டு கிணற்றடி நோக்கி நடக்கலானாள். பிலா இலை ஆச்சியின் கொட்டிலைத் தாண்டுகையில் சுருட்டும் மூத்திரமும் கலந்தெழுந்து வயிற்றைக் குமட்டியது.

"ஆச்சி இரன, உடுப்புத்தோய்ச்சுப் போட்டு வாறன்" என்று சொல்லியபடி அந்தக் குமட்டலை பாய்ந்து கடந்தாள்.

"கொண்டோடி வேசை என்ர தலையில இருக்கிற பேன் உன்ர கவட்டுமயிரிலா ஊரப்போகுது" கோபம் தழல்விட ஆச்சி கேட்டாள். மாலா பதிலுக்கு "ஓமணை ஆச்சி, இவர் வேற தங்குவேலைக்குப் போயிட்டார், அப்பிடி எதுவும் நடந்தால் நான் ஆர வைச்சு பேன்பார்க்க ஏலும் சொல்லுங்கோ" என்று அந்தரங்கமாய்த் தொனித்தாள். இலை ஆச்சியும் மாலாவும் இப்படித்தான் வாக்குவாதப்படுவார்கள். பயன்படுத்தும் வசவுகளும் பதில்களும் கனிந்து பகிடியாய் எஞ்சி இருவருக்குள்ளும் அன்பாய் விரிந்தெழும்.

"மோளே மாலா, நீ என்னைக் கோபிக்கப்பிடாது, உன்னுடைய கையில மீன்வெடுக்கு அடிக்குது, சாப்பாட்டுக் கோப்பையை இதில வைச்சிட்டு, அந்த மஞ்சள் கட்டி சவுக்காரத்தப் போட்டுக் கழுவு. இல்லாட்டி நீ தீத்துகிற இந்தச் சாப்பாடும் குமட்டி சத்தி வரும்."

"ஆச்சி இண்டைக்கு என்ர வீட்டில மரக்கறிதான் சமைச்சனான். உங்களுக்கு மனப்பிரமை. எப்ப பார்த்தாலும் மீன் வாங்கிக்காய்ச்ச என்ர புருஷன் என்ன அரசாங்க உத்தியோகமோ?"

மாலா சன்லையிட் சவுக்காரத்தை எடுத்துக் கையைக்கழுவுவாள். ஆச்சியின் மூக்கிலேய இரண்டு கையையும் வைத்து இப்ப மீன் மணக்குதோ, மான் மணக்குதோ என்று கேட்பாள்.

ஆச்சி எதுவும் சொல்லாமல் சோற்றுக் குழையலுக்காய் ஆவென்று வாயைத் திறப்பாள். சாப்பாடு முடித்ததும் ஒரு சுருட்டு. அதைப் புகைத்து முடித்தால் கனாச்சுரக்கும் நித்திரைச் சுழல் ஆச்சியைத் தாக்கும். பரிதாபகரமான இரையைப் போல பகல் நித்திரைக்குத் தன்னை ஒப்புக்கொடுப்பாள். நித்திரையிலிருக்கும் ஆச்சிக்குப் பேன் பார்க்கத்தொடங்குவாள் மாலா. அவ்வளவும் மொளியன் பேன். தன் இரண்டு பெருவிரல் நகங்களும் இரத்தப் பசைமேடாகும் வரை மாலா பேன் பார்ப்பாள். ஆச்சி செருமிக்கொண்டு நெஞ்சைத்தடவிப் புரண்டு படுப்பாள். மாலா தனது பாவாடையை உதறி சட்டையைத் தட்டிக்கொண்டு ஆச்சியின் கொட்டிலை விட்டு வெளியேறுவாள். தனது வீட்டிற்குப் போய் குளித்து முடித்துவிட்டு கூந்தலை ஈர்கோலி கொண்டு இழுத்து நெரிப்பாள். ஈர்க்கும்பல் பொரிந்து வெடிக்கும். வேப்பிலையையும் கருவேப்பிலையையும் மஞ்சளோடு அரைத்து அவசரகதியில் தலையில் பூசுவாள்.

ஆ

அப்பா கொஞ்சம் வெள்ளனவே வீட்டிற்கு வந்தார். மனித ரத்தம் உறிஞ்சும் நுளம்புகள் பறந்தபடியிருந்தன. ஆச்சி பின்னுக்கு எழும்பி மெல்ல நடமாடிக்கொண்டிருந்தாள். அப்பாவிற்கு இரவுச்சாப்பாட்டைப் பரிமாறும் பொறுப்பு எனக்கிருந்தது. குளித்துமுடித்து நேராகக் குசினிக்குள் நுழைவதைக் கண்டேன். வெளியே கிடந்த அப்பாவின் கோப்பையைக் கழுவிக்கொண்டு குசினிக்குள் போனேன். பெரிய பலகைக் கட்டையில் ஈரச்சாறத்தோடு அமர்ந்திருந்தார். மூடிக்கிடந்த பெரியசட்டியைத் திறந்து புட்டை அள்ளிப் போட்டேன். நான்காவது அகப்பை விழுந்ததும் "காணும்... காணும்" என்றார். கடலைக்குழம்பும் நொச்சி மிளகாய்ச் சம்பலும் சேலன் மாங்காய்ச் சொதியும் இருந்தது. அப்பாவிற்கு அளவளவாகப் பரிமாறினேன். அப்பா காணும் என்று சொன்னதும் எல்லாவற்றையும் எடுத்து வைத்தேன். அப்பா சாப்பிட்டு முடித்து வாயைக்கொப்பளித்து குசினிக்கு இடப்பக்கமாக இருக்கும் வேலியடியில் துப்புவது கேட்டது. பின்னர் குடத்தைச் சரித்து தண்ணீர் நிரப்பி மூன்று செம்பு தண்ணீர் குடிப்பார். அதுமுடிந்ததும் சாய்மனைக்

கதிரையில் இருந்து சுருட்டைப் பத்தவைத்து இழுத்து ஊதியபடி மகத்தான மனிதத்தோரணையில் வானத்திலுள்ள நட்சத்திரங்களைப் பார்த்துக்கொண்டிருப்பார். அப்போது அவரின் முகத்தில் வடிவு பொலிவதைக் காண்பேன். "உன்ர கொப்பன் மிடுக்கான ஆளல்லோ" என்று எனக்குள்ளே நான் பெருமை பொங்கி வழிவேன். அப்பா அப்படியே கதிரையிலேயே படுத்துவிடுவார். அதிலொரு உறக்கம் கண்டு மூத்திரத்திற்கு விழிப்புற்று பின்னர் வீட்டிற்குள் நுழைந்து பாயில் படுப்பார்.

தொள தொளப்பான சட்டையணிந்த ஒரு வயோதிகனைப் போல இரவு இறுகி அசைய, பிலா இலை ஆச்சி உறக்கமில்லாது வாங்கில் முழித்திருந்தாள். திடீரென கூரையில் செருகப்பட்டிருந்த பிலா இலைக்கம்பியை எடுத்துக்கொண்டு கொட்டில் முற்றத்தில் இறங்கினாள். நடுங்கும் கைகளும் பொருக்கடைந்து சுருங்கிய சரீரத்தோடும் வானத்தைப் பார்த்துக்கொண்டே பிலா இலைகளை மிகவேகமாகக் குத்தத்தொடங்கினாள். தொள தொளப்பான சட்டையணிந்த ஒரு வயோதிகன் பூமியை விட்டு அகலும் நொடிவரைக்கும் அவள் குத்திக்கொண்டே நின்றாள். முற்றமெங்கும் பிலாக்கம்பியின் கூர்த்தடம். ஆச்சியின் கால்தடம்.

அப்பா எழுந்ததும் உமிக்கரியை வாயில் போட்டுப் பல்லை விளக்கியபடி கிணத்தடிக்குப் போகையில் இரண்டு தடங்களையும் கண்டார். கொட்டிலை எட்டிப்பார்த்தார். ஆச்சி சுருட்டு குடித்துக்கொண்டிருந்தாள். நிலமிறங்கிய பிலாக்கம்பி கூரையில் செருகப்பட்டிருந்தது. கூர்முனையில் மண். அப்பா பல்லைத்தீட்டி கிணற்றுப்பாத்தியில் நான்குதரம் துப்பிக் குளித்துமுடித்தார். எழும்படா நித்திரை காணுமென்று என்னை வந்து தட்டியெழுப்பினார். ஆச்சியின் கொட்டில் முற்றத்தில் அத்தனை சிறுபொட்டுக் குழிகள் கண்டேன். அவ்வளவு வடிவாக இருந்தது. பிரக்ஞையற்ற அகமனத்தின் மேய்ச்சல் போலிருந்தது. ஆச்சியை எட்டிப்பார்த்தேன். அவள் வாங்கில் நீட்டி நிமிர்ந்து படுத்துக்கிடந்தாள். அவளின் இரண்டு பாதங்களிலும் மண் ஒட்டிக்கிடந்தது. இன்னும் கொஞ்சம் பக்கமாகப் போய் நின்று பார்த்தேன். இந்த நொடியில் அரும்பிய பிலா இலை போலிருந்தது அவளின் முகப்பசுமை.

எங்களுடைய சொந்தக்கிராமத்தில் ஆச்சிக்கிருந்த நான்கு ஏக்கர் காணியில் பிலாமரங்கள் நிறைந்திருந்தன. “பிலாவளவுக்காரர்” என்றால் அறியாதார் இல்லை. நான் சின்னஞ்சிறு குழந்தையாக இருந்த நாளொன்றில் அங்கிருந்து இடம்பெயர்ந்து இந்தவூருக்கு வந்தே சரியாக இருபத்து நான்கு ஆண்டுகள் ஆகிவிட்டன. அம்மா மலேரியா காய்ச்சலினால் உயிரிழந்திருக்கிறாள். அப்போது எனக்கு ஒருவயதுகூட பூர்த்தியாகவில்லையாம். அம்மா எனும் பொருண்மை அருவவுணர்வெனக்கு. ஆச்சிதான் எல்லாமுமாக இருந்தாள். ஆனால் அவளுக்கு இந்தக்கிராமத்தோடு ஒன்றமுடியாதிருந்தது. சகிக்கமுடியாதிருந்தாள். எத்தனை வருஷமானாலும் பிலாவளவு கிணற்றில் தண்ணி அள்ளிக் குடிச்சால்தான் களைதீருமென்று மந்திரமாய்ச் சொல்லிக்கொள்வாள்.

ஆனால் ஆச்சியின் சொந்தக்கிராமத்தின் தலைவாசலில் “இந்த நிலம் இராணுவத்திற்குச் சொந்தமானது” என்ற அறிவிப்புப்பலகை கால்நூற்றாண்டாகத் தொங்குகிறது. “என்ர இராசா நான் இஞ்சனேக்கே செத்துப்போனால் என்னை எரிச்சு கடலில காடாத்தாத, அந்தச் சாம்பலைக்கொண்டு என்ர பிலாவளவுக்குள்ள ஒரு கிடங்குவெட்டி தாக்கவேணும். அப்பதான் என்ர ஆத்மாவுக்குக் களைப்பு அடங்கும். விளங்குதே மோனே” என்பாள் ஆச்சி. அப்போது அவளின் கண்களில் தவிப்பின் உக்கிரம் மிழங்கும்.

“ஓமண, ஓமண ஆமிக்காரன் காணிகளை விட்டுப்போனால் முதல்வேலையாய் உன்ர சாம்பலைக்கொண்டே பிலா வளவுக்குள்ள புதைப்பன் நீ யோசியாத” என்பேன்.

ஆச்சியின் உடலுக்குள் இருந்து கண்ணீரின் பெருக்கு நிகழும். அவள் என்னுடைய கன்னங்களை அளைந்து நெற்றியால் முட்டிக் கொஞ்சுவாள். அவளின் உள்ளங்கைகளில் குளிர்மையாக வலுத்துநிற்கும் திகைப்பு ரேகைகளாக ஓடிக் கொண்டிருந்தது.

இ

**பி**லா இலை ஆச்சிக்கு மாறாட்டம் கூடிப்போயிற்று. தலையில் புழுத்து உடம்பில் பேன் விழுந்தது. இரவும் பகலும் கொட்டில் முற்றத்தில் பிலாக்கம்பியை வைத்துக் குத்தினாள். வேம்படி

பரியாரியிடம் மருந்து வாங்கி வந்து மாலாவிடம் அப்பா கொடுத்தார். சாப்பாட்டில் கலந்து கொடுத்தும் ஆச்சியை உறக்கம் தொடவில்லை. மாலாவைப் பார்த்து, "சின்னக்கிளி வாடி, எப்பிடி சுகமென்று கேட்டாள். "நான் சின்னக்கிளி இல்லெ, பெரிய கிளி"யென மாலா சிரித்தபடி சொன்னாள். சின்னக்கிளி யாரென்று அப்பாவுக்கும் தெரியவில்லை. ஆச்சிக்கு எந்த வைத்தியமும் கேட்கவில்லை. அவள் பிலாக்கம்பியோடு ஓயாமல் நடந்துகொண்டே இருந்தாள். பகலுக்குள் நடந்தாள். இரவுக்குள் நடந்தாள். அவளின் சொந்தக்கிராமத்தை நோக்கிக் கற்பனையில் நடந்தாள்.

ஆனால் மாலா ஆச்சியை தூக்கிக்கொண்டு போய் கிணற் றடியில் இருத்திவைத்து முழுகவார்ப்பாள். கையாலாகாத குழந்தை திமிறி அழுவதைப் போல ஆச்சி அழுவாள். "இந்தா முடிஞ்சுது, இந்தா முடிஞ்சுது" என்று சொல்லி ஆற்றுப்படுத்துவாள். உடைமாற்றி, தலைதுடைத்து ஆச்சிக்குச் சோறு தீத்திவிடுவாள்.

"சின்னக்கிளி நீ சாப்பிடு, நான் திடகாத்திரமாய்தான் இருக்கிறேன். நீ சாப்பிடு."

"ஓமண நான் சாப்பிட்டேன். நீங்கள் சாப்பிடுங்கோ" மாலா சொல்லுவாள்.

ஆச்சி விசுக்கென எழுந்து கூரையில் செருகப்பட்டிருக்கும் பிலாக்கம்பியை எடுத்து முற்றத்துக்கு ஓடிப்போய் குத்தத் தொடங்குவாள். மாலா சோற்றுக்கோப்பையோடு அவள் பின்னே ஓடிவந்து ஆச்சி இந்த வாயை மட்டும் வாங்குங்கோ என்று இரந்து கேட்பாள். ஆச்சிக்கு எதுவும் கேட்காது.

மாலாவின் புருஷன் பத்துநாட்கள் கழித்து வீட்டிற்குத் திரும்பியிருந்தான். அன்றைக்கிரவு தன்னுடைய இரண்டு குழந்தைகளையும் நுளம்பு வலைக்குள் நித்திரையாக்கிவிட்டு வீட்டின் முன்னே நின்ற பாலைமரத்தின் கீழே போய்க் கிடந்தாள். புருஷன் குளத்தில் குளித்துவிட்டு அப்போதுதான் வந்தான். பிள்ளைகள் எழும்பிவிடாதபடி அரவம் எழுப்பாது சாப்பாடு பரிமாறினாள்.

இரவின் கன்னம் உப்பியிருந்தது. வீசுங்காற்றில் ஈரச்செதில் களோடு தாபம் நீந்தின. மாலாவின் அதரங்கள் கனிந்து

தொங்கின. புருஷன் வெளவால். அவனுக்குக் கிளை தோறும் அசையும் கனிகள். உடல்களின் குறுணிச்சப்தம். மாலாவின் கண்கள் மடலுக்குள் போயின. ஓங்கியெழுந்த வேகம். இனிப்பு, துவர்ப்பு, புளிப்பெனும் உருசைகளின் அணிவகுப்பு. மாலா பாலைமரத்தின் நுனிக்கொம்பு உச்சியிலிருந்து சிறகடித்து எழுகையில் புருஷன் அசையாமல் கிடந்தான். வேர்வையின் வாசத்தை இரவின் போர்வையால் மூடிக்கொண்டாள். புருஷன் மூச்சு இயல்புக்கு வந்தது. கனிந்தவை களைப்புற்று மின்னின. அவனுக்குக் காணாது போலும். இருள்வெளியில் அவனுடல் தீயுருவாய்க் கனன்றது. ஆனால் மாலா எழுந்து குடத்துநீரால் உடல் கழுவினாள்.

"நாளைக்கு காலம வெள்ளென போகவேணும். ஆச்சியை பரியாரியார் பார்க்க வாறார்."

"ஏன், ஆச்சிக்கு என்ன நடந்தது? நல்லாய்த்தானே இருந்தவா?"

"ஓமோம் ஆனால் இப்ப கொஞ்சம் மாறாட்டம், நித்திரை யில்லை, கோபமும் பிடிவாதமும் கூடிப்போயிற்று. பாவம். தலைமுழுக்க பேன் வேற."

"பார்த்து, உனக்கும் பேன் தொத்தப்போகுது."

"மாலாவிற்கு ஆச்சி அன்றைக்கு ஏசியது ஞாபகத்தில் வந்ததும், சிரித்துக்கொண்டு "ஏன், இப்ப எங்கையாவது பேனைக் கண்டனியளா" என்று கேட்டாள்.

அவளின் அந்தரங்க முகப்பாத்தி புருஷனுக்கு விளங்கவில்லை. எழும்பிப் போய் குடத்துநீரை எடுத்து உடல் கழுவினான். நீரில் இரவு தளும்பியது.

ஈ

**வே**ம்படிப் பரியாரியார் ஆச்சியைப்பார்த்துக் கதைத்துவிட்டு சில மருந்து உருண்டைகளைத் தந்தார். அப்பாவும் நானும் மாலாவும் அவர் சொல்லுவதைக் கேட்டுக்கொண்டோம். மாறாட்டமும் மனப்பிறழ்வும் சரியாகிவிடுமென்று நாங்கள் நம்பினோம். ஆனால் எதுவும் மாறவில்லை. ஆச்சிக்கு பேன்கூடி தலையை ஒட்ட வெட்டத் தீர்மானித்தோம்.

அப்பாவின் துணையோடு மாலா வெட்டினாள். அப்போது ஆச்சி தன்னுடைய உலர்ந்த கன்னங்களில் கண்ணீர் சொரிந்தபடி சொன்னாள்.

"மோளே சின்னக்கிளி. நான் இஞ்சனேக்க செத்துப்போனால் என்ர சாம்பலை எடுத்து இஞ்ச காடாத்த வேண்டாம். என்ர சொந்த வளவில புதையுங்கோ."

"ஓமண ஓமண, அதுக்கு உன்ர சின்னக்கிளி ஆகிய நான் பொறுப்பு" என்றாள் மாலா.

"சின்னக்கிளி என்னை நீ ஏமாத்தக்கூடாது, இரட்டைக் கேணி அம்மன் மேல சத்தியம் பண்ணு."

"இரட்டைக்கேணி அம்மன் மேல சத்தியம், உங்கட சாம்பல எத்தினை காலம் சென்றாலும் பிலாவளவுக்கு தாழ்ப்பம், காணுமே" ஆச்சியை எழுப்பிக்கொண்டு கிணற்றடிக்குப் போய் தோயவாத்தாள். நீர் முழுக்க பேன் நீச்சல்.

உ

ஒருநாள் நடுச்சாமத்தில் மாலாவின் வீட்டிற்குள்ளிருந்து அலறல் சத்தம் கேட்டது. ஊரே போர்வையோடு அச்சத்துடன் ஓடிவந்து மாலாவின் வீட்டின் முன்னால் கூடிநின்றது. ஆச்சி கொட்டிலுக்கு முன் பிலாக்கம்பியோடு நடமாடிக்கொண்டிருந்தாள். அப்பா மாலாவின் வீட்டிற்குப் போய்வந்தார். என்ன ஆயிற்று என்று கேட்டதும் ஆச்சி சாவதைப்போலக் கனவு கண்டிருக்கிறாள். கனவிலேயே பயந்துபோய் அழுத்திருக்கிறாள் என்றார். காலையில் மாலா வந்ததும் கனவுகுறித்துக் கேட்கவேண்டுமென நினைத்துக் கொண்டேன். அப்பா தோட்டத்திற்குப் போக ஆயத்தமானார். மாலா பாத்திரங்களைக் கழுவிக்கொண்டிருந்தாள். உங்கட கனவும் கத்தலும்தான் இண்டைக்கு தலைப்புச் செய்தி. மாலா சிரித்துக்கொண்டு என்னைப் பார்த்து "ஆச்சி செத்துப்போற மாதிரி கனவு."

"அதுக்கு ஏன் இப்பிடி கதறினியள்?"

"ஆச்சியோட உடம்பு சவப்பெட்டிக்குள்ள இருக்கு. இரண்டு கால் பெருவிரலும் வேட்டித்துணியால கட்டிக்கிடக்கு.

ஆனா ஆச்சியோட அடிவயிற்றில இருந்து ஒரு சின்னஞ்சிறு பிலாச்செடி புழுவைப் போல எழும்பி வருகுது” என்றாள்.

கேட்டுக்கொண்டிருந்த எனக்கு உடம்பெல்லாம் புல்லரித்து விட்டது போலும். நடுங்கி நின்றேன். ஆச்சி தன்னுடைய கொட்டிலுக்கு முன்னால் நடந்துகொண்டிருப்பது தெரிந்தது. அவளின் கையில் பிலாக்கம்பி மின்னிக்கொண்டிருந்தது.

மாலா மதியச்சாப்பாட்டை ஆச்சிக்குத் தீத்திவிடுவதற்காகக் கொட்டிலுக்குள் நுழைந்தாள். ஆச்சி கொஞ்சம் நாட்டம் காட்டினாள். மாலாவிற்கு அந்தக் கொட்டிலுக்குள் ஆயிரம் பிலாச்செடிகள் நிற்பதைப் போன்ற தோற்ற மயக்கம்.

ஆச்சி ஒருபிடி குழையலை விழுங்கிமுடித்துக் கேட்டாள்.

”மோளே மாலா, உன்னுடைய கனவில் செத்துப்போன என்னை எரித்துமுடித்து சாம்பலைக் காடாத்தாமல் வைத்திருக்கிறார்களா, அல்லது கடலில் எறிந்தார்களா?”

மாலா பயந்தடித்து வெளியே ஓடிவந்தாள். அந்தக்கொட்டிலைத் திரும்பிப்பார்த்தாள். எல்லாமே பிலா இலைகள்.

ஆச்சி கொஞ்சம் பெலத்தாகக் குரல்கொடுத்தாள். “அடி வேசை இஞ்ச வாடி, நான் என்ன பேயோ... பிசாசோ... என்னைக் கண்டு ஓடுறாய்.”

மாலா மீண்டும் அந்தக் கொட்டிலுக்குப் போகவில்லை. அவளின் கால்களில் சூடு கோடாகி இறங்கியது. அப்படியொரு நாற்றம் மூத்திரமாய் கழன்றது. அவள் தன்னுடைய வீட்டிற்குப் போய் அணிந்திருந்த ஆடைகளை அவிழ்த்தாள். அவளின் வெள்ளைநிற உள்ளாடையில் ஒரு பசிய பிலா இலை துளிர்த்திருந்தது. அவள் அதனைக் கண்டதும் வேகம்கொண்டு வீறிட்டு அழுதாள். சத்தம் எழவில்லை. காதடைத்தது. கண்கள் இருட்டியது. மயக்கமுற்று விழுந்தாள். நல்லவேளை பிள்ளைகள் அழுதுசத்தமிட சனங்கள் சூழ்ந்தனர். மாலாவிற்குள் சிசுச்சூல் உருவாகியிற்று என்று நாடிபிடித்து உறுதிசெய்தனர். மாலா வேலைக்கு வருவதை நிறுத்திக்கொண்டாள். அப்பா அவளுடைய வீட்டிற்குச் சென்று இரண்டுமாத சம்பளத்தொகையை வழங்கி “என்ன உதவி வேணுமெண்டாலும் என்னெட்ட கேள் பிள்ளை” என்று சொல்லிவிட்டு வந்தார்.

## ஊ

**ஆ**ச்சியைப் பார்த்துக்கொள்வதற்காக இன்னொரு வேலையாளை வேறொரு இடத்திலிருந்து அப்பா கூட்டிவந்தார். வந்தவளுக்கும் ஆச்சிக்கும் ஒத்துப்போகவில்லை. ஆச்சி அவளை குப்பை வேசை என்று திட்டிக்கொண்டே இருந்தாள். இரவுகளில் ஆச்சி பிலாக்கம்பியோடு நடமாடுவதை விசித்திரபுதினமாக விழித்திருந்து பார்த்தாள் புதிய வேலைக்காரி. ஆச்சி தன்னுடைய கையொன்றால் மண்ணையள்ளி அப்படியே வாயில் போட்டு இது என்ர முத்தமில்லை என்ர முத்தமில்லை என்று பினாத்தியதைப் பார்த்த வேலைக்காரிக்கு எல்லாமே வினோத நாடகம்போலத் தோன்றிற்று.

பஞ்சமித் திதி நாளொன்றின் அதிகாலையில் விக்கலெடுத்து ஆச்சி துடியாய்த் துடித்தாள். வேலைக்காரி ஒரு சில்வரில் பால்மா கரைத்துவந்தாள். அப்பா ஆச்சியின் வாயில் கரண்டியால் பாலூட்டினார். பால் உள்ளிறங்கி வெளித் தள்ளியது. அப்பா மீண்டும் மீண்டும் ஊற்றினார். ஒரு சின்ன விக்கலோடு கண்கள் மேலே போய் கூரையில் செருகிக்கிடந்த பிலாக்கம்பியில் குத்திட்டு நின்றது.

பிலா இலை ஆச்சி செத்துப்போனாள் என்ற செய்தி அதிகாலையில் ஊரிலுள்ள எல்லோருக்கும் தெரிந்தது. பறையொலித்தது. அதே வாங்கில் கிடத்தப்பட்டிருந்த ஆச்சியின் உடலத்தைத் தூக்கி சவப்பெட்டியில் வைத்தோம். அதிகவிலையும் அலங்காரமும் கொண்ட அந்தச்சவப்பெட்டி பிலாமரத்தினால் செய்யப்பட்டிருந்தால் ஆச்சிக்கு சந்தோசமாயிருக்கும். நிறைய பேர் வெவ்வேறு ஊர்களில் இருந்து வரமுடியாத சூழல். மாலா, ஆச்சியின் காலடியில் அமர்ந்திருந்தாள். அவளின் அடிவயிறு மேடாக உயர்ந்திருந்தது.

ஆச்சியைக் குளிப்பாட்டப் போகையில் மாலா எழுந்துபோனாள். வாளியில் நீர்நிரப்பி வந்து நானே குளிப்பாட்டுகிறேன் என்று சொன்னபோது "வாயும்வயிறுமாக இருக்கிற நீ உதுகள செய்யக்கூடாது" என்றனர். அப்பாவே வேண்டாமென மறுத்தும் மாலா அடம்பிடித்து அழுதுதீர்த்துக் குளிப்பாட்டினாள்.

ஆச்சியின் தலையில் பேன் கூட்டம் ஊர்ந்தபடியிருந்தது. புதிய சீலையை உடுத்து ஆண்களைக் கூப்பிட்டு ஆச்சியைத் தூக்கிப்போகுமாறு சொன்னாள். கிரியைகள் முடிந்தது. பஞ்சமியில் செத்த ஆச்சியின் கால்மாட்டில் ஒரு விறாத்தல் பருவக்கோழியையும் மூன்று முட்டைகளையும் வைத்துப் பெட்டியை மூடினார். வீட்டின் படலையை பெட்டியின் முன்முனையால் இடித்துக்கொண்டு ஆச்சி ஊர்வலமாய் சுடுகாட்டுக்குக் கொண்டுசெல்லப்பட்டாள். அப்பா கொல்லிக்குடத்தைத் தூக்கியபடி நடந்துபோனார். மாலாவும் சில பெண்களும் வீட்டைக்கூட்டி நீர் தெளித்துச் சுத்தப்படுத்தினர்.

ஆச்சி மிளாசி எரிந்தாள்.

பஞ்சமித் திதியில் செத்துப்போனதால் உடனடியாகக் காடாத்தவேண்டுமென சிலர் அப்பாவிடம் சொல்லினர். அப்பா ஓமென்று தலையசைத்தார்.

அப்படிக் காடாத்தினால் ஆச்சி ஆத்மா சாந்தியடையாதப்பா என்றேன். ஆச்சியோட ஆசையை நாங்கள் நிறைவேற்ற வேணுமென்று சொன்னேன். அப்பா எனக்கு ஓமென்று தலையசைக்கவில்லை.

ஆச்சி மிளாசி எரிந்தாள். தீயின் அடவுகள் அந்தரத்தில் எழுந்து வான் நோக்கிப் பாய்ந்தன. ஆச்சி மிளாசி எரிந்தாள்.

ஆச்சியின் சாம்பலை சுடச்சுட ஒரு மண்பானையில் அள்ளிவந்து மிகப்பாதுகாப்பான இடத்தில் யாருக்கும் தெரியாமல் வைத்தேன். காடாத்திவிட்டு அப்பா கடலிலேயே குளித்துவிட்டு வந்திருந்தார். கடலின் இரைச்சல் என் காதுகளுக்குக் கேட்டபடியிருந்தது. ஆச்சிதான் சீற்ற அலையாய் எழுகிறாள். அந்த இரைச்சலில் அவள் அப்பாவை தூசணங்களால் ஏசுவது போலிருந்தது.

## எ

**மா**லாவிற்குப் பிறந்த பெண்குழந்தையில் பிலாப்பழ பால் வாசம் வந்ததாம். தாதியொருத்தி பிள்ளையின் கால்களை முத்தமிட்டு சின்னப்பிலா இலை போன்றது என்றாளாம்.

அவளுக்கு இப்போது ஐந்து வயசு. எங்கள் வீட்டிற்கு வந்தால் கதைத்துக்கொண்டே இருப்பாள். அப்பாவுக்குச் செல்லம். ஒருமுறை என்னோடு கதைத்துக்கொண்டிருந்தாள்.

"உங்கட ஆச்சியை ஏன் எல்லாரும் பிலா இலை ஆச்சி என்று சொல்லினம்" கேட்டாள்.

"எங்கட ஆச்சிக்கு பிலா மரமென்றால் பிடிக்கும், அவாவுக்கு ஆசை அதுதான்" என்றேன்.

மாலாவின் மகள் மந்தகாசத்தோடு என்னைத் தழுவி முத்த மிட்டாள். அப்போதென் தண்டுவடத்தில் ஓடிச் சிலிர்த்தது பெயரற்ற ஒருணர்வு. பின்னர் அவள் என் காதினில் ரகசியக்குரலில் "என்ர இராசா" அந்தச் சாம்பலைக்கொண்டு என்ர பிலாவளவுக்குள்ள ஒரு கிடங்குவெட்டித் தாக்கவேணும். அப்பதான் என்ர ஆத்மாவுக்குக் களைப்பு அடங்கும். நீ பக்குவமாய் அதே இடத்திலேயே வைச்சிரு மோனே" என்று சொன்னாள்.

விசுக்கென யாருக்கும் தெரியாமல் மறைத்து வைத்த ஆச்சியின் சாம்பல் பானையிருக்கும் திக்கு நோக்கி ஓடினேன். சாம்பல் பானையில் முளைத்து நின்று அசைகிறது சின்னஞ் சிறு பிலாக்கன்று.

அக்கணம் காற்றில் குளிர் வீசியது. அது ஆச்சியின் உள்ளங்கைக் குளிர்மையோடிருந்தது.

## மன்னிப்பின் ஊடுருவல்

**முன்னொருகாலத்தில்** இயக்கத்தினால் தேடப்பட்டுவந்த பூனைச்சுமதியை வளசரவாக்கத்தில் வைத்துக் கண்டான் திருச்செல்வம். கறுப்புநிற அக்டிவா பைக்கில் இரண்டு சின்னப்பிள்ளைகளை ஏற்றிக்கொண்டு போகும் பூனைச்சுமதியின் உடல் மெலிந்து போய்விட்டதை எண்ணி திருச்செல்வம் சிகரெட் பிடித்தார். எப்படி யாவது அவளின் வீட்டைக் கண்டுபிடித்து பழக்கமாகிவிடவேண்டும் என்ற உத்வேகம் திருச்செல்வத்திற்குள் கொப்பளித்தது. ஆயுதங்கள் மவுனிக்கப்பட்ட பின்னர் சரணடைந்த போராளிகளுள் திருச்செல்வமும் ஒருவர். இரண்டுவருடங்களில் விடுதலை செய்யப்பட்டிருந்தார். நாட்டில் வாழமுடியாத சூழ்நிலைகருதி தமிழகத்திற்கு விமானம் மூலம் வந்திறங்கிய திருச்செல்வம் இத்தனை வருடங்களாக வளசரவாக்கத்தில் வசித்து வருகிறார். யார் யாரிடமோ கையேந்திக் குடிக்கவும் வீடு தூங்கி சாப்பிடவும் தன்னைப் பழக்கிக்கொண்டிருந்தார். நாட்டிற்குப் போகவேண்டும் அங்கு

போனால் திருந்திவிடுவேன் என்று ஒப்புதல் அளிப்பார். இப்படியானதொரு நிலையில் பூனைச்சுமதியின் தரிசனத்தைக் கடவுள் ஏன் தந்தருளினார் எனத் திருச்செல்வமே கேட்டுக்கொண்டார். பூனைச்சுமதியின் வாளிப்புகள் நிறைந்த சரீரத்தை நினைவுகளின் பக்கங்களில் தட்டிப்பார்த்தார். ஒவ்வொரு நுரைப்பிலும் வடிவின் போதை நிறைந்தது. இப்படியொரு அழகியை துரோகியென்று சுட்டுத்தள்ள எண்ணியது மடத்தனமென்று நினைத்தபடிக்கு நடக்கலானார். பூனைச்சுமதியின் வீடு வளசரவாக்கத்தில் எங்கிருந்தாலும் தன்னால் கண்டுபிடிக்க இயலுமெனத் தனக்குத் தானே நம்பிக்கையூட்டினார்.

யாழ்ப்பாணம் தென்மராட்சிப்பகுதியைச் சேர்ந்த பூனைச்சுமதி இராணுவத்தின் ஆதரவாளர். இயக்க ஆதரவாளர்கள் பலரை இராணுவத்திற்குக் காட்டிக்கொடுத்த குற்றங்கள் உறுதிசெய்யப்பட்டு தேசத்துரோகிக்கான தண்டனையை வழங்க புலிகள் இயக்கம் முடிவெடுத்திருந்தது. அந்நாட்களில் இராணுவத்தின் அனுசரணையோடு கொழும்புக்குச் சென்ற பூனைச்சுமதி சில வருடங்களில் இந்தியாவிற்குப் புலம் பெயர்ந்தாள். இயக்கம் அழிவைச்சந்தித்த இறுதி நாட்களில் தமிழகமே கொந்தளித்துக்கொண்டிருந்தது. பூனைச்சுமதி ஒரு பெட்டி மத்தாப்புக்களை வாங்கிவந்து வீட்டின் நடுவில் கொழுத்திக் கொண்டாடினாள். இப்படியாகப்பட்ட பூனைச்சுமதியைச் சுட்டுத்தள்ள எண்ணியது மடத்தனம் என்று யோசிக்குமளவு திருச்செல்வம் மடையன் ஆகியிருக்கிறான் என நண்பர்கள் சிலர் கவலைப்பட்டனர். குட்டி யாழ்ப்பாணம் என்றழைக்கப்படும் வளசரவாக்கம் பகுதியிலிருக்கும் ஈழத்தவர் எல்லோருக்கும் பூனைச்சுமதியைத் தெரியாது. ஆனால் இந்தப் பெயரை அறிந்த சிலர் இருந்தனர். பெரும்பாலும் அவர்கள் இயக்கத்தில் பொறுப்பாளர் தரத்தில் இருந்தவர்கள்.

அடுத்தநாள் காலையில் கொஞ்சம் வெள்ளனவே எழும்பிய திருச்செல்வம் நான்கு பக்கமாகப் பிரியும் வீதியின் நடுவில் நின்று எந்தப் பக்கம் இறங்கலாம் என்று யோசித்தார். வலதுகைப்பக்க வீதியால் நடந்து செல்ல முடிவுசெய்தார். வீட்டின் முன்வாசலில் கோலமிட்டபடியிருந்த பல குடும்பப் பெண்களை உற்றுக்கவனித்துக்கொண்டு மிகவேகமாக

நடந்துபோனார். பூனைச்சுமதி கோலம் போடும் பழக்கத்திற்கு ஆளாகியிருப்பாளா? ஒவ்வொரு வீட்டிலும் கீழ் வீட்டில் உள்ளவர்களே கோலம் போடுகிறார்கள். ஆகவே அவள் மேல் வீடொன்றில் வசித்தால் எப்படிக் கண்டுபிடிக்க இயலும்? இதுபோன்ற கேள்விகள் திருச்செல்வத்தை உந்தித்தள்ளத் தள்ள நடந்து களைத்தார். ஒரு பணக்கார குடும்பஸ்தன் தன்னிலும் பார்க்க நிறைகூடிய நாயொன்றைச் சங்கிலியால் பிடித்தபடி மேய்த்துக்கொண்டிருந்தான். அந்த நாயின் அகலமும் நீளமுமான வாயில் இருந்து எச்சில் ஒழுகிக்கொண்டிருந்தது. தெருவில் நிற்கும் நாய்கள் அதனைச் சுற்றிவளைத்துக் குரைத்துக்கொண்டிருந்தன. இன்னொரு பெண்மணி தன்னுடைய உடலைக் குறைக்க நடைப்பயிற்சி மேற்கொண்டிருக்கிறாள் போலும். அவளின் பிருஷ்ட அசைவு தாராளமானதாய் இருந்தது. நடையில் வேகம் குறைந்து காலைப்பொழுதின் காட்சிகளை வேடிக்கைபார்க்கத் தொடங்கினார் திருச்செல்வம். வீதிக்கு அந்தப்பக்கத்திலிருக்கும் சேரியில் இருந்து கூலி வேலைக்குச் செல்லும் சனங்கள், ஓரிடத்தில் குமிந்து நின்றனர். வாய் சிவக்க வெற்றிலையைப் போட்டுச் சப்பிக்கொண்டிருந்தனர். ஒரு குடிகாரன் தொப்பென விழுந்து மூக்குடைந்து அப்படியே தூங்கிக்கொண்டிருக்கிறான். மீன்கார அக்கா கூடையைச் சுமந்துகொண்டு வீதியில் ஏறுகிறாள். இப்படியாய் எத்தனையோ பேரைக் கண்டாலும் திருச்செல்வத்தால் பூனைச்சுமதியைக் காணமுடியவில்லை.

காலமை சாப்பிடுவதற்காக உணவகத்திற்குச் சென்றான். தன்னுடைய கையிலிருந்த ஐம்பது ரூபாவை மீண்டும் எண்ணிப்பார்த்து பொக்கெற்றுக்குள் வைத்தான். சாப்பிட்டு முடித்து உணவகத்திற்கு வெளியே நின்று வீதியைப்பார்த்துக் கொண்டுநின்றான். கடுங்கோடையின் வெக்கை மெல்ல மெல்ல ஏறிக்கொண்டிருந்தது. அறையை நோக்கி நடக்க எத்தனிக்கையில் பூனைச் சுமதி அதே அக்டிவாவில் மிக வேகமாகப் போய்க்கொண்டிருந்தாள். திருச்செல்வம் கைதட்டி, பேர் சொல்லி அழைத்தும் அது பலனளிக்கவில்லை. இதனைப் பார்த்துக்கொண்டு நின்ற ஒரு யாழ்ப்பாணி, அண்ணை உங்களுக்கு இதில போன ஆளைத் தெரியுமோ என்று கேட்டதும் திருச்செல்வம் விழிப்படைந்தார். ஓமோம் இவா புதுக்குடியிருப்பு குணம் வாத்தியாற்ற மூத்த மகள்தானே? கேட்டார் திருச்செல்வம். யாழ்ப்பாணிக்குக்

கோபம் தலைக்குள் எரிந்தது. என்னைப் பார்த்தால் விசரன் போல இருக்கோ உங்களுக்கு என்று பதிலுக்குக் கேட்டதும், திருச்செல்வம் கொஞ்சம் கலக்கமுற்றார். மேற்கொண்டு அது தெரியாமலிருக்க "என்ன நீங்கள் இப்பிடி கதைக்கிறியள், எனக்கு குணம் வாத்தியாற்ற மூத்த மகளைப் போல இருந்தது, அதுதான் கூப்பிட்டனான்" என்று சமாளித்தார். யாழ்ப்பாணியோடு தொடர்ந்து கதையாமல் விரைந்து நடந்து தனது அறைக்குள் நுழைந்தார்.

என்ன பூனைச் சுமதியோட புகலிடத்தைப் புலி கண்டு பிடிச்சதோ என்று அறையிலிருந்த ஜீவகாந்தன் நக்கலாகக் கேட்டதை திருச்செல்வம் பொருட்படுத்தவில்லை. தன்னை விசாரித்த யாழ்ப்பாணி யாராக இருக்கக்கூடுமென யோசித்துக்கொண்டிருந்தார். சிலவேளையில் இப்போது இயக்கமாக நினைத்துக்கொண்டு இருக்கும் சிலரில் ஒருவராக இருக்குமோ? அப்படியெனில் தன்னைப்பற்றிய அறிக்கையை அவர்களின் தலைமைக்குக் கொடுத்து மரணதண்டனையை வழங்கிவிடக்கூடுமென திருச்செல்வம் பயந்தார். அன்றைக்கு முழுக்கவே வெளியில் செல்லாமல் அறைக்குள் ஒடுங்கிப்போயிருந்தார். அப்படியெல்லாம் ஒரு புதிய இயக்கமும் கிடையாது தலைமையும் இல்லை. நீ சும்மா பயந்து செத்துப்போயிடாத, எழும்பி வா சாப்பிட என்று ஜீவகாந்தன் அழைத்தார். இரவுச்சாப்பாடு பெரும்பாலும் கொத்துரொட்டி. வளசரவாக்கம் ஸ்ரீதேவிகுப்பம் சந்தியில் உள்ள ஈழ உணவகத்தில் இருவரும் போய்ச் சாப்பிட்டனர். இந்தக் கடையில்தான் தியாகிகளும் துரோகிகளும் அகதிகளாகச் சந்திக்கும் வரலாற்று நிகழ்வுகள் நடந்தபடியிருக்கும். ஜீவகாந்தன் முக்கியமான பொறுப்பில் இருந்தவர். யாழ்ப்பாணத்தில் இராணுவ ஆதரவு சக்திகளை அழித்தொழிக்கும் நடவடிக்கைகளைச் செய்தவர். அவரின் கடுமையான தாக்குதல் திட்டங்களுக்குள் தப்பிப்பிழைத்து இந்தியாவிற்கு வந்தவர்களில் இருவரை இதே கடையில் வைத்து நேருக்குநேராகச் சந்தித்து இருக்கிறார். அதில் ஒரு நாற்பது வயதானவன், என்ன பொறுப்பாளர் துரோகிகளைச் சுடத்தொடங்கி எதிரிகளிட்ட தோத்துப்போய்ட்டியளே என்று கேட்டான். அங்கிருந்தவர்களுக்கு மத்தியில் ஜீவகாந்தன் எதுவும் கதையாமல் ஒரு புன்னகையை உதிர்த்து கொத்துரொட்டி சாப்பிடுவதைத் தொடர்ந்தார்.

பூனைச்சுமதிக்கு ஒரே யோசனையாக இருந்தது. இத்தனையாண்டுகளில் தன்னை யாரும் இந்தப் பேரைச் சொல்லி அழைத்ததே இல்லை. பெரும்பாலும் தன்னை அடையாளம்கூட கண்டுபிடிப்பதில்லை. ஆனால் இன்றைக்கு இப்படிக் கைதட்டிப் பேர் சொல்லி அழைத்தது யார் என்ற பதற்றம் அவளுக்குமிருந்தது. எப்போது வேண்டுமானாலும் தான் சுட்டுக்கொல்லப்படலாம் என்ற அச்சத்தில் இத்தனை யாண்டுகளாக வாழ்ந்துவரும் பூனைச்சுமதிக்கு இன்று வேறு பெயர். வேறு ஊர். வேறு வாழ்க்கை.

மேனகா அல்பிரட். ஊர் கேரளம், அங்கின ஒரு சிற்றூர். என்ர வீட்டுக்காரர் வெளிநாட்டில உள்ள கொம்பனியில வேலை செய்கிறார். நானும் என்னோட இரண்டு பிள்ளைகளும் மட்டும்தான். ரூலெட் போட்டிருந்திச்சு அதுதான் விளிச்சேன்.

மாசம் எட்டாயிரம் ரூபாய். அட்வான்ஸ் அறுபதாயிரம். நாளைக்குக் காலையில நான் சென்னைக்கு வந்திடுவன். நீங்க அதே அட்ரசுக்கு வந்திடுங்க முடிச்சிடலாம்.

ஆ... சரி. நன்றி.

பூனைச்சுமதி இப்போது வசித்துவரும் ஸ்ரீலக்ஷ்மி நகர் வீட்டை வாடகைக்குக் கேட்கும் போது இப்படித்தான் போனில் பறைந்தாள். தன்னையொரு மலையாளப் பெண்ணாகக் காண்பித்து அவள் வாழ்ந்துவருகிறாள். பத்து ஆண்டுகளுக்கு மேலாகவும் அதே வீட்டிலேயே இருக்கிறாள். மாதத்தின் மூன்றாம் திகதியே வாடகைப் பணத்தை வீட்டின் உரிமையாளருக்கு வங்கியில் செலுத்திவிடுவாள். ஒரு பிரச்னையும் நேர்ந்ததில்லை. சுற்றத்தில் இருக்கும் சில குடும்பங்களோடு மட்டும் ஒரு மெல்லிய உறவைப் பேணிவந்தாள். தனக்குத் தெரிந்த ஈழத்தமிழில் மலையாள ஒலியை அதிகப்படுத்தி சிலரோடு உரையாடுவாள். இந்த ஒலியையும் சந்தத்தையும் பயின்றுகொள்ள அவள் எடுத்த பிரயத்தனங்கள் ஏராளம். நிறைய மலையாளப் படங்களைப் பார்த்துப் பார்த்து கொஞ்ச மலையாளச் சொற்களையும் அறிந்திருந்தாள். ஒரு தசாப்தத்திற்குப் பின்னர் அவளே மறந்து போன பூனைச்சுமதியை அவளுக்கு ஞாபகப்படுத்தியது யார்? என்று இரவிரவாக யோசித்துக்கொண்டே இருந்தாள். துருப்பிடித்த அச்சத்தின் பதைபதைப்பு அவளை

நடுங்கச்செய்தது. தன்னை வேட்டையாடும் அந்தக்குரலை அவள் ஒரு கனவைப் போல எண்ண முயன்றாள். கொஞ்சம் கொஞ்சமாக மேனகா அல்பிரட் பூனைச்சுமதியாகத் தன்னை உணரத்தொடங்கிய இந்த இரவின் உருவத்தில் குருதித் தடங்கள் அலையலையாய் எழுந்தன.

திருச்செல்வம் அதே கடையில் அடுத்த நாளும் காத்திருந்தார். எதிரே அதே யாழ்ப்பாணியும் நின்றுகொண்டிருந்தான். அங்கிருந்து விலக எண்ணி கொஞ்சம் தள்ளிப்போய் நின்றார். ஆனால் நேரமாகியும் பூனைச்சுமதி அந்த வீதியால் வரவில்லை. யாழ்ப்பாணி அருகில் வந்து என்ன இண்டைக்கு உங்கட குணம் வாத்தியாற்ற மூத்த மகளைக் காணவில்லையோ என்று கேட்டான். ‘நீ ஆர் தம்பி? உமக்கு என்ன வேணும்? நான் ஆரைப்பார்த்துக்கொண்டு நிண்டாலும் உமக்கு என்ன?’ என்று திருச்செல்வம் பொங்கிக் கதைத்தார். யாழ்ப்பாணி சூழலை விளங்கிக்கொண்டு அங்கிருந்து மறைந்துபோனான். வெயில் அடிக்கத் தொடங்கியும் அப்படியே நின்றார். வீதியில் அனல் எழுந்தது. முகத்தை மூடிக்கட்டிக் கொண்டு அக்டிவா பைக்கில் கடை நோக்கி வந்துகொண்டிருந்தாள் பூனைச்சுமதி. திருச்செல்வம் பைக்கை கைபோட்டு மறித்தார். ஆனால் பூனைச்சுமதி பைக்கை நிறுத்தவில்லை. இவளின் ஞாபகக்குகையின் புகைமூட்டங்களுக்கு மத்தியில் ஒரு புலியைப்போல துலங்கி வந்தது திருச்செல்வத்தின் முகம். இந்தச் சம்பவத்திற்குப் பிறகும் திருச்செல்வம் பூனைச்சுமதியின் வீட்டைத் தேடிக்கொண்டே இருந்தார். பூனைச்சுமதி கடைக்குச் சென்று வீடு திரும்புவதற்குள் ஏகப்பட்ட பதற்றங்களைச் சந்தித்திருந்தாள். தன்னைச் சுட்டுக்கொல்லவேனும் இயக்கமொன்று புதிதாகத் தொடங்கப்பட்டிருக்குமென பயந்துபோனாள். இரண்டு பிள்ளைகளையும் பள்ளிக்கூடம் கூட விடாமல் வீட்டிற்குள் வைத்தே பூட்டிவைத்திருந்தாள். திருச்செல்வம் இரண்டு மூன்று நாட்கள் அந்தக் கடையில் காத்திருப்பதைத் தவிர்த்திருந்தார். மர்மமான யாழ்ப்பாணி பற்றிய பயம் இவரை உலுக்குவித்தது. திருச்செல்வம் பற்றிய பயம் இவளை உறைவித்தது. இப்படியாக ஒருவரையொருவர் கண்டும் காணாமலும் அச்சுறுத்தலானார்கள்.

வெப்பச்சலன மழை பெய்ய ஆரம்பித்தது. ஐந்து நாட்களுக்கு மேலாக வீட்டிற்குள் முடங்கிப்போயிருந்த

பூனைச்சுமதி கதவைத் திறந்து வெளியே வந்தாள். உள்ளே பிள்ளைகள் இருவரும் தொலைக்காட்சியில் கார்ட்டூன் பார்த்தபடியிருந்தனர். மழையின் துளிகள் பூமியிலிருக்கும் வெப்பத்தைக் காற்றில் கலந்தன. அதன் வாசம் வெளியெங்கும் அடர்ந்து நின்றது. வீட்டைக் கண்டுபிடித்து விடலாமெனும் நப்பாசையில் குடையுமில்லாமல் மழையில் நடந்து போனார். கொஞ்சம் தூரமாகவே திருச்செல்வத்தைக் கண்ட பூனைச்சுமதி வீட்டின் வெளியே வந்து மழையில் நனைந்தபடி எதுவந்தாலும் எதிர்கொள்ளக் காத்திருந்தாள்.

திருச்செல்வம் அவளைக் கண்டுவிட்டார். வேகமாக நடக்க ஆரம்பித்தார். அவள் அழையாமலே வீட்டின் வாசற்படிக்கட்டில் போய் அமர்ந்திருந்தார். மழையின் துளிகள் சாய்ந்து பெய்தன. காற்றின் அற்புதமான கணத்தின் மொட்டவிழ்ந்து குளிர் வழிந்தது. பூனைச்சுமதி மழையில் நனைந்தவாறே படிக்கட்டில் அமர்ந்திருக்கும் திருச்செல்வத்தைப் பார்த்து நீ ஏன் என்னைத் திரத்திக் கொண்டு திரியிறாய்? உனக்கு என்ன வேணும், என்ர உயிரா?

உன்ர உயிர் எனக்கு என்னத்துக்கு சுமதி. எனக்கு ஒண்டும் வேண்டாம். உன்னை அண்டைக்குக் கண்ட நாளில இருந்து கதைக்கவேணும் போல இருந்தது. அதுதான் வந்தனான்.

எடுத்ததும் மண்டையில போட்டுவிட நிப்பியள். இப்ப என்னத்தைக் கதைக்கப் போறியள். கதையுங்கோ என்றாள் பூனைச்சுமதி.

சுமதி இஞ்சபார், உன்னைச் சுடவேணுமெண்டு இயக்கம் தேடினது உண்மைதான். ஆனால் இன்றைக்கு அதொண்டும் இல்லை, எல்லாமே அழிஞ்சுபோச்சு. இயக்கம் உன்னைச் சுடுமென்று நீ எப்பிடி நம்பினியோ, அதுபோல நீ சுடப்படவேண்டிய ஆள்தான் என்று நம்பின ஆளில நானுமொருத்தன். நீ நிறையபேரைக் காட்டிக்குடுத்தனி. அதை நாங்கள் மறந்தாலும் நீ மறக்கமாட்டாய். இப்ப நான் அதைக் கதைக்க விரும்பேல்ல என்றான்.

"உள்ள வாங்கோ" திடீரென பூனைச்சுமதி இப்படிச் சொன்னதை அவனால் நம்பமுடியாமல் இருந்தது. அவளின் நனைந்துபோன சரீரத்தின் மீது இவனின் கண்கள் வண்ணத்துப்பூச்சியைப்

போல நின்று சிறகடித்தது. தொலைக்காட்சியைப் பார்த்துக் கொண்டிருந்த இரண்டு பிள்ளையளுக்கும் திருச்செல்வத்தை அறிமுகப்படுத்தி வைத்தாள். அவர்கள் கார்ட்டூனில் கண்களை வைத்துக்கொண்டு “ஹாய் அங்கிள்” என்றனர். தன்னுடைய அறைக்குள் திருச்செல்வத்தை வைத்துக்கொண்டு கதவிற்குத் தாழ்ப்பாளைப் போட்டாள். வெளியே மழையின் அழகை இயற்கை எழுதியபடியிருந்தது. தலையைத்துவட்ட அவசியமின்றி உடலின் சூடு ஈரத்தைப் போக்கியிருந்தது. பூனைச்சுமதி அணிந்திருந்த ஆடைகளை அவிழ்த்து புதிதாக உடுப்பை அணிய எத்தனித்தாள். ஒரு பெண்ணின் உடலிலிருந்து வெளிக்கிளம்பும் வாசம், காமத்தின் பீடத்தில் விளக்கேற்றும் மாயச்செயல்களைச் செய்துவிடுகிறது. அந்த அறையில் செங்கழுநீர் மலர்கள் இதழ்களை விரித்து மலர்கிறது. துயில் எழும் உடல்களின் ஊற்றில் அனைத்து அச்சமும் கரைகிறது. திருச்செல்வமும் பூனைச்சுமதியும் இறுக அணைத்தபடி நின்றனர். புதிய வேதமொன்றைப் பிரசவிக்க எண்ணும் அவதாரம் போல முயங்கிச் சரிந்தனர். வானத்தில் வளைந்து பெருத்த வானவில் அப்போது தோன்றியிருந்தது. மின்னலின் வெளிச்சம் கட்டில் வரையும் மின்னிப் பரவின. உடைப்பெடுக்கும் ஆற்றின் வல்லபம் போல இயங்கி முடித்திருந்த திருச்செல்வம், பூனைச்சுமதியை நெற்றியில் முத்தமிட்டு எழும்பினான். பொய்கையில் நீராடிய களிப்பு இருவரின் முகத்திலும் பந்தல் போட்டுநின்றது. அன்றைக்கிரவு குழல் புட்டும் மீன்குழம்பும் சாப்பிட்டு முடித்துவிட்டு அல்பிரட் மேனகாவின் வீட்டிலிருந்து வெளியேறிய திருச்செல்வத்தை இருட்டில் நின்றுகொண்டிருந்த மர்மமான யாழ்ப்பாணி பின்தொடர்ந்து நடக்கலானான்.

ஜீவகாந்தனுக்குத் தொடர்புகொண்டு தன்னை யாழ்ப்பாணி பின்தொடர்வதைத் தெரிவித்தும் அதில் எந்த மாற்றமும் நிகழவில்லை. திருச்செல்வம் அறைவரைக்கும் எதுவும் கதையாமல் நடந்துவந்த யாழ்ப்பாணி, “துரோகியோட படுத்து எழும்பினாலும் தேசத்துரோகம்தான் மிஸ்டர் திருச்செல்வம்” என்றான். திக்கென்று வேர்க்கத்தொடங்கி இதயம் படபடத்துத் துடித்தது. திருச்செல்வம் அப்படியே உறைந்து நின்று திரும்பிப்பார்க்கையில் யாழ்ப்பாணி மறைந்து போயிருந்தான். நடந்தவை அனைத்தையும் ஒன்றுகூட மறைக்காமல் திருச்செல்வன் சொல்லிமுடித்தான். மச்சான்

நான் சொல்லுறன் என்று கோவிக்காதே, நீ அவளில மையல் கொண்டு இண்டைக்குப் போய்ப் படுத்திட்டாய். இது தொடர்ந்தது என்றால் உனக்குக் கூடாது. கண்டிப்பாய் ஏதாவது பிரச்சினை உனக்கு வரலாம். கவனமாயிரு என்று ஜீவகாந்தன் எச்சரித்தார்.

மொட்டை மாடியில் நின்றுகொண்டு வானத்தைப் பார்த்தார் திருச்செல்வம். நட்சத்திரங்கள் சில பூத்திருந்தன. மழை பெய்து ஓய்ந்த பின்னர் குளிர்ந்து கிடக்கும் பூமியின் தளிர்கள் காற்றில் அசைந்தன. இன்றைக்குப் பூனைச்சுமதி அவனிடம் சொன்ன துயர்மிகுந்த சம்பவங்களை எண்ணி எண்ணிக் கலங்கினான். திக்குத் தெரியாத ஒரு பெண்ணின் கண்ணீரையும் அந்த நேரத்து நியாயங்களையும் இப்போதுவரை அவனாலும் ஏற்றுகொள்ளமுடியவில்லை. ஆனால் அவள் அதற்காக வருந்துகிறாள். மன்னிப்புக்கோருகிறாள். இராணுவத்தோடு சேர்ந்து இயங்கியதை ஒப்புக்கொள்கிறாள். இந்த இரண்டு பிள்ளைகளையும் வளர்த்தெடுக்கவே உயிரைப் பிடித்து வைத்திருப்பதாக அவள் கண்ணீர் சிந்தினாள். திருச்செல்வம் எத்தனையோ ஆறுதலையும் சமன்படுத்தல்களையும் சொன்னாலும் அவளால் அழுகையையும் குற்றவுணர்வையும் கட்டுப்படுத்த முடியவில்லை. நான் செய்தது தேசத் துரோகம்தான், ஆனால் என்னைத் தேசம் மன்னிக்காதா? உங்கள் துவக்குளில் ஒன்றேனும் மவுனிக்காமல் எனக்காக காத்திருக்கிறதோ என்று அச்சமாய் இருக்கிறது. பாதிக்கப் பட்டவர்களின் அமைதி குறித்து எனக்கு நிறைந்த நடுக்கம் இருக்கிறது. நீங்கள்கூட என்னைச் சுடுவதற்காக நியமிக்கப்பட்டவர்களுள் ஒருவர்தானே என்றாள்.

மனித வாழ்வு நழுவி இரத்தத்தில் விழுந்து உதிரும் நாட்கள் அவை. அப்போது புலிகளுக்கு ஆதரவானவர்களை இராணுவ ஒட்டுக்குழுக்களும் அரசுக்கு ஆதரவான ஆட்களைப் புலிகளும் சுட்டு வீழ்த்திக்கொண்டிருந்த கொடும் ஊழ் ஒரு கொடியாகிப் படர்ந்து வளர்ந்தது. அப்படியான தாக்குதல்களைச் செய்துவந்தவர்களுள் ஜீவ்காந்தனைப்போல திருச்செல்வமும் மிகமுக்கியமானவர். இராணுவத்தின் ஆட்களை அதிரடியாகப் போட்டுத்தள்ளும் சாகஸத்தில் இவருக்குப் பெரிய ஈடுபாடு இருந்தது. தேசத்துரோகிகளை அழித்தொழிக்கும் இந்த நடவடிக்கையில் திருச்செல்வத்தின்

இலக்குகளில் பூனைச்சுமதியும் அடக்கம். இரண்டாயிரத்து ஐந்தாம் ஆண்டின் ஒரு மழைநாளில் சாவகச்சேரி பேருந்து நிலையத்தில் பூனைச்சுமதி நின்றுகொண்டிருந்தாள். தகவல் கிடைத்து, திட்டம் தீட்டப்படுவதற்குள் பேருந்தில் ஏறிச்சென்று தப்பியிருந்தாள். அப்படியொன்று நிகழாதிருந்தால் திருச்செல்வத்தினால் சுட்டுக்கொல்லப்பட்ட தேசத்துரோகியாக வரலாற்றில் இடம்பிடித்திருப்பாள் பூனைச்சுமதி. நினைவின் சாரீரம் ஓங்கி ஒலித்து திருச்செல்வத்தைக் குமுறி அழச்செய்தது. எங்கே நிலம்? எங்கே தியாகம்? எங்கே துரோகம்? எங்கே வெற்றி? எங்கே தோல்வி என்று எத்தனையோ "எங்கே" அந்த மொட்டை மாடியில் திருச்செல்வத்தைச் சுற்றிவளைத்தது. இரவின் புள்ளினங்கள் கூவி உருகும் சில நிமிடங்களில் திருச்செல்வம் இயல்புக்குத் திரும்பினார்.

ஒருமாதப் பழக்கத்திற்குப் பிறகு வந்த ஞாயிற்றுக்கிழமை அன்று அல்பிரட் மேனகாவும் இரண்டு பிள்ளைகளும் திருச்செல்வமும் வளசரவாக்கம் அன்னை வேளாங்கண்ணி தேவாலயத்திற்கு ஒன்றாகப்போயினர். யாழ்ப்பாணி அவற்றைக் கண்காணித்துக் கொண்டிருந்ததை திருச்செல்வம் கவனித்தார். தேவாலயத்தில் பூசை முடிந்து பிள்ளைகள் இருவரையும் வீட்டில் கொண்டு போய் இறக்கிவிட்டு திருச்செல்வத்தின் அறைக்கு வந்தாள். அவனின் இரண்டு உடுப்பு சூட்கேசுகளையும் தூக்கிக்கொண்டு பைக்கில் வைத்தாள். திருச்செல்வம் மொட்டைமாடியில் இருந்த தனது போர்வையைமடித்துக் கொண்டு கீழே இறங்கினார். பூனைச்சுமதியைச் சந்திக்கக் கூடாது என்பதாலேயே ஜீவகாந்தன்அறையைவிட்டு ஏற்கனவே வெளியேறியிருந்தான். யாழ்ப்பாணி இவற்றையெல்லாம் இன்னொரு உயரமான வீட்டின் மொட்டை மாடியில் நின்று பார்த்துக்கொண்டிருந்தான். அல்பிரட் மேனகாவின் சுற்றத்தினர் 'யார் இவரு? யார் இவரு?' என்று கேட்கத் தொடங்கியதும் எந்தத் தயக்கமுமின்றி இவர்தான் என்னுடைய கணவர் என்று சொல்லத்தொடங்கினாள். வீட்டு உரிமையாளருக்குத் தொடர்பு கொண்டு தனது கணவர் வெளிநாட்டிலிருந்து வந்திருப்பதாகத் தகவல் சொன்னாள். துள்ளி எழுந்து கட்டியணைத்து என்னை உன் கணவனாக ஏற்றுக்கொண்டமைக்கு நன்றி என்றார் திருச்செல்வம். சிலநாட்களில் தன்னைப் பின்தொடர்ந்த

யாழ்ப்பாணி காணாமல் போயிருப்பதை திருச்செல்வத்தால் உணரமுடிந்தது.

மூன்று மாதங்களுக்குப் பிறகு சுமதி கருவுற்று இருப்பதாக அறிந்ததும் ஜீவகாந்தனுக்குத் தொடர்பு கொண்டு மகிழ்ச்சியைப் பகிர்ந்தார். நல்ல சந்தோஷம் திரு என்று மறுபுறத்தில் இருந்து பதில் வந்தது. ஏற்கனவே காணாமல் போயிருந்த யாழ்ப்பாணியை நேருக்கு நேர் சந்திக்கலாம் என்கிற அளவுக்கு இனம்புரியாத துணிச்சலும் உற்சாகமும் தனக்கு வந்திருப்பதாகத் திருச்செல்வம் சொன்னார். சுமதி தன்னுடைய மேடு பரவிய வயிற்றில் திருச்செல்வத்தின் கைவிரல்களை வைத்துத் தடவினாள். அவனின் கைவிரல்களை சிசுவின் பசுமை பற்றிவிட்டது. இருவரும் கட்டித்தழுவி, கண்ணீரில் உடல்மாறி நனைந்தனர்.

தியாகியும் துரோகியும் சேர்ந்து குடும்பம் நடத்த அகதிவாழ்வில் பூரணசுதந்திரம் உண்டென்று ஜீவகாந்தன் யாருக்கோ போனில் சொல்லிக்கொண்டிருக்க, மறுபுறத்தில் இருந்தவன், இல்லை அண்ணை, புண்டையாண்டிய சுடவேணும். இவன் செய்தது பச்சைத் துரோகம், என்றான். ஜீவகாந்தன் தொடர்பைத் துண்டித்து வானத்தை அண்ணாந்து பார்த்தார். அந்த இரவில் ஒரு பறவை சூனியத்தின் புள்ளியைப்போல தனித்துப் பறந்தது.

அப்போது உலகம் அத்தனை விதத்திலும் பைத்தியக்காரத் தனமாகவே இருந்தது.

# எம்பாவாய்

**இளமஞ்சள் நிறத்தில் சீலை உடுத்தி**யிருந்தாள். அணையாத காதலின் வாசனை அவளுடலில் இருந்து உபரியாய் கசிந்தது. மெருகேறிய பிருஸ்டத்தின் சிறியதான அசைவு குகை ஓவியம் வண்ணமாய் நகர்வதைப் போலிருந்தது. விரல்கள் ரகசிய வீரர்களைப் போல கூந்தலுக்குள் ஊடுருவி ஈரத்தை உலர்த்துகின்றன. மது சுரக்கும் கூந்தல் அவளுடையது. அதிரகசியமாக வடிவு தழுவும் இந்தப்பெண்ணின் பேர் என்ன என்று அறிய ஆவல் தோன்றிற்று. மூச்சின் குமிழ்களில் காமம் கொதித்தது. களிப்பின் ஜன்னலில் இருந்து ஏகாந்தம் வேகம் கொண்டிருந்தது. இவனால் தாமதிக்கமுடியவில்லை. எழுந்து அவளைப் பின்தொடர்ந்து நடந்தான். அவள் அமர்ந்த கதிரைக்குப் பக்கத்தில் இருந்தான். மணவறையில் ஐயர் மந்திரங்களை ஓதிக்கொண்டிருக்கிறார். மணமக்கள் மாலை மாற்றுகின்றனர். திருமணத்திற்கு வந்தவர்கள் அந்த அரங்கில் நிறைந்திருந்தனர். இவன் எந்தத் தயக்கமும் இல்லாமல் அவளையே பார்த்துக்கொண்டிருந்தான். இடையிடையே

தன்னை யாரேனும் பார்க்கிறார்களா என்று இயல்புக்குத் திரும்புவான். உடலினுள்ளே பிசுபிசுக்கும் அரூபத்திற்குள் நீலக்கடல் எழுந்தடித்தது. அவள் எழுந்து சென்று நடக்கையில் அவளுக்குப் பின்னால் ஓடிப்போனான். அப்போது அவளை நேருக்கு நேராகப் பார்த்துக் கதைக்கும் வாய்ப்புக்கிடைத்தது. சாப்பிட்டுக்கொண்டே மெதுவாகக் கதைக்கத் தொடங்கினான். அவள் இவனின் கண்களில் தன்னுடலைப் பார்த்தபடியிருந்தாள். அவளுக்குள் வடிவின் மமதை மூங்கில் காட்டைப் போல உயர்ந்து அசைந்தது. அவளுடைய பேர் டிலானி என்றும், இவனுடைய பேர் ராகுலன் என்றும் இருவரும் தெரிந்துகொண்டு திருமண நிகழ்வில் இருந்து வெளிக்கிட்டனர். டிலானியின் போன் நம்பரைக் கேட்டதும் கொடுத்தாள். இனி எப்போது சந்திக்கலாம் என்று கேட்டதும், நேரம் கிடைக்கேக்க எப்பவெண்டாலும் சந்திக்கலாம் என்றாள்.

வளசரவாக்கத்தில் அகதிகளாக வசித்துவரும் நூற்றுக் கணக்கான ஈழத்தமிழர்களில் ராகுலனும் ஒருவன். மூன்று சகோதரர்கள் ஐரோப்பாவில் இருக்கின்றனர். ராகுலனும் வெளிநாட்டிற்குச் செல்வதற்காகக் காத்திருந்தான். மூன்று சகோதரர்களும் மாதச்செலவிற்கு அனுப்பிவைக்கும் பணம் அவனுடைய சந்தோசத்திற்குப் போதுமானதாயிருந்தது. அவ்வளவு சொகுசான வாழ்க்கையை ஒரு அகதி வாழக்கூடுமென விதியால்கூட நினைத்துப்பார்க்க முடியாது. அத்தனை சொகுசுக்கும் பரிச்சயப்பட்டவன். யாரேனும் நால்வர் கூடிநின்று கதைக்கும்போது போராட்டம் பற்றி உரையாடல் தொடங்கினால் அந்தக் கூட்டத்திலிருந்து விடைபெற்றுவிடுவான். ராகுலனுக்கு மட்டுமல்ல அவனின் குடும்பமும் அப்படித்தான். போராட்டத்தை சவக்கிடங்கு உற்பத்தி செய்யும் வேலை என்று சொல்லுகிறவர்கள். மூன்று சகோதரர்களும் வெளிநாட்டிற்குப் போனதும் ராகுலன் தாய் தந்தையோடு கொழும்பில் வசித்துவந்தான்.

ராகுலனுக்கு இலங்கைத்தீவே பிடிப்பில்லாமல் போயிற்று. இப்போதும் அவனுக்குள் ஒரு தனிமை இருட்டிக்கிடக்கிறது. அவன் தனிமையின் துருவுக்குள் தன்னைப் புதைத்துத் திமிறுகையில் மனம் ஒரு பெண்ணை அணைத்துக்கொள்ள விரும்புகிறது. பிசுபிசுப்பான குற்றமற்ற ஈரத்தை அவன்

தனக்கருகில் வைத்துக்கொள்ள ஏங்கினான். கள்ளப் பாஸ்போர்ட் மூலம் வெளிநாட்டிற்குச் சென்று இறங்கும் வரை ஒரு மிருதுவான வெப்பத்தைப் பரவவிடும் குளிர்மையைக் கொப்பளிக்கும் பெண்ணுடலை ராகுலன் தேடிக்கொண்டிருக்கிறான். தனக்குள் எக்கியபடியிருக்கும் இச்சையின் கன்றுக்குட்டிக்காய் முலைக்காம்பு தேடுகிறேன் என்பான் ராகுலன்.

டிலானியை நீங்கள் பார்த்திருக்கமுடியும். தமிழ்த் திரைப் படங்களில் சிறிய பாத்திரங்களில் நடித்திருக்கிறாள். யாழ்ப்பாணத்தில் உள்ள சிறிய ஊரான தெல்லிப்பழையைச் சேர்ந்தவள். தமிழகத்தின் புகழ்பெற்ற பல்கலைக்கழகமொன்றில் படிக்கவந்திருந்த போது, உதவிப் பேராசிரியர் திருலோகத்தைக் காதலித்துத் திருமணம் செய்துகொண்டாள். திருமணம் செய்துகொண்டதை இருவரும் தமது வீட்டில் மறைத்து வைத்திருந்தனர். நான்கு வருடமாக ஒன்றாக வாழ்ந்துவந்த திருலோகம் டிலானி தம்பதி தமது விவாகரத்து குறித்துக் கதைக்கவும் பேசவும் தொடங்கினர். டிலானி விவகாரத்து பெற்றுக்கொண்டு சென்னையில் தனியாக வசித்துவருகிறாள். திருலோகத்திற்கு இப்போது இரண்டு பெண் குழந்தைகள். டிலானிக்கு தனிமை பலிபீடம். சருகின் மீது நெளியும் சர்ப்பத்தின் அச்சமும் வேகமும் பதற்றமும் அவளுடன் கூடிக்கிடந்தன. நாட்டிற்குத் திரும்பிச்செல்ல வேண்டுமென்று அவளுக்கும் விருப்பமில்லாதிருந்தது.

கே.கே நகரிலுள்ள அம்மன் கோவிலுக்கு ஒவ்வொரு நாளும் சென்று கும்பிட்டுவிட்டு தனது தினக்கருமங்களைச் செய்யத்தொடங்குவாள். அவள் வாடகைக்கு வசித்துவரும் வீட்டின் உரிமையாளர் ஒரு வங்கியில் முகாமையாளராக இருக்கிறார். அவளிடம் சிலோன்காரவுங்க நல்ல மனுஷங்க, ஆனா உங்க ஆளுங்களுக்குள்ள ஒற்றுமைதான் இல்ல என்பார். டிலானிக்கு அது பிடிப்பதில்லை. ஒவ்வொரு மாசமும் வாடகை வாங்குவதற்கு முன்பாக இதைச் சொல்லும் அந்த உரிமையாளரை அவள் சந்திப்பதைத் தவிர்த்து, வங்கிக்கணக்கில் பணத்தைப் போட்டுவிடுவாள். டிலானியை அதிகமாக எரிச்சல் படுத்தும் வார்த்தை "சிலோன்காரி." அவள் இங்கு வாழும் மற்றைய ஈழத்தமிழர்களோடு பழகுவது கிடையாது. ஏதாவது கொண்டாட்டங்களுக்கு

மட்டும் சென்றுவருவதுண்டு. அங்கும் தன்னையொரு சென்னைப்பெண்ணாகவே நிலைநாட்டும் எத்தனங்களைச் செய்துகொண்டிருப்பாள். அல்லது திருலோகத்துடன் நடத்திய இல்லறத்தில் கற்றுக்கொண்ட தமிழை ஆள் பார்த்துப் பேசுவாள். ஓம் என்று தலையசைப்பதற்கு பதிலாக ஆமாம் என்று மட்டும் சொல்லுவாள்.

ஆனால் ராகுலன் கதைக்கத்தொடங்கியதும் கனிந்து பதில் சொன்னாள். அவளின் அணுக்களில் கட்டித்து நின்ற திரட்சியின் பெருக்கு உடைப்பெடுத்தது போலும். தான் நடித்துக்கொண்டிருக்கும் திரைப்படமொன்றின் படப்பிடிப்பு கிழக்குக் கடற்கரைச்சாலையில் உள்ள கேரளத்து வீட்டில் நடந்துகொண்டிருப்பதாகவும் அது முடித்துவிட்டு வந்துவிடுவதாகவும் டிலானி ராகுலனுக்குக் குறுஞ்செய்தி அனுப்பினாள். அவன் கே.கே நகரிலுள்ள காப்பி டே கடையில் டிலானிக்காகக் காத்துக்கொண்டிருந்தான்.

புலன்கள் முழுதும் டிலானியின் மீதே பொதியாகி மிதந்தன. ராகுலன் விழுங்கி ருசிக்கும் ஒரு பொழுதிற்காய்க் காத்திருந்தான். காற்றின் உள்ளே நுழைந்து பிராணமாய் அவனுக்குள் திரும்பும் மூச்சில் அவ்வளவு சூடு தடவப்பட்டிருந்தது. மார்பின் விறைப்பு எழுச்சியுற்று, அவள் இதழ்களில் ஊர்ந்து செல்லும் கற்பனையின் கண்கள் திறக்கத்தொடங்கின. பீறிக்கிளம்பும் ஸ்பரிசத்தின் வேட்கையை அவனால் எதுவும் செய்யமுடியாமலிருந்தது. தனிமை பூமியில் ராகுலனையும் டிலானியையும் சந்திக்க விதித்திருந்தது. உடல்களின் சஞ்சாரத்தை இந்தநாள் வேண்டிக்கொண்டிருந்தது போல அவனுக்குள் பிரமை. டிலானி படப்பிடிப்பு முடிந்து கிளம்பிவிட்டதாகத் தொடர்புகொண்டு சொன்னாள்.

வாகனநெரிசல்களைக் கடந்து கே.கே நகரை அண்மிப்பதற்கு இரண்டு மணித்தியாலங்கள் ஆகிவிடும். ஆனாலும் அவன் காத்திருக்கிறேன் என பதில் சொன்னான். அப்படியொரு வீச்சமான வாசம் அவனுடலில் இருந்து வந்தது. அவனால் என்னென்று விளங்கிக்கொள்ள முடியவில்லை. இப்போது அவனுக்குள் ஒரு எரிமலை பொங்கி வழிகிறது. காமத்தை அவன் தனிமையில் உருவேற்றி உணர்கிறான். பிரிந்து வந்த நிலத்தின் கனவுகளுக்குள் அவனொரு பெண் பித்தனைப்

போல அலறி ஓடுகிறான். அவனின் கோழைத்தனங்களை ஒரு வேசியிடம் மண்டியிட்டு முன்வைக்கிறான். வேசியின் கடவுள்தனம் அவனை மன்னிக்கிறது. ராகுலனுக்கு அடிக்கடி வரும்கனவில் இந்தக் காட்சிகளே மீண்டும் மீண்டும் வந்து கொண்டிருக்கின்றன. அப்போது முகரும் வாசனையே இது.

சின்னஞ்சிறு மீன்கள் நீந்திக்கொண்டிருக்கும் இரண்டு மீன் தொட்டிகள் வீட்டின் முகப்பில் இருந்தன. ராகுலன் அவற்றைப் பார்த்துக்கொண்டிருந்தான். கறுப்பு நிறத் தங்கமீனொன்று தொட்டியின் வலது முனையில் நீண்டநேரம் நீச்சலற்று மிதந்திருந்தது. மயில் தோகைகள் கொண்டு சுவரில் உருவாக்கப்பட்டிருந்த உருவங்களை அவனால் உணரமுடியாதிருந்தது. தனது இருக்கைக்குப் பின்னால் இருக்கும் மேசையில் நடனமிடும் நடராஜர் சிலையைப் பார்த்தான். டிலானி ஷோபாவில் வந்து அமர்ந்துகொண்டே ராகுலனிடம் கதைக்கத் தொடங்கினாள்.

நீங்கள் இந்தியாவிற்கு வந்து எத்தினை வருஷம் ஆகுது?

பத்து வருஷமாச்சு... நீங்கள்?

நான் பதினாறு வருஷமாச்சு. அம்மா அப்பா வெளிநாட்டில இருக்கினம். நீங்கள் ஊரில எவடம்?

நாங்கள் யாழ்ப்பாணம், மானிப்பாய். ஆனால் கொழும்பில தான் படிச்சது வளர்ந்ததெல்லாம். ராகுலன் சொன்னான்.

டிலானி தன்னுடைய கடந்தகாலத்தின் சில சம்பவங் களைச் சொல்லத்தொடங்கினாள். ராகுலன் கேட்டுக் கொண்டிருந்தான். திருலோகத்துடனான தனது மணவாழ்க்கை குறித்து அவள் சொல்லத்தொடங்கி கண்கள் கலங்கி அழுதாள். ராகுலன் அப்படியே அமர்ந்திருந்து கேட்டுக்கொண்டே இருந்தான். விரதமிருக்கும் பக்தன் கடவுளைப் பார்த்துக்கொண்டிருப்பதைப் போல டிலானியை விட்டு கண்களை அசைக்கவில்லை. அக்கம் பக்கத்தில் உள்ள சிலர் தம்மைக் குறித்துக் கொண்டிருக்கும் தப்பான எண்ணங்களை நினைத்து அவமானப்படுவதாகச் சொன்னாள். அன்றைக்கு திருமணத்திற்கு வந்திருந்த பொழுது எங்கள் ஆக்களில் ஒருவனான கருவாடு, என்னைக் கலியாணம் செய்துகொள்ளப் போவதாகச் சொல்கிறான்.

கருவாடு பற்றி ராகுலனும் அறிந்திருந்தான். இயக்கக் காசைச் சுருட்டிக்கொண்டு தமிழகத்திற்கு ஓடிவந்தவன். இன்றைக்கு அவனுக்கு இங்கிருக்கும் சொத்தே கோடிக்கணக்கானது என்று நிறையப் பேர் சொல்லக் கேட்டிருக்கிறான். பொதுவெளியில் கருவாடு அப்படி நடந்துகொண்டதை இப்போது கேட்கும்போது ராகுலனுக்கு எரிச்சலாகவும் கட்டி அடிக்கவேண்டுமெனவும் தோன்றியது.

டிலானி அழுதுகொண்டே சொன்னாள், நான் தனியாக இருக்கிற பெம்பிளை. அகதியாக இருக்கிறதவிட அது கஷ்டம். என் வாழ்க்கை உன்னதமானது என்று யாரும் எண்ணிவிடக்கூடாது. அவ்வளவு கோழைத்தனமும் வன்முறையும் கொண்ட ஒரு கடவுளைப் போல தனிமை என்னை ஆக்கிவிட்டது. அவ்வளவு வலியின் பெருக்கு என்னுடல். நீங்கள் என்னுடைய போன் நம்பரை வாங்கிக்கொண்டு புன்னகைத்தபடி நன்றி என்று சொன்னபொழுதில் பாறையின் மீது ஊரும் ஈரநண்டின் புத்துணர்ச்சியைக் கண்டேன். என்னுடைய பிருஸ்டத்தைப் பார்த்துக்கொண்டிருந்த உங்கள் கண்களில் திமிர்கொண்ட ஆணின் ஆன்மாவைப் பார்த்தேன். அது அத்தனை வெளிப்படையாக இருந்தது. போலியற்று புனிதப்பார்வையை என்மீது போர்த்தாமல் ஆணாக என்னை வெறித்துநின்றதை நான் கண்காணித்துக்கொண்டே இருந்தேன். உனது உடலின் பிரார்த்தனையை நீ எனக்கு முன்னால் கிடத்தி இறைஞ்சி நிற்கிறாய் என்று என்னால் புரிந்துகொள்ள முடிகிறது. இப்போதும் உனது அமெரிக்கன் டூரிஸ்டர் பையின் சிறிய அறையில் ஸ்டோபரி வாசம் வீசும் ஆணுறைகள் இருக்கின்றன. எதற்காக இவ்வளவு நேரமாய் காத்துக்கொண்டிருந்தாய். நீ பயங்கரமானவன். நிலமில்லாத நம்மை நாமே அணைத்துக் கூடிக்கொள்ளவேண்டும். தனிமையின் புழுதி மூடி நம் திசைகளை புயல் முறித்துப்போட்டுவிட்டதை நான் உணர்ந்திருக்கிறேன்.

கண்கள் செருகி அடிபட்டுக் கிடக்கும் தெருநாயின் அழுகிய உடலைக் கடந்து செல்லும் இந்த நகரத்தில் அகதியாக அடைக்கலமான நாம் வேறு யாருமில்லை. அந்தத் தெருநாய் தான் என்று நீயும் அறிந்திருப்பாய்.

இப்போது உனது தேவை என்னைப் புணரவேண்டும். என்னுடைய கூந்தலால் உன் நிர்வாணத்தைப் போர்த்த வேண்டும். எனது மேனியை மேலிருந்து பார்க்கவேண்டும். உனது உடலில் கருடன் எழுந்து நிற்கிறான். அவனை எனக்குள் இறக்கி போகம் கொள்ளவேண்டும். அதுதானே உனது தேவை என்று டிலானி கேட்டதும் ராகுலன் அதிர்ந்து இல்லையென்று சொல்லவில்லை. ஆமாம் அதுதான் தேவை என்று விநோதமான குரலில் சொன்னான். பொழுது மூச்சுத்திணறியது. டிலானி அவனைத் தனது அறைக்குள் கூட்டிச்சென்று கட்டிலில் கிடத்தினாள்.

மஞ்சள் மின்குமிழ் வெளிச்சம் ஒளிர்ந்துகொண்டிருந்த அறையின் ஜன்னல்கள் சாத்தப்பட்டிருந்தன. ஓடிக்கொண்டிருந்த மின்விசிறியின் காற்றில், கட்டிலில் கிடந்த வாரப்பத்திரிக்கையின் பக்கங்கள் நெளிந்தன. சுகந்தத்தின் ஈர வாசனையில் முங்கியபடி அந்த அறையிலேயே சமாதியாகிவிட வேண்டுமென்று ராகுலன் நினைத்தான். மெத்தையின் மீது விரிக்கப்பட்டிருந்த புதிய துணியில் நிறைய முயல்குட்டிகள் சோடிகளாய் வரையப்பட்டிருந்தன.

குளியலறையின் கதைவைத் திறந்து துவாயை எடுத்துத் தருமாறு குரல் கொடுத்தாள் டிலானி. கதை வாசிப்பதை நிறுத்திவிட்டு அவளின் வெள்ளைநிறத் துவாயை எடுத்துக் கொடுத்தான். குளியலறைக் கதவின் திறந்த மெல்லிய இடைவெளியால் தனது கைகளை நீட்டி அவனின் கைகளிலிருந்து துவாயைப் பறித்த அவள் அப்படியே கட்டிலில் வந்தமர்ந்தாள். அவளின் மார்பைமூடியிருந்த அந்தத் துவாயை அவனால் பொறுத்துக்கொள்ள முடியவில்லை. உதடுகளோடு உதடுகள் நீந்த முத்தங்களைத் தொடங்கினாள். ராகுலனுக்கு அவளின் கீழ் உதட்டின் உள்புறத்தில் ஊறும் மினுக்கமான வேகத்தைப்பிடித்திருந்தது. அவளைக் கட்டிக்கொண்டு அவன் வேகம்கொண்டான். அவள் தனது தலையைப் பின்னோக்கிச் சரித்து முயக்கமுற்றாள். அவளின் கூந்தல் மின்விசிறிக் காற்றில் முகம்தழுவிக்கொண்டிருந்தது. மலரினும் மெலிதான காமத்தின் கிளைகளில் இருவரும் லாகவமாக ஏறிக்கொண்டிருந்தனர்.

ராகுலன் வெள்ளைத்துவாயை அவிழ்க்கும் நொடியில் உதடுகள் கழன்று விலகின. அவள் ஒரு நிமிசம் ஒரு நிமிசம்

என்று கெஞ்சினாள். முகம்பற்றி மூண்டிருக்கும் இத்தீயை உன் மார்பொத்தி அணைக்கவேண்டும் டிலானி என்றான். சரி அப்படியே இருங்கோ ஒரு நிமிசம், நான் வெளிக்கிட்டிட்டு வாறன், விடுங்கோ என்று கொஞ்சலோடு எழுந்தாள். நீண்ட நேரம் இருவரும் கதைத்துக்கொண்டிருந்தார்கள். இவனின் கண்கள் அவளின் மார்பின் மீதே நங்கூரமிட்டு அசைந்த படியிருந்தது. தொட்டிமீன்கள் மேலிருந்து வீழ்த்தப்படும் இரைக்காக மேல் நோக்கி நீந்துவதாய் ராகுலனை ஏதோவொரு அலை, ஏதோவொரு உச்சியில் ஏற்றிவிட்டது. அந்த அறையில் பரவி நிற்கும் மங்கலான மஞ்சள் ஒளியின் ஒழுக்கு அவளின் கண்களில் நிரம்பி நின்றிற்று. உடைகள் களையப்பட்ட டிலானியின் தாப உடலில் எடையற்ற தன்னுடலைக் கிடத்தினான். பேரமைதி நிலவிய அந்த அறையில் இருவரின் உடலும் ஒலித்தன. வழுக்கும் கிணற்றடிப்பாசியின் மெதுமை உடலில் பரவியது. குகையின் உள்ளிருந்து வெளியேறும் கடலின் சிருஷ்டியாய் இருவுடலும் பெருங்களி கொண்டு இசைவுற்று இசைவுற்று அசைந்தன. பாஷையின் சந்தம் போல் கூடல் வேகம் குறைந்துகூடி கூடிக்குறைந்து குறைந்துகூடி... கூடிக் கூடி நிகழ்ந்த வண்ணமிருந்தது.

டிலானியின் கண்கள் பனித்திருந்தன. ராகுலனைத் தனது நெஞ்சோடு அணைத்துக்கொண்டு குழந்தை என்று அவள் சொன்னதும் திகைக்காமல் இயங்கிக்கொண்டிருந்தான். பேரொளி வீசும் ஒரு நாளைப் போல தன்னுடலைப் புகுத்தியிருந்தான். நீண்ட நேரம் நீடித்த இந்தக் கூடலை டிலானி வேடிக்கையோடு ருசித்தாள். குழந்தை களைத்துப்போய்விட்டது என்று மீண்டும் சொன்னாள். அதியுச்ச ஷணத்தில் தன் மார்புகளை மேலிருந்து இயங்கும் ராகுலனுக்குத் தருவித்தாள். சிசுவுக்கு அமுதூட்டும் அந்தத்தாய்மையை ராகுலன் காதலோடு ஏற்றுக்கொண்டான். அவளின் திளைத்த மார்புகளில் அந்த அறையின் மஞ்சள் ஒளி மினுக்கமடைந்து தவளைகளைப் போல குதித்தோடிய படியேயிருந்தது.

என்னை உங்களுக்குப் பிடிச்சிருக்கா ராகுலன்?

உங்களைப் பிடிக்காமல் உங்களோடு ஒன்றாக இருப்பேனா?

சும்மா பொய்சொல்ல வேண்டாம்.

நான் சொல்வதை நீங்கள் பொய் என்று நம்புகிறீர்கள்.

உங்களுக்கு கலியாணம் எண்டால் என்னை விட்டிட்டு போயிடுவிங்கள்தானே?

ஓம், உங்களுக்கு நடந்தாலும் நீங்களும் போகத்தானே வேணும்.

நான் இனிமேல் கலியாணம் செய்யமாட்டேன்.

நான் இனிமேல்தான் கலியாணம் செய்யவேணும்.

அவள் சிரித்தாள். நல்லாய் கதைக்கமட்டும் தெரியுது.

தீவின் நடுவேயிருக்கும் அழகிய வனத்தில் வந்தமரும் வலசைப்பறவைகள் மாதிரி அவளுடலில் அவளுக்கே இதம் தருகிற இடங்களிலெல்லாம் தனது தீண்டல்களின் சிறகுளை விரித்தான். மண்ணுள்ளே தயாராகும் விதையின் பசுஞ்சுடர் போல அவ்வளவு ஈரமாகி குளிரத் தொடங்கினாள். அவன் தீண்டவே ருசியாகும் தனது எச்சிலை ஊற ஊற விழுங்கிக்கொண்டேயிருந்தாள். காலம் சுமந்துசெல்லுகிற பாரமற்ற போதையின் நிழல்களாக இருவரும் இயங்கத்தொடங்கினர். நீர்ப்பாத்தியின் உள்ளே ஒன்றையொன்று பிடிப்பதைப் போல ஓடிக்கொண்டிருக்கும் பாசிக்கு நிகராக ஒருவரை ஒருவர் உடல்களுக்குள் திரத்தியபடியிருந்தனர். ஒவ்வொரு துளியும் பிரமாண்டமாய் விழும் பெருமழைக் காலத்தின் கனிவான ஒலி அந்த அறையில் அதிரத்தொடங்கியது. ரத்தம் பிளிறுகிற இவ்விரு உடல்களுக்கும் இடையில் சிறிதாய் இருக்கும் இடைவெளியில் ஈர ஒளி ஈக்கில் போல ஏறியது. ஓய்தலின்றி கங்குவளையத்தினுள் காற்றுப்புகுவது மாதிரி ராகுலனுக்குள் தன்னைச் செலுத்திக்கொண்டிருந்தாள். தனிமையில் கரைந்த இருவரும் தாபத்தில் எழுந்து வல்லபம் பெற்றனர். இப்படியொரு கூடலை தான் இதுவரைக்கும் அனுபவித்ததில்லை என்று ராகுலன் குளித்தபடிக்குச் சொன்னான். டிலானி எனக்குகூட ஸ்டோபரி பிடிக்காது. ஆனால் இன்று அந்த வாசனைக்கு என்னை அனுப்பி வைத்துவிட்டேன் என்றாள்.

"வன்முறை பொதிந்த உனது மனத்தை நீயே தகர்த்து எறி. காமம் உன்னை ஆசீர்வதித்து ஒரு மனுஷனாக்கட்டும். உன்

குழந்தைமையை நீ விட்டுவிடாதே, பிறகு கொடியதான கற்பனைகளுக்குத் தனிமை இட்டுச்செல்லும். அதனைத் தவிர்" என்று சொல்லி ராகுலனை வழியனுப்பி வைத்தாள் டிலானி. கே. கே நகர் பிரதான சாலை வழியாக வளசரவாக்கம் நோக்கி நடக்கலானான். இரவும் பலமடைந்திருந்தது. அவனுக்குள் இதுவே நித்யம் ஆகவேண்டுமென்ற பிரார்த்தனை மட்டும் ஒலித்துக்கொண்டிருந்தது.

பிறகு இருவரும் அடிக்கடி சந்தித்துக்கொள்ளவும் கூடிக் கொள்ளவும் செய்தனர். ஒரு பௌர்ணமி நாளில் திருவண்ணா மலைக்குச் சேர்ந்து சென்றனர். கிரிவலப்பாதையில் அவளுடைய கைகளைப் பிடித்துக்கொண்டு நடந்து வந்தான். திருவாசகங்களையும் தேவாரங்களையும் ஓதிக்கொண்டு சிவனடியார்கள் நடந்து சென்றனர். டிலானி அவ்வளவு நெருக்கமாக அவனோடு அந்தப் பாதைமுழுக்கவும் நடந்தாள். பௌர்ணமியின் ஆனந்தமயமான நிழல் அவர்கள் இருவரின் மீதும் பாலித்துக்கொண்டிருந்தது. பச்சிளங்குழந்தையின் உற்சாகத்தோடு அவ்வளவு இலேசாக இந்தப் பூமியில் இரண்டு அகதிகள் நடந்தபடியிருந்தனர்.

இந்தப் பௌர்ணமியின் ஒளியை பூமி எப்போதும் மிச்சம் வைத்திருக்கட்டும் எம்பாவாய்!

# மாபெரும் தாய்

## *01*

**வானிலை அற்புதமாக இருந்தது.** குளிரில் குழையும் காற்று புன்முறுவல் பொங்கி வீசியது. அந்தியின் வாசனை உறக்கத்திலிருக்கும் ஆச்சியின் கனிந்த உடல் மீது எறும்புகளாய் ஊரத்தொடங்கியது. ஒதிய மரத்தின் பழுத்த இலைகள் உதிர்ந்து ஆச்சியைத் தீண்டின. உறக்கம் அந்தரங்கத்தின் பெருமழை. மின்னல் ஒளியும் பேய் இடியும் பிறந்து கொண்டேயிருக்கும் இந்த உறக்கம் ஆச்சியின் உடலை அத்துணைத் துல்லியமாக வந்தடைந்திருந்தது. புராதனக் கலத்தைப்போல அசைவின்றியிருந்த ஆச்சி கீர்த்திமிக்க வரலாற்றைப் போல சாந்தம் வழிய புரண்டு படுத்தாள். கிளித்தட்டு விளையாடி முடித்து வீடுகளுக்குத் திரும்பும் இக்கிராமத்தின் இளந்தாரிகள் ஒதிய மரத்தைக் கடந்து போகையில் "ஆச்சி எழும்பன, உன்ர மந்திரக்கத்தியை எடுத்துக்கொண்டு ஆரோ ஓடுறாங்கள்" எனக் குரல் கொடுத்தனர். ஆச்சி பதைபதைப்போடு கண்களைத் திறந்தாள்.

கொட்டிலுக்குள் ஓடி மந்திரக்கத்தியைப் பார்த்தாள். கண்கள் நிலமாகி கண்ணீர் மழையாய்ப் படர்ந்தேறி நிற்கையில் மந்திரக்கத்தியின் பொன்னிறம் பளிச்சிட்டு நீடித்து மின்னியது. ஆச்சி கம்பீரமாய் களிபொங்கிச் சிரித்தாள். வெளியே இரவு முளைத்தெழுந்து பூமியில் விரிந்தது.

பயபக்தியிலும் தூய்மையிலும் கடுமையான இறுக்கத்தைக் கடைப்பிடிக்கும் இக்கிராமம் வன்னியிலுள்ளது. தொன்மை உறைக்குள் செருகப்பட்ட மிகநீண்ட கறுப்புநிற வாள்களாய் திசையெங்கும் பனைகள் உடல் நீட்டி நின்றன. காம்பினில் அகாலமுடைத்து இதழ்விரிக்கும் நித்தியகல்யாணியின் நறுமணம் சூரியத்தழலின் நரம்புகளையும் மயக்கியதைப் போல காலை வெயிலில் சுகம் சுழலும். காட்டின் கனல் நிமிர்ந்து சீறுகையில் வியர்த்தவுடலில் எரியும் தாகம் தீ போல் பிளந்தாடும். வேட்டை நாய்களின் கண்களில் பதுங்கியிருக்கும் மூச்சிரைப்போடும், பனங்கள்ளின் அற்புதத் திளைப்போடும் தனது அன்றாடங்களை உதிர்க்கும் இக்கிராமத்து ஆன்மா மந்திரக்கத்தி ஆச்சியிடமிருக்கிறது.

எரிந்த திரியின் நுனிக்கரியை விரல்களால் நசித்து நெற்றியில் அப்பிக்கொண்டு கூந்தலை விரித்து நின்று இன்மையூறும் திசைநோக்கி உச்சாடனம் செய்யும் அவள் மந்திரங்களோ பிறருக்கும் கேட்காது. அவள் பாடும் பாடல்களின் அர்த்தம் மொழிக்கும் தெரியாது. மந்திரங்களும் மர்மங்களும் ஆச்சியின் விலா எலும்புகளால் இக்கிராமத்தின் குருதியிலேயே எழுதப்பட்டதென்பாள் என்னுடைய அம்மா. வருஷத்தில் ஒரேயொரு நாள் ஆச்சியின் மந்திரக்கத்தியை முந்நீர் காளிகோயில் மடைத்திருவிழாவில் வைத்துப் பூசைசெய்யும் வழக்கமிருந்தது.

அன்றைக்கிரவு தன்னுடைய வேட்டைநாய்களோடு காட்டுக்குள் நுழையும் ஆச்சி துரவொன்றிற்குள் இறங்கி நீருக்குள் வாயை வைத்து ஒலி எழுப்பத்தொடங்குவாள். அப்போது வேட்டை நாய்கள் தங்களுடைய முன்னங்கால்களால் துரவுத்தண்ணீரை எத்தி எத்தி வானத்தைப் பார்த்துக் குரைக்கத்தொடங்கும். ஆச்சியின் கூந்தல் பூமியிலிருந்து வான்நோக்கி எழுந்துபோய் நிசியைப்போல நீண்டதும் பூமியை அறையும்படி மழையின் கனம் பொழியத்தொடங்கும்.

அக்கணத்தில் காட்டிலிருந்து காளி கோயில் நோக்கி ஓடத்தொடங்கும் வேட்டைநாயின் கால்கள் இரவின் நகங்களைப் பிடுங்கி எறிந்தபடி விரையும். கற்றாழைச் செடிகள் நிறைந்திருந்த கோயில் குளத்தின் மரப்பொந்துக்குள் வழிபட்டு முடிந்த மந்திரக்கத்தி தனித்திருக்கும். சுவடு பிடித்த வேட்டைநாய் ஒரு இரையைக் கவ்வும் வேகத்தோடு மந்திரக்கத்தியைப் பற்றிக்கொண்டு மீண்டும் காடு நோக்கிப் பாயும்.

பெருமழையின் துளிகள் நீரின் கண்களைப் போல திறந்து மூடும். துரவுக்குள் நின்றுகொண்டிருந்த ஆச்சி ஒலியெழுப்பி நிர்வாணம் கொண்டு தனது இரண்டு கால்களையும் அகலமாக விரித்து நீருக்குள் அமர்ந்திருப்பாள். அவள் ஆதிக்குகையில் இருந்து வெளிக்கிளம்பிய சினக்குருதியின் தீஞ்சுடரை வேட்டைநாய்கள் வணங்கிநிற்கும். மழையில் நனைந்த காடு ஒருகணத்தில் உலர்ந்து வணங்கும். அந்தத் தீஞ்சுடர் ஏந்தியிருந்த வெளிச்சத்தில் முதல் நெருப்பின் நரம்புகள் விளையும்.

மந்திரக்கத்தியோடு வந்தடைந்த வேட்டை நாய் நீருக்குள் இறங்கி ஆச்சிக்கு அருகில் சென்று தீஞ்சுடர் உருகிவழியும் ஆதிக்குகையில் மந்திரக்கத்தியை வைத்ததும் விரிந்திருந்த ஆச்சியின் கால்கள் ஒடுங்கும். பின்னர் தீஞ்சுடர்க் குகை மூடும். துரவு நீர் குருதித் திரள்களால் அசையாது நிற்கும். ஆச்சி மந்திரத்தின் மீதேறி தனது முலைகளால் நிலத்துக்குப் பாலூட்டியதும் இருள்புகை கலையும்.

## 02

எனக்கு அப்போது பத்து வயது. என்னுடைய மாமாவின் மகள் கோபிதா கிளித்தட்டு விளையாடிக்கொண்டிருந்த போதில் மயக்கம் போட்டுக் கீழே விழுந்தாள். முகத்தில் தண்ணீர் தெளித்துக் கொஞ்சநேரம் விசுக்கிவிட்டதும் கண்களைத் திறந்தாள். கோபிதாவுக்கு அப்போது பதினாறு வயசு. கிராமத்தின் பல இளந்தாரிகளுக்குக் கிளர்ச்சி தரவல்ல சரீரம் அவளிடமிருந்தது. பருவத்தின் விதைகள் அவளிடம் தாராளமாய் விளைந்திருந்தன. கோபிதா மயங்கி விழுந்த அடுத்தடுத்த நாட்கள் அவள் கிளித்தட்டு மைதானத்திற்கே

வரவில்லை. வீட்டிற்குள்ளேயே இருந்தாள். செந்தளிப்பற்ற வீட்டின் முற்றம் போலாகியிருந்தது கோபிதாவின் முகம். அவளுடலில் தோன்றியோடும் நோவினால் துடித்தாள். என்னவென்று சொல்லமுடியாதபடி பயந்தாள். திடுமென ஒரு நிழலைப்போல தன்னை மறைத்துக்கொள்ள எத்தனித்தாள். மாதவிடாய் வந்து பத்து நாட்களுக்கு மேலாகியும் நீடித்த குருதிப்போக்கு கோபிதாவின் உடலைத் திருகி வெளிறப்பண்ணியது. மருத்துவத்தை நம்பாத மாமா கோபிதாவை அழைத்துவந்து ஆச்சி முன் நின்றழுதார். கோபிதாவின் கண்களில் ஊன்றி நிற்கும் இருட்டைக் கண்டதும் ஆச்சி தனக்கருகில் அவளை அழைத்தாள். கோபிதா வர மறுத்தாள். ஆச்சி ஒரு சுருட்டைப் பற்றவைத்து அவளருகே வந்துநின்று "என்னடி மோளே செய்யுதுனக்கு, ஏன் பயந்துபோயிருக்கிறாய்" என்று கேட்டதும் மனதைப் பிசையும் ஒரு குரலாய் ஒடுங்கி நடுங்கினாள்.

ஆச்சி தன்னுடைய கைகளால் அவளின் தலையைத் தொட்டு யாருக்கும் கேட்காத சக்தியுடைய மந்திரத்தைச் சொல்லத் தொடங்கினாள். திடுமென நிலத்தில் வீழ்ந்த கோபிதாவின் கண்களிலிருந்து வெகுண்டெழுந்தது அந்தப் பொழுது. மாமா கூப்பியிருந்த கைகளை இன்னும் இறுக்கமாக்கிக் கொண்டிருந்தார்.

கோபிதாவின் உடலிலிருந்து காட்டு மரம் எரிவதைப் போன்ற வெக்கை எழுந்தது. ஆச்சி கோபிதாவின் முகத்தில் நீராலடித்தாள். கண்களைத் திறந்த கோபிதாவின் முகம் இப்போது தெளிந்திருந்தது. நெற்றியிலும் இரண்டு பாதங்களிலும் நீறள்ளிப்பூசியதும் போகலாமென்று கையசைத்தாள். மாமா கும்பிட்டுமுடித்து கோபிதாவோடு வெளியேறினார்.

அவர்கள் போனகையோடு ஆச்சி தன்னுடைய கூந்தல் முடியைப் பிடுங்கி மூன்று முடிச்சுப்போட்டு கூரையின் மீது வீசினாள். பின்னர் தன்னுடைய உடைகளை நீக்கியபடி பனைமரத்தின் கீழே குளிக்கப்போனாள். யாரிடமும் பகிர்ந்தளிக்க விருப்பமற்ற ஒரு ஆழ்ந்த உறக்கத்தை நெடுநாட்களுக்குப் பிறகு கோபிதா சந்தித்தாள். ஆச்சி ஒரு ரகசியத்தை விதைக்கும் நாளைப்போல வெறிக்கும் பார்வையுடன் விழித்திருந்தாள். ஒதிய மரத்தின்

உச்சிக்கிளையில் அவள் கண்கள் குத்தி நின்றன. ஆச்சியின் மந்திரங்களை அணிந்துகொண்டு ஒதிய மரம் அசையத் தொடங்கிற்று. கோபிதாவின் உறக்கத்தில் இன்னுமின்னும் அமைதியே இழைந்தது.

முற்றத்திற்கு ஒரு சுளகை எடுத்துவந்த ஆச்சி வீட்டிற்குள் போனாள். கையில் ஒரு பிடி பச்சையரிசியை எடுத்து வந்து சுளகில் உருவம் வரைந்தாள். அப்போது ஒதிய மரத்திலிருந்து எழுந்த ஒலி இரவின் கபாலத்தில் அமிழ்ந்து தெறித்தது. அரிசியால் வரையப்பட்ட அந்த உருவத்தின் தலைக்கு மேலும் பாதத்தின் கீழும் தேசிக்காய்களை வைத்துவிட்டு ஆச்சி மந்திரங்களை முணுமுணுக்கத் தொடங்கினாள். இரவு தவிக்க ஆரம்பித்திருந்தது.

ஒதிய மரத்தின் கிளைகள் குறுங்காற்றில் திசை முழுதும் மூச்செறிந்து அசைந்தது. ஆச்சி சுளகில் கிடந்த உருவத்தில் எச்சிலால் உமிழ்ந்து விளக்குமாற்றால் அடித்தாள். பின்னர் எழுந்து நின்று இரண்டு கால்களையும் அகட்டி அதன்மீது மூத்திரம் பெய்தாள். அப்போது படுக்கையிலேயே சிறுநீர் கழன்ற கோபிதா உறக்கம் கலைந்து திடுமென விழித்தாள். அவளது முகத்தில் பரிசுத்தம் பிடிப்பிடியாய் மிதந்தது.

## *03*

**நெ**ருப்புச் சுவாலை கவிழ்ந்தெரிவதைப்போல வெயில். படையெடுத்து வளவுகளுக்குள்ளால் போகும் சிறுவான் குரங்குகளைக் குரைத்து விரட்டுகின்றன நாய்கள். ஆச்சி சமைத்துக்கொண்டிருந்தாள். சின்னஞ்சிறிய அடுப்படியில் மூன்று மண்சட்டிகளோடும் ஒரு உலைப்பானையோடும் அவள் சீவியம் தொடர்ந்தது. தாகத்திற்குப் பனங்கள்ளும் சுருட்டும் அவளுக்கு சுதியாயிருந்தது. மத்தியான வெயிலில் ஒதிய மரத்தின் நிழலில் உறக்கம் கொள்வது அவளது நித்திய கருமம். ஆச்சியைக் கண்ட இளசுகள் அவளைத் தாண்டும்வரை எதுவும் கதைக்கமாட்டார்கள். ஆச்சி உறக்கத்திலிருக்கையிலும் அவளைக் கையெடுத்துக் கும்பிடும் என்னுடைய அம்மாவிடம் ஒருநாள் கேட்டேன்.

*ஆச்சிக்கு இப்ப எத்தின வயசு வரும்?*

“ஆச்சிக்கு வயசில்ல, மூப்பில்ல. பிறக்கும் போதே இப்பிடித் தான் பிறந்தவா.”

நான் அம்மாவிடம் மேற்கொண்டு எதுவும் கதைக்கவில்லை. நேராக முந்நீர் காளி கோயிலுக்குப் போகலாமென்று தோன்றியது. யாருமற்ற நடுமதியக் காற்றின் அரங்கத்தில் நான் மட்டுமே தனித்திருந்தேன். கோயில் குளத்தடியில் பல சத்தங்கள் கேட்டுக்கொண்டே இருந்தன. பழிதீர்க்கும் மனுஷவொலியின் ஆக்ரோஷ இரைச்சல் செவிப்பறையைக் கருகச்செய்யுமளவுக்குக் கேட்டதும் எனக்குள் ஆர்வம் பிறந்திற்று. கற்றாழைச் செடிகளுக்கு நடுவேயிருக்கும் அந்த மரம் பொல்லாத காளியின் உறைவிடமென அம்மா சொல்லியிருக்கிறாள். எதையும் பொருட்படுத்தாமல் மரத்தை நோக்கி நகர்ந்தேன். கற்றாழைச் செடிகளுக்குள் பாம்புகள் இருக்குமென்ற நினைப்புக்கூட வரவில்லை. மரத்தின் பொந்துக்குள் ஒரு நீலமலர் மட்டும் தனித்திருந்தது. பொந்தின் உள்ளே வரையப்பட்டிருந்த ஓவியத்தின் கோடுகளைக் கண்டதும் என் தண்டுவடத்தின் இரத்தவாசம் மூக்கைத் தீட்டியது.

கால்களை அகல விரித்திருக்கும் பெண்ணின் ஆதிவாசலில் தீயின் கனி சுடர்ந்துகொண்டிருந்தது. கண்ணுக்கும் காட்சிக்கும் நடுவில் விழுங்கித் துப்பும் சிலிர்ப்பும் அச்சமும் என்னை கிலிகொள்ளச்செய்தது. நான் அங்கிருந்து மீண்டுவிட்டால் போதுமெனத் தோன்றியது. ஓவியமாய் கால்களை அகல விரித்திருக்கும் அந்தப் பெண்ணின் தலையில் ஒரு மரம் சடைத்து நிற்கிறது. அந்த மரத்தின் கிளைகளில் நீண்ட வால் கொண்ட நாய்கள் அமர்ந்திருக்கின்றன. தீயின் கனி திடீரென நெகிழ்ந்து அலைந்தது. நான் அம்மாவென்று கத்திக்கொண்டு கற்றாழைச்செடிகளைக் கடந்து கிராமத்தை அடைந்தேன். ஒதிய மரத்தடியிலிருந்து சுருட்டுப்பிடித்துக்கொண்டிருந்த ஆச்சி என்னைக் கண்டதும் “மோனே என்னத்தைப் பார்த்து பயந்தோடி வாறாய்” என்று கேட்டாள். எதுவும் கதையாமல் நின்றேன். சிரித்துக்கொண்டு “அதொண்டுமில்லை. நீ பயப்பிடாத” என்று சொன்ன ஆச்சியின் புன்முறுவலில் எத்தனையோ மர்மங்கள் புகுந்து கரையேறுவதைப் போலிருந்தது.

கோபிதாவுக்கு என்ன நிகழ்கிறதென வீட்டிலுள்ளவர்கள் குழம்பியிருந்தனர். இரண்டு நாட்களாக இரத்தம்ரத்தமாக சத்தியெடுத்தபடியிருந்தாள். அவளுடைய சிறுநீரில் வெளிக்கிளம்பும் நாற்றம் வீட்டை அவித்தது. கூந்தலை அவிழ்த்து வாய்க்குள் வைத்துத் தின்னத்தொடங்கியிருந்தாள். விழிகள் வெளித்தள்ள நாக்கை நீட்டிக்கொண்டு நிலத்தில் கிடந்து துடித்தாள். வர மறுத்த காற்றைப்போலிருக்கும் அவளுடைய உறைந்த சரீரத்தின் சஞ்சலமும் உத்தரிப்பும் தத்தளிப்பும் பார்க்கிறவர்களை அழுகைக்குப் பரிமாற்றும். அரூபக்கனவின் இறுதிக்காட்சிகள் போல வார்த்தைகளற்ற நெடுந்துக்கமும் பதற்றமும் எம்மைச் சூழ்ந்துவிடும். சற்றுநேரத்தில் கோபிதா உதிர்ந்துபோன பழுத்த இலையென எந்த அசைவுமின்றித் தரையில் மயங்கிப் போவாள்.

அன்றிரவு ஆச்சியின் வீட்டிற்கு கோபிதாவைக் கூட்டிச் சென்றனர். பெண்களைத் தவிர யாரும் வரவேண்டாமென ஆச்சி சொல்லியிருந்தாள். கோபிதாவின் தாயாரும் என்னுடைய அம்மாவும் ஆச்சிக்கு ஒத்தாசையாக இருந்தனர். கோபிதாவுக்குப் பேய் பிடித்துவிட்டதென ஊருக்குள் கதை கிளம்பிற்று. இது செய்வினை என ஊகம் சொல்லினர். இன்னும் சிலர் ஊத்தைக் காளியோட வேலையிது என்றனர்.

ஆச்சிக்கு முன்னால் இருத்திவைக்கப்பட்டிருந்த கோபிதாவின் கண்கள் சோர்வுற்றிருந்தன. குஞ்சு பொரிக்கும் பருவத்திலிருந்த மூன்று அடைக்கோழி முட்டைகளையும், தேசிக்காய் ஐந்துமென ஆச்சி எல்லா அடுக்கணிகளையும் எடுத்துவைத்தாள். ஆச்சியின் பொருட்கள் எவற்றையும் தொட்டுவிடக்கூடாதென அம்மாவுக்கு ஏற்கனவே தெரிந்திருந்தது. இயல்பற்ற ஒரு புன்னகையோடு கோபிதா ஆச்சியைப் பார்த்துக்கொண்டிருந்தாள். தன்னுடைய கால்களை வீசி எறிந்து நீட்டியபடி பற்களை உறுமி சத்தம் எழுப்பினாள். ஆச்சி எதையும் பொருட்படுத்தாமல் தன்னுடைய காரியங்களில் மூழ்கியிருந்தாள். அம்மா கோபிதாவை இறுக்கிப்பிடித்துக்கொண்டிருந்தாள். அடைக்கோழி முட்டையின் மேலே குங்குமத்தைப் பூசி வேப்பிலையால் கோபிதாவை அடிக்கத்தொடங்கிய ஆச்சி நின்றுகொண்டிருப்பவர்களை வெளியே போகுமாறு கட்டளையிட்டாள். அம்மாவும் கோபிதாவின் தாயாரும்

ஒதிய மரத்தின் கீழே போயிருந்தனர். வானிலை இரவைச் சீண்டிப்பார்த்தது.

மூச்சிளைக்கும் கோபிதாவின் குரல் குளிரும் பொழுதை உலரச்செய்தது. திசைகளை மோதும் இடியுடனும் மின்னலுடனும் எழுந்த அந்தக்குரலின் திரள்களில் குற்றத்தின் சீற்றம் இமைகளை விரித்தது. ஒதிய மரம் வேரிலிருந்து கிளைவரை அசையுமாறு ஆடியது. அதன் இரைச்சல் ஓசை ஒரு கொடுங்கனவின் தீராத அழுத்தமாய் நீண்டது.

குங்குமம் தடவப்பட்ட அடைக்கோழி முட்டைகள் மூன்றும் தரையில் சுழன்றுகொண்டிருந்தன. ஆச்சி மந்திரத்தை முணுமுணுத்துக்கொண்டே சுளகில் உருவம் வரைந்தாள். கோபிதா நாக்கை வெளித்தள்ளி இரண்டு கால்களையும் தரையில் அடித்துக்கொண்டிருந்தாள். அவளின் கண்கள் வெறித்துச் சிவந்திருந்தன. ஒரு லயத்தோடு சத்தமெழுப்பிக் கூவல் செய்தாள். ஆச்சி மந்திரத்தை முணுமுணுத்தபடி சுழன்றுகொண்டிருந்த ஒரு முட்டையை வரைந்த உருவத்தின் அடிவயிற்றின் மீது எறிந்து உடைக்கையில் கோரமானதோர் சத்தம் அவளது உடலைப் பிய்த்துக்கொண்டு வெளியேறியது.

ஆச்சியைப் பார்த்து அவள் பச்சைத் தூஷணங்களால் ஏசத் தொடங்கினாள். அவளது முகம் அழுகிய காட்டுப்பன்றியின் முகத்தைப் போல விகாரமாகியிருந்தது. திடீரென நீளம் பெரிதான நாக்கின்மீது புண்கள் பெருகி ஊன் வழிந்தது. சுழன்றுகொண்டிருந்த இரண்டாவது முட்டையை வரைந்த உருவத்தின் மார்பினில் உடைத்த ஆச்சி தனக்கு முன்னாலிருப்பவளிடம் கேட்டாள்.

ஆர் நீ? ஏன் இந்தக் குமர்ல ஏறி நிக்கிறாய்?

அது எதுவும் பதில்சொல்லாமல் தன்னை கட்டுகளில் இருந்து விடுவிக்கத் திமிறியது. அது தன்னை யாரெனச் சொல்ல மறுப்பது ஆச்சிக்குக் கோபத்தைத் தந்தது. ஆச்சி மூன்றாவது முட்டையையும் வரைந்த உருவத்தில் உடைக்கையில் சிறிய கோழிக்குஞ்சு சுளகில் நின்றது. அந்தக் கருநிறக் கோழிக்குஞ்சை ஆச்சி தன்னுடைய கைகளில் ஏற்றி வைத்து மந்திரங்களால் முணுமுணுக்க எதிரே இருந்தது எழும்பத் துடித்து விழுந்தது. ஆச்சி கோழிக்குஞ்சின் கழுத்தை இறுகத்திருகி "நீ ஆரெண்டு

எனக்குத் தெரியும், இந்தக் குமர்ல இருந்து இறங்கு, உன்னை நான் விடுறன்” என்றாள்.

கோழிக்குஞ்சை சுளகில் இறக்கி வைத்துவிட்டு ஆச்சி தன்னுடைய ஆடைகளை அவிழ்த்து அந்த உருவத்தின் முன்னால் கால்களை அகலவிரித்தபடி அமர்ந்திருந்தாள். அவளுடைய ஆதிக்குகையில் மந்திரக்கத்தியைச் செருகியபடி வெளிக்கிளம்பிய ரத்தத்தால் தன்னெதிரே இருக்கும் உருவத்தின் உடலைத் துடைத்தாள். அந்தவுடல் சிலிர்த்து கனம் குன்றியது. கோழிக்குஞ்சு சுளகில் சரிந்தது. அதன் மூச்சிளைப்பில் அதீதமாய் இரைச்சல் மேய்ந்தது. அப்போது அழுகிய காட்டுப்பன்றியின் முகம் நீங்கிய கோபிதா வியர்த்து தரையில் கிடந்தாள்.

சுளகில் மேய்ந்துகொண்டிருந்த கோழிக்குஞ்சை இரண்டாகப் பிய்த்து வீட்டுக்கூரையில் வீசி எறிந்த ஆச்சி ஓதிய மரத்தின் கீழே அமர்ந்திருந்த இருவரையும் வீட்டிற்குள் அழைத்தாள். கொஞ்சநேரம் கழிச்சு பிள்ளையை வீட்ட கூட்டிக்கொண்டு போங்கோ, எல்லாம் போயிற்று என்றாள். அம்மா ஓமென்று தலையாட்டி “ஆரேனும் ஏதும் செய்துவிட்டிருக்கினமோ ஆச்சி” என்று கேட்டாள். ஆச்சி பதில் சொல்லவில்லை. கோபிதா விழித்தெழும்பியதும் அவளுக்குக் குடிப்பதற்கு தண்ணீர் கொடுத்து ஆச்சி வழியனுப்பி வைத்தாள்.

## 04

**நீ**ண்ட வால் கொண்ட ஒரு வேட்டை நாயாகிய நான் ஆச்சியின் பின்னால் போய்க்கொண்டிருக்கிறேன். நள்ளிரா வேளையில் ஆச்சியின் கால்கள் காடுகளை அளைந்து கொண்டிருந்தன. மந்திரக்கத்தியைப் பற்றியபடியிருக்கும் அவள் வலது கரத்தின் தினவு பிளிறிற்று. ஆச்சியின் கூந்தல் அவிழ்ந்து காட்டை அதிரச்செய்கிறது. முந்நீர் காளி கோயிலுக்கு அந்தப்பக்கத்தில் இருக்கும் கடலை அடைந்ததும் பேரண்ட ரீங்காரமாய் ஆச்சி மந்திரங்களை உச்சரித்தபடி உப்பு நீருக்குள் இறங்கினாள். அவளின் மந்திரக்கத்தியை நீருக்குள் தோய்த்தெடுத்தாள். பின்னர் கடலுக்குள் முங்கிய ஆச்சி மீளாது மாயமானாள்.

பீதியின் கோடாரியால் வெட்டுண்ட வீறல் எனக்குள் எழுந்தது. நீண்ட வால் கொண்ட நாயாகிய நான் கடலை நோக்கி அழுதபடி, கடலுக்குள் இறங்க அஞ்சி ஊருக்குள் ஓடிவந்தேன். புலன்கள் அதிரப் பாயுமென் கால்களைத் தாக்கியது வேட்டொலி. ஊழிக்காற்றின் ஓல அலைகளில் துடுப்பைத் தொலைத்த திகைப்புடன் ஊரழிந்து போகுமோர் ஊளையை எழுப்பினேன். அழுந்திக் குறட்டை இழுக்கும் ஊர்மனை மூச்சின் நரம்பதிர்ந்து துயில் துறந்தது.

கனவில் அமிழ்ந்திருந்த என்னை அம்மா தட்டியெழுப்பினாள்.

"என் கனவில் நிகழ்ந்தவை யாவும் இரத்தங்களின் கூப்பிடல்கள் அம்மா. எழுந்து படரும் அந்த இருள் திக்கில் ஆச்சி கடலுக்குள் கரைந்து போனாள். அவளின் மந்திரக்கத்தியை அலையெறிந்து உதைந்தாடுகிறது. எங்களைச் சுற்றி துக்கித்தலின் இரைவட்டம் விரியப்போகிறதோவென எனக்கு பயமாய் இருக்கிறது அம்மா" என்றேன். அவள் என்னை அணைத்துக்கொண்டு "நீயொண்டுக்கும் பயப்பிடாத, ஆச்சியென்ன சக்கரையா கரைஞ்சுபோக, நீ படடா" என்றாள்.

அடுத்தநாள் காலையில் குளித்ததும் முந்நீர் காளி கோயிலுக்குப் போனேன். பூசாரி தீபங்களைப் புளிபோட்டு மினுக்கிக் கொண்டிருந்தார். அவருக்கு உதவியாக வேலைகள் செய்தேன். பூசை முடிந்தபின்னர் குளத்தடி மரத்துக்குப் போனேன். அன்றைக்கு நடந்த என்னுடைய தடங்கள் அப்படியே இருந்தன. மரப்பொந்தினுள்ளே இருக்கும் உருவத்தின் முன்னால் இன்று மஞ்சள் மலர் இருந்தது. உருவத்தின் மேற்பகுதியிலிருக்கும் மரத்தின் கிளைகளில் வால் நீண்ட நாய்கள் அமர்ந்திருந்தன. அகன்ற கால்களுக்கிடையிலிருந்து வெளிக்கிளம்பிய சுடர்ச்செடியில் உயிர்த்தணலாய் ஒரு மலர். அதை எடுத்து முகர்ந்து பார்த்தால் மூண்டெழும் நெருப்பின் முதல் ஊன்றல் வாசம். என்னுடைய பின்புறத்தே நீண்ட வால் முளைத்து அசைந்துகொண்டிருப்பதைப் போலொரு உணர்வு.

பொந்திற்குள்ளிருக்கும் அந்த உருவம் என்னை மிக நெருக்கமாய் அழைத்தது. எனக்குள் அமிழ்தம் இனிதாய் ஊறுகிறது. நெய்க்குடத்தின் குளிர் அடிவயிற்றில் ஓச்சம் கொண்டது. உருவத்திலிருந்து கைகள் முளைத்து என்னைத்

தடவ “மகனே” என்றது ஒரு தொல்குரல். கனன்றதென் குருதி மரபு.

## 05

இந்தக் கிராமத்தை விட்டு வெளியேறவேண்டுமென போர் எங்களைப் பணித்தது. சனங்கள் மூட்டைமுடிச்சுக்களோடு வேறு ஊர்களுக்குப் போகத் தயாராயினர். ஒட்டுமொத்தமாக முந்நீர் காளிகோயிலில் இருந்து சனங்கள் திசைகளில் பிரிந்தனர். ஆச்சி ஊரை விட்டு வர மறுத்தாள். யாரும் எதிர்த்துக் கதைக்கவில்லை. சனங்கள் ஊரை விட்டு வெளியேறினர். அம்மா “ஆச்சிக்கு ஒண்டும் நடக்காது, நீ கெதியா நட” என்று என்னைக் கூட்டிக்கொண்டு போனாள். பிய்த்துக்குதறும் பீரங்கிக் குண்டுகள் வீழ்ந்து வெடிப்பதற்கு முன்னர் தூரத்தைக் கடந்துவிடும் வேகத்தோடு நடந்தபடியிருந்த சனங்களுக்கு மத்தியில் நானும் கோபிதாவும் ஆச்சியை நினைத்துக் கலங்கிக்கொண்டிருந்தோம். அன்றைக்கிரவு நாங்கள் இடைத்தங்கலாக இருந்த ஊருக்கும் எங்களுடைய ஊருக்கும் தூரம் அதிகமாயிருந்தது. நான் நித்திரையற்று ஆச்சியையும் கூட்டிக்கொண்டு வந்திருக்கலாம் என்று அழுதுகொண்டிருந்தேன். அப்போது பீரங்கிக்குண்டுகள் விழுந்து வெடிக்கத் தொடங்கின. அம்மா ஆச்சி ஆச்சி என்று கும்பிட்டபடியிருந்தாள். அவளின் பிரார்த்தனையையும் மீறி கோரங்கள் எழுந்தன.

நிலவற்ற வானம் மகத்துவமான இருளை நிலமெங்கும் வீழ்த்தியிருந்தது. காற்றில் கரைந்த கற்பூரமாய் ஊர் தடயமற்று ஆகிப்போயிருந்தது. வெண்சோற்றுக் கவளத்தினுள்ளே மிஞ்சியிருக்கும் சிறுபருக்கையைப் போல மின்மினிப் பூச்சியொன்று தனித்துப் பறந்து திரிந்தது. ஒதிய மரத்தின் கிளைகளில் அமர்ந்திருந்த வால் நீண்ட நாய்கள் கீழே இறங்கின. ஆச்சி தன்னுடைய மந்திரக்கத்தியை எடுத்துக் கொண்டு காட்டுக்குள் நிர்வாணமாய் இறங்கினாள். வேட்டை நாய்கள் ஆச்சியைக் சூழ்ந்து நடந்தன. முந்நீர் காளி கோயில் குளத்தடி மரத்தில் வால் நீண்ட நாய்கள் ஏறிக்கொண்டன. ஆச்சி மரப்பொந்துக்குள் போய் கால்களை அகற்றி அமர்ந்தாள். மந்திரங்களை முணுமுணுத்தபடி விரிந்திருந்த

ஆதிக்குகையில் மந்திரக்கத்தியைச் செருகினாள். நினைத்துப் பார்க்க இயலாத அளவுக்கு சமுத்திரத்தை நிரப்பும் குருதி ஆச்சியின் ஆதிக்குகையில் இருந்து பீறிட்டது.

"அம்மா ஆச்சி தனிய இருந்து ஷெல் விழுந்து செத்துப் போனால்... ஆச்சி பாவமல்லே!"

"ஆச்சி சாகமாட்டா, நீ பயப்பிடாத."

"இவ்வளவு உறுதியாய் எப்பிடியம்மா சொல்லுறியள்?"

"அவாவோட மூச்சுத்தான் எங்கட மண்ணில நடக்கிற போர், ஆச்சியே எங்களின் அங்கையற்கன்னி. அவளே விடுதலையின் பீடத்தில் ஓர் நிமிர்வு."

"அம்மா, ஆச்சி ஆர்?"

"மகனே! அவளை நாம் இந்த மண்ணுக்குள் இருந்தே கண்டெடுத்தோம். அவள்தான் எங்களின் "மாபெரும் தாய்."

## வீழ்ந்தவர்களின் புரவி

### *1*

**குடிசையில் இரண்டு சுட்டி விளக்குகள்** சுடர்ந்தபடியிருந்தன. சுற்றப்பட்டு மூலையில் நிமிர்த்தி வைக்கப்பட்டிருந்த ஓலைப்பாயின் மேல் விளிம்பில் பல்லியொன்று நின்றது. குடிசையின் வாசலில் தொங்கியபடியிருக்கும் பெரிய மஞ்சள்நிறச் சங்கில் திருநீறு நிரப்பப்பட்டிருந்தது. மூத்தவர் எங்கு போனார் என்று தெரியாமல் காத்திருந்தான் வீரன். குடிசைக்குப் பின்னால் நிற்கும் கிஞ்ஞா மரத்தின் கீழே அவர் அமர்ந்திருக்கக் கூடுமென நினைத்து அங்கும் பார்த்தான். அவரில்லை. மூத்தவரைப் பார்த்துக் கொஞ்ச நேரம் கதைத்தால் ஆசுவாசம் வருமெனத் தவித்த வீரன், சுட்டிவிளக்குகள் சுடரும் மூத்தவர் குடிசையின் முன்னால் அமர்ந்தான். கூடு திரும்பும் பறவைகளின் சிறகசைப்பில் இருண்ட பொழுதின் தாளம். தொலைவிற்குப் போன பகலின் வெளிச்சம் கூடடையும் பறவைகளின் அலகினில் சிறிய தானியமாய்

எஞ்சி நிற்கிறதென்று வீரன் நினைத்துக்கொண்டான். சில வேளைகளில் மூத்தவர், வீரபத்திரர் கோயிலுக்குப் போயிருக்கலாமென்று வீரனுக்குப் பொறி தட்டியது. ஆனால் இந்த நேரத்தில் அங்கே செல்வதற்கு அவனுக்கு பயமாகவிருந்தது. இன்னும் அரை மணித்தியாலம் காத்திருந்து விட்டு தன்னுடைய வீட்டிற்குப் போக முடிவு செய்தான். இரட்டைச் சுட்டி விளக்குகளில் ஒன்று கூடு பத்தி எரிந்து அணைந்தது. மூத்தவர் வரவில்லை. அவன் அங்கிருந்து வெளிக்கிட ஆயத்தமான நிலையில் தூரமாக யாரோ நடந்து வருவது தெரிந்தது. வீரன் பார்த்துக்கொண்டு நின்றான். அழகிய மஞ்சள் நிறச் சீலையுடுத்தி, நீரொழுகும் ஈரக் கூந்தலோடு நடந்து வரும் அந்தப் பெண்ணின் முகச்சாயல் வீரனின் ஓர்மைக்குள் யாரையோ இழுத்து வந்தது. அவள் நெருங்க நெருங்க பூமியின் மடையுடைத்துக் குங்கும வாசம் பெருகியோடத் தொடங்கியது. வீரனுக்கும் அவளுக்கும் இடையில் பத்தடிக்கும் குறைவாக தூரம் இருக்கையில் குங்குமச் சிலைபோல வாசம் கமழக் கரைந்தாள். வீரன் உறைந்துபோய் அதிலிருந்து மீண்டு திடுக்கிட்டு ஒரு போர்க் குதிரையாகி ஓடத் தொடங்கினான். அவனின் ஒவ்வொரு குளம்படியிலும் நிலமொரு துடியாய் அதிர்கிறது. கரைய மறுக்கும் துயரங்களைக் கடந்து குதிரையின் நான்கு கால்களும் பாய்கின்றன. இரவில் பறக்கும் விஷ வண்டுகளையும், ஊர்கிற மட்டத் தேள்களையும் மோதியும், மிதித்தும் குதிரை எங்கே போகிறது? நிலத்தின் இதயம் பரவசம் ததும்பும் தன்னுடலின் இரத்தநாளங்களை அறுத்து ஒரு பாடல் இசைக்கிறது. அந்தக் குதிரையின் கனைப்பொலியில் கடலளவு தளும்பும் பெருங்காற்றின் சுவடுகளை இந்த இரவு அறியும். சினத்தின் இரைச்சலோடு தன்னையே பலி கொடுக்கும் இந்தக் குதிரையை நிலத்தின் திசைகள் எழுந்து வணங்கின. வேட்கையின் மாட்சிமை காலையில் சூரியனாய் எழுந்தது. வீரன் கண்களைத் திறந்து பார்க்கையில் திக்குத்திசை தெரியாத காட்டின் நடுவேயுள்ள வாகை மரமொன்றின் கீழே தானிருப்பதை உணர்ந்தான். வாகைப்பூக்கள் அவனின் உடலை மூடி மலர்ந்திருந்தன. அவனுக்கருகில் குங்கும வாசம் வீசும் நீர்ச்சுனை. சகதியான அந்தக் காட்டின் சருமத்தில் குதிரைத் தடங்கள். அக்காட்டின் அனைத்து மரக் கிளைகளிலும் செண்பகப் பறவைகள்

தத்தித் தாவியபடி பேரிகையாய் சத்தமிட்டன. வீரனுக்கு எதுவும் விளங்கவில்லை. இப்போது அவன் காட்டிலிருந்து ஊருக்குள் நுழைய வேண்டும். நேற்றைக்கு இரவின் ஞாபகம் அவனுக்குள் விரிந்தது. மூத்தவரின் இரட்டைச்சுட்டி விளக்குக் குடிசையின் முன்னால் அமர்ந்திருந்ததைத் தவிர அவனுக்கு வேறேதும் தெரியவில்லை. குதிரைத் தடத்தை வழிகாட்டியாக வைத்துக் கொண்டு நடந்தான். ஊருக்குள் நுழைவதற்குள் மதியம் ஆகியிருந்தது. இராணுவத்தின் பெரிய முகாமொன்றைத் தாண்டி தெருவில் காலூன்றியபோது, மூத்தவர் எதிரே நடந்து வந்துகொண்டிருந்தார். அவரின் கையில் கள்ளுமுட்டி இருந்தது. வீரனைப் பார்த்ததும் மூத்தவர் கையக்காட்டி "வா" என்றார். வீரன் அருகில் போனதும் சொன்னான். "நேற்றைக்கு இரவு உங்களைச் சந்திக்க வந்தனான், நீங்கள் வீட்டில இல்லை." மூத்தவர், வீரனின் கையைப் பிடித்துக்கொண்டு எதுவும் கதையாமல் தன்னுடைய குடிசைக்குக் கூட்டிப் போனார். கையில் கிடந்த கள்ளுமுட்டியை பத்திரமாக மணல் கும்பியில் வைத்துவிட்டு வீரனைப் பார்த்துச் சொன்னார். "அடுப்பை மூட்டு, கருவாடு சுடலாம்." வீரன் சுள்ளி விறகுகளை எடுத்து அடுப்பை மூட்டினான். சுட்ட கருவாட்டிலும் சூடைக்குத்தான் ருசி என்ற மூத்தவர், ஒரு ஜொக்கு கள்ளை ஒரேயடியாகக் குடித்தார். வீரனையும் குடிக்குமாறு சொன்னார். வீரன் மிக அண்மைய வருடங்களில்தான் குடிக்கவே பழகியிருந்தான். தன்னுடைய இருபதாவது வயதில் இயக்கத்திற்குப் போன வீரன் முள்ளிவாய்க்காலில் சரணடையும் நாளில் முப்பத்தேழு வயதில் இருந்தான். பிறகு தடுப்பு முகாமில் மூன்று ஆண்டுகளாக இருந்தவன் விடுதலையாகி வெளியே வந்தான். தடுப்பு முகாமில்கூட சில போராளிகள் பொலிஸிடம் காசு கொடுத்து சிகரெட் வாங்கிப் புகைக்கத் தொடங்கியிருந்தனர். வீரன் தன்னுடைய நண்பர்களைக்கூட இதன் பொருட்டு அருவருத்தான். போர்க்களத்தில் நின்றாலும், இராணுவத்திடம் அகப்பட்டாலும் போராளி எப்பவும் போராளிதான் என்று தன்னுடைய நண்பர்களோடு மல்லுக்கு நின்றான். இன்றைய நாட்களில் வீரன் கள்ளு குடிக்கவும் எப்போதேனும் பீடி அடிக்கவும் பழகியிருந்தான். ஆனால் மூத்தவரின் முன்னால் அவன் ஒருநாளும் குடித்ததில்லை, புகைத்ததில்லை. இப்போதும்கூட தயங்கி வேண்டாமென்று மறுத்தான்.

மூத்தவர், அதெல்லாம் ஒன்றுமில்லை குடி என்று அவரின் ஜொக்கிலேயே வார்த்துக் கொடுத்தார். வீரன் கள்ளைக் குடித்தான். சுட்ட கருவாட்டை எடுத்துச் சாப்பிட்டான். மூத்தவர் இருமினார், நெஞ்சுச்சளியை இழுத்து நாக்கில் நிறுத்தி வெளியே துப்பிவிட்டு மீசையைத் துடைத்துக் கொண்டார். வீரன் அவரையே பார்த்துக்கொண்டிருந்தான். “நேற்று ராவு என்ன விஷயமாய் என்னைச் சந்திக்க வந்தனீ, இப்ப சொல்லு.” “சும்மா உங்களோட கதைக்க வேணும் போல இருந்தது.” “மூத்தவர் புருவங்களை வியப்பில் உயர்த்தினார். இன்னொரு தரம் கள்ளை அருந்தி, கருவாட்டைக் கடித்துக் கொண்டே கேட்டார். “வீட்டில எதாவது பிரச்சினையோ?” “இல்லையில்லை. எப்பவாவது இருந்திட்டு நடக்குது. சமாளிக்கலாம்” மூத்தவர் மீண்டும் இருமி நெஞ்சுச்சளியை நாக்கில் நிறுத்தித் துப்பி, மீசையைத் தடவிக்கொண்டு சொன்னார். “வீரா, அது கொஞ்ச நாளில முற்றாக இல்லாமல் போயிடும். எல்லாத்தையும் என்ர வீரபத்திரர் சரியாக்குவார்.” “ஓம், எங்களை எல்லா விஷயத்திலையும் கடவுள்தான் காப்பாற்ற வேணும்.” “டேய், இது தந்தை செல்வாவோட வசனமெல்லே.” “இந்த வசனத்தைத் தந்தை செல்வா ஒருக்கால்தான் சொன்னவர், நாங்கள் இஞ்ச ஒவ்வொரு நாளுமெல்லே சொல்லுறம்.” மூத்தவர் தலையாட்டினார். “எங்களைக் கடவுள்மாரும் காப்பாற்றேல்ல, தலைவர்மாரும் காப்பாற்றேல்ல. என்னைப் பொறுத்தமட்டில இப்பவும் நாங்கள் காப்பாற்றப்படேல்ல. ஆனால் வீரபத்திரர் இப்ப ஒரு ஆறுதல்.” வீரன் பதிலுக்குக் கதையாமல் இருந்தான். மூத்தவர் அப்படியே முற்றத்தில் விழுந்து படுத்தார். வீரன் அங்கிருந்து புறப்பட்டான். அவன் நடந்துபோகும் ஒற்றையடிப் பாதையின் ஓரிடத்தில் நாசியை அடைக்கும் குங்குமவாசம் நீர்மையாகத் தேங்கி நின்றது. அவன் அந்த இடத்தில் நீண்ட நேரமாய் குத்திட்டு நின்றான். இரையைத் தீண்டும் ஒரு பறவையைப் போல அந்த இடத்தில் கனலும் மர்மத்தை அவன் தரிசிக்க எண்ணினான். அவனுக்கு எதுவும் துலங்கவில்லை.

## 2

**வீ**ரனின் குழந்தைக்கு உடம்பு சுகமில்லை. ஆஸ்பத்திரிக்குக் கொண்டு சென்று குழந்தையைக் காண்பித்த அன்றைக்கிரவு

வீரனின் மனைவி சிவகலை வீட்டுக் கிணற்றுக்குள் விழுந்தாள். வீரனும் உற்றாரும் சேர்ந்து அவளைக் கிணற்றில் இருந்து தூக்கினார்கள். பழக்கமான ஒரு காரியத்தைச் செய்து முடித்தவர்கள்போல "வீரண்ணா நாங்கள் போயிட்டு வாறோம்" என்று சொல்லி உற்றார் போயினர். சிவகலையின் ஆடைகளை மாற்றி அவளுக்கு அருகிலேயே வீரன் இருந்தான். குழந்தை இரண்டு போர்வைகள் மடிக்கப்பட்டு தரையில் விரிக்கப்பட்டிருந்த படுக்கையில் கிடந்தது. காய்ச்சலில் இடையிடையே அழுதது. சிவகலையைத் தனது மார்போடு அணைத்தபடி வீரன் அழுதான். அவனின் கண்ணீர் உலர்வதற்கு வழியில்லை. சிவகலை நீரில் விழுந்த குஞ்சுப்பட்சியைப் போல அவனின் நெஞ்சுக்குள் ஒடுங்கியிருந்தாள். வீரபத்திரர் கோவிலில் வைத்து பூசை செய்த தேசிக்காயை எடுத்து அவளின் கையில் வைத்திருக்கச் சொல்லிக் கொடுத்தான். சிவகலை வீரனின் கண்களைப் பார்த்துக்கொண்டிருந்தாள். இருவருக்கும் இடையில் பூமியின் இருள். அதனை ஊடறுத்துப் பறந்த ஈசல். சொன்ன பல்லியின் சப்தம். மழைக்கு முந்தைய மந்தாரம் சொல்லும் குளிர் காற்று. அந்த நொடியில் வீரன் அவளை இறுக அணைத்து முத்தமிட்டு இதழ் சூழ்ந்த ஈரக்குகையில் எச்சிலால் ஆனந்தித்தான். குஞ்சுப்பட்சியாக இருந்த சிவகலையின் உடலில் பிராந்தின் உச்சப் பறப்பு. காய்ச்சலில் கிடக்கும் குழந்தையின் அழுகை தொடங்குவதற்கு முன்னர், உயிர்த்த இருவரின் பசியும் தீரும் வகையில் இருளும் உடல்களும் நனைந்தன. தசையோடையில் பாய்ந்த வெம்மையில் கலவியின் பெருமிதம் துள்ளியோடியது. சிவகலை களைத்துக் கிடந்தாள். குழந்தை அழாமல் நித்திரையில் புரண்டது. வீரன் எழுந்து சென்று கிணற்றில் நீரள்ளிக் குளித்தான். அவனுடைய மேனியில் இருந்து குங்குமமாய் வழிந்தது. அதன் வாசத்தின் சில்லிப்பை ஈரம் தேக்கி வைத்திருந்தது. சிவகலையின் தந்தையார் அரச ஆதரவில் இயங்கி வந்த தமிழ் ஆயுத அமைப்பொன்றினால் யாழ்ப்பாணத்தில் வைத்து வெட்டிக் கொல்லப்பட்டார். அவருக்குப் புலிகள் இயக்கம் வழங்கிய நாட்டுப்பற்றாளர் பட்டத்தோடு யாழ்ப்பாணத்தில் வாழ முடியாது போக, சிவகலையும், தாயாரும் வன்னிக்குள் வந்தனர். உடையார்கட்டு பகுதியில் அவர்கள் வாழ்வதற்கு இயக்கம் வீடு வழங்கியது. தங்களுடைய சொந்தக்காரர்கள்

சிலரும் அந்தவூரில் இருப்பதால் அந்த இடம் உவப்பானதாக இருக்கிறது என சிவகலையின் தாயார் இயக்கத்திற்கு நன்றி சொன்னார். உடையார்கட்டில் இருந்த முகாம் ஒன்றிற்குப் பொறுப்பாக இருந்த வீரனுக்கும் சிவகலைக்கும் காதல் ஏற்பட்டது. வீரன் திருமணம் செய்யப்போவதாக இயக்கத்தின் தலைமைக்குக் கடிதம் எழுதினான். தன்னுடைய பிரிவின் உயர்மட்ட பொறுப்பாளர்களுக்கு இந்தச் சங்கதியைத் தெரியப்படுத்தினான். எல்லாத்தரப்பிலுமிருந்து சம்மதங்கள் வருவதற்கிடையில் எல்லாமும் ஓய்ந்துபோயிற்று. சிவகலையை இறுதி நாட்களில் அவன் காணவில்லை. கடைசியாக ஆச்சி தோப்பிற்குள் இடம் பெயர்ந்து இருக்கையில் அவளைக் கண்டான். பிறகு என்ன ஆயிற்று என்று தெரியவில்லை. இவன் மே பதினேழாம் திகதி வரை களத்தில் நின்று அதன் பிறகு சரணடைந்தான். தடுப்புக் காலத்தில்கூட நிறையப் பேரிடம் விசாரித்துப் பார்த்தான். சிவகலை பற்றி எதுவும் அறிய முடியாதிருந்தது. கிபிர் தாக்குதலில் தாய் இறந்து போக சிவகலை புதுமாத்தளனில் இராணுவத்தின் பகுதிக்குள் போயிருக்கிறாள். நூற்றுக்கும் மேற்பட்ட சனங்கள் அந்த நாளில் மட்டும் இராணுவத்திடம் போனார்கள். சிவகலைக்கு யாருமில்லை. ஆனால் அந்த நிமிடங்களில் யாருக்கும் யாருமில்லை. ஆயினும் சிவகலையையும் இன்னும் பத்துக்கு மேற்பட்ட பெண்களையும் இராணுவம் தனியாகப் பேருந்து ஒன்றில் ஏற்றியது. அதில் பதினான்கு வயதுச் சிறுமியும் அடக்கம். சனங்கள் ஆர்ப்பரித்து அழுதனர். தங்கள் பிள்ளைகளை விட்டுவிடுங்கள் என மன்றாடினார்கள். ஒரு தாய் கையில் கிடைத்த பனங்கொட்டையால் இராணுவத்தை நோக்கி எறிகையில் தோட்டா வெடித்தது. அந்தத் தாயின் உடலைத் துளைத்துத் திகைத்து வெளியேறிய தோட்டாக்களுக்கு எண்ணிக்கையில்லை, பேருந்தில் ஏற்றப்பட்ட தங்கள் பிள்ளைகளை விடுமாறு எஞ்சியோர் கேட்டு அழுதனர். அற்புதங்கள் நிகழாத யுத்தப் பெருங்குகையின் குருதிச் சேற்றில் சனங்கள் மண்டியிட்டு இரந்து அழுதனர். பனைகள் அடர்ந்து நின்ற அந்த பாழ்வெளியில் ஒவ்வொரு பெண்ணும் நிலம் போலத் துடித்தனர். பனைகளின் உச்சியில் மனிதக்குடல்களை அலகில் வைத்தபடி காகங்கள் இருந்தன. பேருந்தின் உள்ளேயே குருதி பெருகின. சனங்கள் கண்களை மூடியபடி தனது பிள்ளைகளைக் காப்பாற்றுமாறு கடவுளை

வேண்டினர். ஒரு பனைமரத்தில் இருந்து காவோலை தரையில் விழுகையில் பனை நோக்கிப் பாய்ந்தது தோட்டா. பேருந்தினுள்ளே குருதி மணக்கும் போதில் மூச்சிரைத்து இறந்துபோன சிறுமியை அப்படியே விட்டு தமது உடலை மட்டுமே தூக்கிக்கொண்டு வந்த தங்கள் பிள்ளைகளை அணைத்துக் கதறியபடி சனங்கள் நடக்கத் தொடங்கினர். பனைகள் வெட்கமூர்ந்து பட்டுப் போயின. மதுரையை எரித்த கண்ணகி வற்றாப்பளையில் இருந்தபடி மிஞ்சிய இன்னொரு முலையை இந்த நாட்களில் அறுத்தெறியாமல் வேடிக்கை பார்த்தாள். முன்னையிட்ட தீ, பின்னையிட்ட தீ, அன்னையிட்ட தீ போல முல்லையிட்ட தீயாய் தன் முலை திருகி எறியாது எழுந்திருந்தாள். அற்புதம் நிகழ்த்தாது நின்ற அந்த ஒற்றை முலைச்சியின் தீர்த்தக்கரையில் தலைச்சன் பிள்ளைகளின் பிண மலைக் குன்றுகள் உயர்ந்தன. உப்பு நீரில் விளக்கெரிக்கும் வல்லமை பொருந்தியவளின் காலடி வரைக்கும் பாவியது அவள் பிள்ளைகளின் குருதிப் பேரலை. சனங்கள் கூக்குரலோடு கண்ணகியின் திசை நோக்கிக் கேட்டனர், “நீயோ தெய்வம், நீயோ தெய்வம்.” அக்கணம் எல்லாத் தெய்வங்களும் தலை தாழ்ந்து நின்றனர்.

## *3*

**சி**வகலை செட்டிகுளம் முகாமில் அடைக்கப்பட்டாள். பல்லாயிரக்கணக்கான சனங்களை ஊழ் விழுங்கி மூளியாக்கி இருந்தது. அலறல் பெருத்த அந்த வெளியில் வெக்கை தீயாய் நின்றது. குழந்தைகள் கருகினர். அங்கு வருகை தந்த இந்தியாவின் நாடாளுமன்ற உறுப்பினர்களைச் சுற்றி நின்ற சனங்கள், “காப்பாற்றுங்கள் காப்பாற்றுங்கள்” என்றனர். அவர்கள் மேலும் கீழுமாய்த் தலையை ஆட்டினர். “யுத்தம் முடிந்துபோனது. இனியொன்றும் பிரச்சினை இல்லை” என்றனர். சனங்கள் கைதூக்கி அழுகையில் மேகமில்லை. எல்லாம் வெறித்திருந்தது. யுத்தச்சீழ் அன்றைய நாளில் நோவெடுத்தது. நெறி கட்டிய சூரியன் வலியில் துடித்து உக்கிரமாய் எரித்தது. சனங்களின் ஆன்மா கூக்கிரலிட்டது. எல்லா நாடுகளிலும் இருந்து வந்தவர்கள் சுற்றிச் சுற்றிப் புகைப்படம் எடுத்தனர். தங்களிடம் இருந்து என்ன வேண்டுமெனக் கேட்டார்கள். எப்போதும் போலவே

அவர்கள் சில கேள்விகள் எழுப்பினர். அரசு உங்களை மரியாதையாக நடத்துகிறதா? இராணுவம் உங்களுக்கு ஏதேனும் பிரச்சினையைத் தருகிறதா? உங்களுக்குப் பாலியல் ரீதியான சித்ரவதைகள் நிகழ்கின்றனவா? புலிகள் என்ற சந்தேகத்தின் பேரில் அப்பாவிகள் துன்புறுத்தப்படுகின்றனரா? நிகழும் அநீதிகளுக்குப் பதிலற்றவர்கள் அவர்கள். ஆனால் பலி வாங்கப்படுபவர்களிடம் பலி பீடத்தில் வைத்தே கேள்விகள் கேட்டனர். இப்படியொரு தடவை சர்வதேச செஞ்சிலுவைச் சங்கத்தைச் சேர்ந்த வெளிநாட்டு அதிகாரி, மூன்றாவது கேள்வியை இரண்டு பிள்ளைகளின் அம்மாவான பள்ளி ஆசிரியர் ஒருவரிடம் கேட்ட போது, தனது பிள்ளைகளைக் கூடாரத்திற்கு வெளியே போகச் சொன்னாள். அதன் பிறகு அவள் அணிந்திருந்த பாவாடையை அவிழ்த்தாள். திகைப்புற்ற உறைவு அந்தக் கூடாரத்திற்குள் படிந்தது. அவளின் யோனி வெள்ளைநிற நூலினால் மூடித் தைக்கப்பட்டிருந்தது. அதிகாரிக்கு என்ன சொல்வதென்று தெரியாமல் கைகளை எடுத்து முகத்தை மூடிக்கொண்டு, “மன்னித்துக்கொள், சகோதரியே” என்றார். பதிலுக்கு அவள் சொன்னாள், “நீங்கள் யாரும் யுத்தம் முடிந்துபோயிற்று என்று மட்டும் சொல்லாதீர்கள்” அவளின் கூடாரத்தை விட்டு அதிகாரி வெளியே வந்தார். கொளுத்தும் வெய்யிலில் போர்க்காயங்களோடும் ஓலங்களோடும் சனங்கள் தத்தளித்துக்கொண்டிருந்தனர். தன்னுடைய தமிழ் மொழிபெயர்ப்பாளரை அழைத்து, “நீ தமிழன்தானே?” “ம்” “எங்களைப் பற்றி நீ என்ன நினைக்கிறாய்?” “மன்னிக்க வேண்டும்,” பதில் சொன்னால் உங்களுக்கு சங்கடத்தை ஏற்படுத்தும். “பரவாயில்லை ஒரு நண்பனாகச் சொல்” “படுகொலைகளை எண்ணுபவர்கள்” பௌர்ணமி நாளின் இரவொன்றில் முகாமின் கூடாரங்களுக்குள் ஊசியோடும், நூல் கட்டையோடும் பெண்கள் மறைந்தனர். அவர்களின் வலி பெருத்த அழுகைக்கு ஒலியில்லை. வானத்தில் இருந்து கூடாரங்களின் துளை வழியாக பெண்டிரைக் கண்ட முழுமதி விழி பிதுங்கி மேகத்திற்குள் மறைந்தது. அதன் பின்னர் தேய்ந்த நிலவு அவர்கள் பார்க்கும் வானத்தில் வளர்பிறையாகவில்லை. இந்தக் கதைசொல்லியின் அக்காவும் அம்மாவும் தமது யோனியைத் தைப்பதற்கு நூல் தேடித் திரிந்து இறுதியில் யாரிடமோ வாங்கி வந்து மூடினர். சாவு தம்மை மூடாதது

குறித்துப் பொருமினர். சிவகலையின் அப்பாவின் நண்பர் ஒருவரின் அரசியல் செல்வாக்கினால் அவள் முகாமை விட்டு வெளியேற முடிந்தது. இரண்டு மாதங்கள் கழித்து வீரன் உயிரோடு இருந்தாலும் இருக்கலாம் என்று தேடினாள். அவளுக்கு மனதளவில் நிறைய பிரச்சினைகள் தோன்றியது. தனது தந்தையின் நண்பர் வீட்டில் இருந்த நாட்களில் அந்த இடர்கள் தொடங்கியிருந்தன. சிவகலை நித்திரையில் அந்தச் "சின்னப் பிள்ளையையாவது காப்பாற்றுங்கோ" என்று கத்திக் கொண்டே நிலத்தில் கிடந்து இரண்டு கால்களையும் தூக்கித் தூக்கி எறிவாள். தன்னுடைய கைகளை இறுக்கிப் பிடித்தபடி வீட்டின் ஜன்னல் கண்ணாடியை ஓங்கிக் குத்திக்கொண்டே "அந்தச் சின்னப் பிள்ளையையாவது காப்பற்றுங்கோ" என்று கத்தத் தொடங்குவாள். அவளுக்கு மூளை சுகமில்லாமல் போயிற்றோவென்ற சந்தேகம் சிவகலையின் அப்பாவின் நண்பருக்கும் அவரின் குடும்பத்தாருக்கும் வந்தது. உச்சபட்சமாக ஒருநாள் வீட்டின் சமையலறையில் உலை கொதித்துக்கொண்டிருந்த அடுப்பில் கை வைத்து, "அந்தச் சின்னப்பிள்ளையையாவது காப்பாற்றுங்கள்" என்று கத்தினாள். அவளின் வலதுகை மணிக்கட்டுக்குக் கீழ் எரிந்து உருகியது. சிவகலையை இனிமேல் தனது வீட்டில் வைத்திருப்பது ஆபத்தானது என்று நினைத்து அவளைக் கொண்டு போய் வேறொரு வீட்டில் விட்டார்.

## 4

**வீ**ரன் தடுப்புமுகாமில் இருந்து விடுதலையான நாட்களில் சிவகலையைத் தேடித் திரிந்தான். அவள் உயிரோடு இருக்கிறாள் என்பதில்கூட இவனுக்கு நிச்சயமில்லை. எல்லாமும் ஊசலாடி உதிர்ந்த பின்னரும் நிலமெங்கும் புற்கள் முளை விட்டிருந்தன. சிவகலையின் சொந்த ஊரான யாழ்ப்பாணக் கிராமமொன்றிற்கு வீரன் பயணித்தான். சிவகலையை அவன் கண்டடைந்தான். வீரன் அவளுக்கு முன்னால் நிற்பதையும், சிவகலை அவனுக்கு முன்னால் நிற்பதையும் காலமும் நம்ப மறுத்தது. சிவகலையைக் கூட்டிக் கொண்டு யாழ்ப்பாணத்தில் இருந்து கிளிநொச்சிக்குப் பேருந்து ஏறினான் வீரன். தன்னுடைய கிராமமான இரணைமடுவிலுள்ள சிறிய வீட்டில் சிவகலையை அணைத்துக்கொண்டு அவன் படுக்கையில் கிடந்தான்.

சிவகலை விசும்பினாள். “நீங்கள் செத்துப்போயிருந்தால் நான் அப்படியே இருந்திருப்பேன் வீரன்.” “அதுதான் நான் சாகவில்லை போலும்.” இனிமேல் நீர் ஒருதடவையும் அழக்கூடாது.” “நான் இன்றைக்குத்தான் வீரன் அழுகிறன். இந்த மூன்று வருஷத்தில இண்டைக்குத்தான் அழுறன்.” அடுத்தநாள் காலையில் மூத்தவரின் வீரபத்திரர் கோவிலில் வைத்துத் திருமணம் செய்துகொண்டனர். மூத்தவரின் காலில் விழுந்து வணங்கினர். ஊரில் உள்ள சிலர் வந்து இருவரையும் வாழ்த்திவிட்டுப் போயினர். சிலர் தபால் உறையில் காசை வைத்து வீரனின் உள்ளங்கைக்குள் மடக்கினர். அன்றைக்கு ஊர் கூடிச் சொன்னது. “சந்தோசமாய் இருங்கோ” இருவரும் அன்றைக்கிரவு கூடுவதற்கு முன்னர், சிவகலை தனது கால்களுக்கிடையில் மூடித் தையிலிடப்பட்டதை அவிழ்த்தாள். வீரன் உடல் நடுங்க அவளை இறுக அணைத்து இறுகிப் போய் வார்த்தை வராமல் கேவினான். “அழாதேங்கோ வீரன்.” அந்த இரவில் அசைந்த யாவற்றிலும் குருதியின் தீப்பொறி விழுந்து எரிந்தது. பூமியின் எல்லைக் கோடுகளிலும் யுத்த காலத்துச் சடலங்கள் அடுக்கப்பட்டன. தங்கள் சாபத்தில் சாம்பலாகப் போகும் பூமியின் நடுக்கத்தை சிவகலையும் வீரனும் உணர்ந்தார்கள். கதைத்துக்கொண்டிருந்துவிட்டு அப்படியே உறங்கிப்போயினர். அடுத்த நாள் காலையில் வீரன் வீட்டிற்கு வந்திருந்தார் மூத்தவர். வீரன் கடைக்குப் போயிருப்பதாகச் சொன்னாள். “நான் வந்தனான் என்று சொல்லுங்கோ பிள்ளை” சொல்லி விட்டு வெளிக்கிட்டார் மூத்தவர். வீரன் வீட்டிற்கு வந்ததும் மூத்தவர் வந்த தகவலைச் சொன்னாள். மூத்தவரைப் பார்க்கச் சென்றான். சிவகலை சமையல் செய்துகொண்டிருந்தாள். திடீரென அந்தப் பதினாலு வயதுச் சிறுமி அவளின் குசினிக்குள் தோன்றி, “அக்கா” என்று கூப்பிட்டதைப் போல உணர்வு. மீண்டும் அந்த ரூபம் அவள் முன்னால் தோன்றியதும் அக்கா என்றொரு குரல் கேட்டது. உலைப் பானை மூடியிருந்த தட்டில் கொதிக்கும் குமிழ்களின் ஒலி வெம்மை சிவகலையை அந்தப் பேருந்திற்குள் விழுத்தியது. அவள் கைகளில் குருதி வழியப் பெரிதாகச் சத்தமிட்டபடி உலைப் பானையைத் தட்டி விட்டாள். தனக்கு மேலே கூரைகளில் நடந்து திரியும் இராணுவத்தின் உருவங்களைத் தீக்கட்டையால் அடித்துக் கொண்டிருந்தாள். கூரை தீப்பிடித்து வீடு பற்றியது. அவள் அப்படியே மயங்கிப்போனாள். கடவுள் சித்தமாக அப்போது

வீட்டிற்குத் திரும்பி வந்த வீரனும் மூத்தவரும் ஓடிப்போய் மயக்கத்தில் கிடந்த சிவகலையைத் தூக்கினர். மேலே எரிந்துகொண்டிருக்கும் தீக்கங்குகளின் மீது எத்தனையோ காளிகளின் தாண்டவம். மிலேச்சரைக் கொல்லும் ஆவேசம். சிவகலை தனது கால்கள் ரெண்டையும் உதறிக்கொண்டு அந்தச் சின்னப்பிள்ளையையாவது காப்பற்றுங்கோ என்று அரை மயக்கத்தில் கத்திக்கொண்டிருந்தாள். எரியும் தீவெக்கையின் முன்னால் அவளைத் தன்மடியில் கிடத்தி முகத்திற்குத் தண்ணீர் அடித்தான். மூத்தவர் தன்னுடைய இடுப்புப்பட்டியில் இருக்கும் வீரபத்திரரின் திருநீற்றைச் சிவகலையின் நெற்றியில் பூசினார். அவள் மீண்டும் மீண்டும் தீனமாய்ச் சொன்னாள். “அந்தச் சின்னப்பிள்ளையையாவது காப்பற்றுங்கோ.” சிவகலை மயக்கம் தெளிந்து எரிந்தடங்கிய வீட்டின் சாம்பல் தடத்தைப் பார்த்தாள். என்னவென்று தெரியாமல் அவனைப் பார்த்தாள். வீரன் சிரித்துக்கொண்டு சொன்னான். “அதொண்டுமில்லை, ஒரு அஞ்சு இஞ்சி ஷெல் விழுந்து போச்சுது.” சிவகலைக்கு எதுவும் தெரியாது. அவள் சுயமழிந்து கொதிப்பு உயர்கையில் நடந்த விபரீதங்கள் பற்றி யாருக்கும் தெரியாது. எப்படி வீடு பற்றியது என்றோ, நீ ஏன் மயங்கினாய் என்றோ அவளிடம் தான் கேட்கக் கூடாது என நினைத்துக் கொண்டான். மூத்தவர் இருவரையும் அழைத்துக்கொண்டு கோவிலில் வைத்து நீறு போட்டு நூல் கட்டி விட்டார். ஒரு வெள்ளிக்கிழமை நாளின் மாலை நேரத்தில் வீரபத்திரர் பிரகாரத்தைக் கழுவிக்கொண்டிருந்தாள் சிவகலை. இராணுவத்தின் இரண்டு வாகனங்கள் கோவில் வீதியால் போனது. அவள் மூத்தவரை திரும்பிப் பார்த்தாள். கிணற்றடியில் நின்று தட்டுக்களையும், விளக்குகளையும் புளியும் சாம்பலும் போட்டு பொச்சுத்தும்பால் மினுக்கிக் கொண்டிருந்தார். வீரபத்திரர் இருந்த மூலஸ்தானத்தைப் பார்த்தாள். கண்கள் செருகி மயக்கம் வருவதைப் போலிருந்தது. அப்படியே கோவில் தூணைப் பிடித்துக் கொண்டு மூத்தவரே என்று அனுங்கி கூப்பிட்டாள்.

## *5*

**அ**வள் கர்ப்பமுற்று மூன்று மாதங்கள் இருக்கும். ஒருநாள் அதிகாலையில் கிணற்றடிக்கு ஓடிப்போய், அந்தச் சின்னப்பிள்ளையையாவது காப்பாற்றுங்கோ என்று

கத்திய சத்தம் கோவில் மணிக்கு முன்பாகவே ஊரை எழுப்பியது. சத்தம் கேட்டு வீரன் எழும்பி ஓடுவதற்கிடையில் அவள் கிணற்றுக்குள் விழுந்தாள். வீரன் உடனே குதித்து அவளைக் காப்பாற்றினான். அவள் வீரனிடம் இறைஞ்சிக் கொண்டே இருந்தாள். "அந்தச் சின்னப்பிள்ளையையாவது காப்பாற்றுங்கோ." மூத்தவர் வீரனை அழைத்துச் சொன்னார். "அவளுக்கு மனசில ஆறாத ஏதோவொரு காயமிருக்கு. அவள் அதில இருந்து மீள முடியாமல் துடிக்கிறாள். இந்தப் பிரச்சினையை நாங்கள் கவனப்பிசகா விட முடியாது. அவளோட எப்பவும் துணைக்கு இருக்க வேணும். அவளின்ர கண்ணில தோன்றுகிற சில ரூபங்கள் அவளை இப்பிடிச் செய்யச் சொல்லுது. குரல்கள் அவளை அலைக்கழிக்குது. இண்டைக்கு இரவு நீ மட்டும் கோவிலுக்கு வா." வீரபத்திரர் கோவிலின் பெரிய பூவரசம் மரத்தின் உச்சிக்கிளையில் நின்ற மூத்தவரின் கையில் ஒரு சிறிய வாள், அதன் கூர் முனையில் தேசிக்காய் குத்தப்பட்டிருந்தது. மரத்தின் கிளைகளில் தாவித்தாவி மூத்தவர் பாடத் தொடங்கினார். கீழே குளித்து முடித்து ஈரத்தோடு கைகளில் உடுக்கை வைத்துக்கொண்டு நின்றான் வீரன். மூத்தவர் ஒரு தேசிக்காயை உச்சியில் இருந்து வீரனில் படும்படி அந்த இருளில் எறிந்து, "குஞ்சு, அந்தப் பிஞ்சப் பிசாசுகள் கொண்டுட்டுது. கேக்குதா? வீரன் "ஓம்" என்கிறான். கிளைகளில் ஒரு குரங்கின் லாவகத்தோடு பாய்ந்து தாவுகிறார் மூத்தவர். கேள், அந்தப் பிஞ்சை பிசாசுகள் பலியெடுத்ததை உன்ர குஞ்சு பார்த்திருக்கிறாள், கேக்குதா?" "ஓம்" வீரனின் கையில் உடுக்கு நடுங்குகிறது. "உறங்கிப் போயிற்றடா வானம், கேக்குதா" "ஓம்" "அந்தக் குஞ்சுவுக்கு நீயொரு ஆலமரமாய் இரு, கேக்குதா" "ஓம்" வேற எதவாது கேக்கிறியா? "இல்லை" கிளைகள் அசைந்தன. மரத்தில் தெய்வீகத் தூய்மை. ஒவ்வொரு கிளை விட்டும் கீழே இறங்குகையில் உடுக்கொலி மெல்ல மெல்ல ஒலித்தடங்கியது. மூத்தவர் வாளோடு கீழே இறங்கி கிணற்றில் நீரள்ளிக் குளித்தார். நாட்கள் அழுந்தி நகர்ந்தன. சிவகலை ஐயிரண்டு திங்கள் அங்கமெல்லாம் நொந்து தன் மகவைப் பெற்றாள். பிறந்த பெண் குழந்தையை வாரி அணைத்தபடி ஆசுபத்திரி மருந்து நெடியில் இருந்து தப்பி வீட்டுக்கு வந்தனர். இராணுவத்தின் புதிய இராணுவ முகாமொன்று வீரனின் கிராமத்திற்குள் வரவிருப்பதாகச் செய்திகள் வந்தன. அதனை

உறுதி செய்யும் விதமாக ஏற்பாடுகள் நடந்தன. சிவகலைக்கு மாதங்கள் ஆகியும் இரத்தப்பெருக்கு நின்றபாடில்லை. சிவகலைக்கு நீண்ட நாள் கழித்து அந்த ரூபம் மீண்டும் தெரிந்தது. ஆனால் இப்போது சுவரில் அல்ல, வெளியில் அல்ல. தனது பிள்ளையில் அந்தச் சிறுமியின் ரூபம் வளர்ந்தது. குழந்தை அழுகிற ஒவ்வொரு வேளையிலும் சிவகலைக்கு கண்கள் மயக்கமுற்று புலன் அடைத்து விழுந்துவிடுவாள். ஒருநாள் அதிகாலையில் சிவகலை நித்திரையில் கிடந்தபடி, "அந்தச் சின்னப் பிள்ளையையாவது காப்பாற்றுங்கோ" என்று சொல்லிக்கொண்டே தனது கால்களை மேலும் கீழும் உயர்த்தித் திணறுகையில் வீடு பேருந்தைப்போல ஆடியது. குடல்களைக் கவ்வியபடி பனைகளில் இருந்த காகங்கள் சிறகடித்துப் பறக்கையில் கால்களுக்குள் மிதிபடும் பெண்டிரின் சரீரம் திமிறித் திமிறி விழுகிறது. பெண் பனைகள் இலைகள் உதிர்க்கும் முகமாக காவோலைகள் விழுகின்றன. வீடெங்கும் குருதி வெள்ளம் குபுகுபுவென நுழைந்து வீரன், சிவகலை, குழந்தை ஔவையாழ் ஆகியோரை மிதக்கச் செய்கிறது. பதினான்கு வயதுச் சிறுமி சாவின் இறுதி நொடியில் அழைத்த, "அக்கா" எனும் தீனச் சிறகு மூவரையும் மூடுகிறது. மூச்சுத்திணறி கண்களைத் திறந்த சிவகலை படுக்கையில் இருந்து எழும்பி செத்தையில் குத்தப்பட்டிருந்த தையல் ஊசியை எடுத்தாள். வெள்ளை நிறத்திலான நூல் கட்டையையும் சேர்த்து எடுத்தபடி குழந்தையைத் தூக்கினாள். ஔவையாழ் திடீரென அழத் தொடங்கினாள். அழுகையின் சத்தம் கேட்டு வீரன் கண் விழித்துப் பார்க்கிறான். சிவகலையின் கையில் குழந்தை. அவளுக்குப் பின்னால் நூல் கட்டை சுழன்றபடி போகிறது. வீரன் ஓடிப்போய் பிள்ளையை சிவகலையிடமிருந்து வாங்கித் தனது நெஞ்சோடு அணைத்துக்கொண்டான். சிவகலையை அவன் கன்னத்தில் அறைந்திருக்கக் கூடாது என்று நினைக்குமளவிற்கு வெறி கொண்ட கோபத்தோடு அறைந்தான். சிவகலைக்கு இந்தச் சம்பவங்கள் எதுவும் ஓர்மையில் நடத்தப்படவில்லை. இப்போதெல்லாம் அவளுக்கு எப்போதாவதுதான் அந்த ரூபமும் குரலும் பார்க்கவும் கேட்கவும் முடிகிறது. சில வேளைகளில் அலறியடித்துக்கொண்டு கிணற்றில் விழுகிறாள். அந்தக் கிணற்றைப் பலகை கொண்டு மூடி இப்போது நாட்களாகிவிட்டன. வீரனுக்கு இப்போது அடிக்கடி காட்சி

தரும் அந்த மஞ்சள் சீலையுடுத்தி நீரொழுகும் ஈரக்கூந்தலோடு வருகிற பெண்ணின் சாயலில் ஔவையாழ் வளர்ந்து வருகிறாள். நேற்றைக்கு அமாவாசை இரவில் அந்தப் பெண் அவனை நோக்கி வந்துகொண்டிருந்தாள். ஈரப்பிலாக்காய் வாங்கிக் கொண்டு வீட்டிற்குத் திரும்பி வருகையில் அவளைக் கண்டான். எத்துணை வடிவாக இருந்தாள். அம்புலி அடை காத்த குஞ்சு போல ஜொலிப்பு. பத்தடி தூரத்தில் நின்றுகொண்டு கரைந்தாள். வீரன் அப்படியே உறைந்து போகையில், குதிரையின் குளம்பொலிகள் ஊருக்குள் கேட்டது. அப்படியொரு வேகம். தணல் வீசும் ஒலி. மூத்தவர் தன்னுடைய குடிசைக்குள் படுத்திருந்தபடி யுத்தக் குதிரையின் சப்தத்தைக் கேட்டார். “குளம்படி நாதம்.” ஊழி யுகத்தின் கோட்டைகள் சரிக்கும் பிரம்மத்தின் குளம்படி. இந்த நாதம் எழுக எழுகவே என்று சொல்லியபடி சுடரும் சுட்டி விளக்குகளைப் பார்த்தார். அந்தச் சுடரிலும் போர்க்குதிரைகள் அசைந்தன. “வீரபத்திரரே” என்று கும்பிட்டபடி மூத்தவர் எழுந்து வெளியே வந்தார். நீரொழுகும் கூந்தலுடன் மஞ்சள் சீலையுடுத்தி நின்ற பெண்ணை பார்த்தார். ஆர் என்று கேட்டதுமே அவள் குங்குமமாய்க் கரைந்தாள். மூத்தவர் சிரித்துக்கொண்டு, “வீரபத்திரரே” என்றார். இயல்பாக நெஞ்சுச் சளியை இழுத்து நாக்கில் நிறுத்தித் துப்பிவிட்டு அவள் கரைந்துபோன இடம் நோக்கி நடக்கலானார். ஒரு கும்பியாக வாசம் கமழும் குங்குமம் இருந்தது. மூத்தவருக்குள் ஒரு களிப்பு. ஒரு கம்பீரம். ஒரு நிமிர்வு. குடிசைக்குள் நுழைந்த மூத்தவர் சுட்டி விளக்குகளைப் பார்த்தபடியே படுக்கையில் இருந்தார். போர்க்குதிரையின் குளம்பொலியை நிலம் இறைத்துக்கொண்டேயிருந்தது.

**புகல்**

*1*

**நான் ஒரு முன்னாள் போராளி.** மிகவும் மெலிதான தோற்றத்திலிருக்கும் என்னுடல் பூமியின் யாவற்றையும் வெறுக்கிறது. அதென்ன குணமென்று மனம் உமிழ்கிறது. நான் நோய்வாய்ப்பட்டிருக்கும் உண்மையைக் கண்டறிய பணம் தேவைப்படுகிறது. திடீரென கண்கள் உயிரோடு செருகிப்போக உறைந்துவிடுகிறேன். கனவு சகிக்கமுடியாத குரோதங்களோடு எனக்குள்ளிருந்து சூறையாக வீசுகிறது. எனக்கு ஆறுதல் வழங்குமொரு வருடல் அந்தச் சூறையிலும் இல்லை. இப்படியொரு பரிதாபமான குரலில் உங்களிடம் கதைத்துக்கொண்டிருக்கும் என்னுடைய பெயர் சொர்ணலிங்கம் தம்பா பிள்ளை. முல்லைத்தீவு மாவட்டத்திலுள்ள முறிகண்டி எனும் கிராமத்தை சொந்த ஊராகக் கொண்டவன். இந்தக் கதை நெடுக உங்களோடு வரப்போகிற என்னை "தம்பா"வென்றே அழையுங்கள்.

இப்போது நான் வசித்துவரும் சென்னையில் மழை தொடர்ச்சியாக பெய்துகொண்டிருக்கிறது. மழை வந்தால் பயப்பிடும் விலங்காக நகரம் மனிதர்களை மாற்றிக் கொண்டிருக்கிறது. வீதிகளில் போய்க்கொண்டிருப்பவர்கள் அபாயத்தின் திரிகளில் வைக்கப்பட்ட விரல்களைப்போல மழையிலிருந்து தப்பவேண்டுமென பதறினர். இப்படியொரு மழைநாளில் நீங்கள் தெரிந்துகொள்ளப் போகும் இரத்தவெறி பிடித்த இந்தக் கதையை பொக்கிஷத்தை போல எழுதி முடித்தேன்.

எனது தாய்வேர் தமிழ்நாட்டின் தஞ்சாவூர் பகுதியைச் சேர்ந்தது என்று அப்பா ஒருமுறை சொன்னதாக ஞாபகம். அம்மாவைத் திருமணம் செய்துகொண்டதால் யாழ்ப்பாணத்தைச் சேர்ந்த அப்பாவை அவரின் குடும்பம் ஆரம்பத்தில் ஒதுக்கி வைத்ததாகவும் கூறியிருந்தார். அம்மாவின் மூத்த அண்ணனான சண்முகராசா இப்போதும் பதுளையிலுள்ள தேயிலைத் தோட்டமொன்றிலேயே வசித்துவருகிறார். யுத்தம் முடிவுற்று அம்மாவும் அப்பாவும் மீளக்குடியமர்த்தப்படும் வரை உயிரோடு இருக்கிறார்களா என்றுகூட பார்க்க வரவில்லை. இந்த செயலினால் சண்முகராசா மாமா மீது அம்மாவுக்கு கோவம்.

அப்போது இராணுவத்தின் அறிவிக்கப்படாத வதை முகாமொன்றில் அடைக்கப்பட்டிருந்தேன். நான் வீரச்சாவு அடைந்துவிட்டதாக எண்ணி அம்மாவும் அப்பாவும் என்னைத்தேடாமல் விட்டனர். இந்தச் சிறந்த முடிவை அப்பாதான் எடுத்திருப்பாரென இன்றுவரை நம்புகிறேன். ஆனால் அடைக்கப்பட்டிருந்த வதைமுகாமில் எனக்கு முன்பாக கொண்டுவரப்பட்டிருந்த பலபோராளிகளுள் சிலர் இறந்துபோய் புதைக்கப்படும் காட்சியை கண்டேன். அவர்களின் பெற்றோர்கள் தம் பிள்ளைகளைக் காணவில்லை என போராடிக்கொண்டிருப்பார்கள்.

இவ்வாறானதொரு வதைமுகாமில் என்னோடிருந்த சில போராளிகளோடு சேர்ந்து ஒரு திட்டம் வரைந்தேன். அதாவது பத்துபேர்கள் சேர்ந்து குழுவானோம். நாங்கள் அனைவரும் இராணுவத்தை தாக்கிவிட்டு ஓட முயல்வது அதன்வழியாக அவர்கள் எங்களை நோக்கி சுடும்வரை

ஓடிக்கொண்டே இருப்பது. எல்லோரும் அதற்கு ஒத்திசைத்தார்கள். சாவு எல்லோருக்கும் அவசியத் தேவையாகவும் அவசரமாகவும் இருப்பதை பார்க்கமுடிந்தது. அப்போது நான் அதிகமாக துன்பப்பட்டேன். தப்பித்தவறிக் கூட உயிர் இருந்திடவேண்டாமென்று மனிதர் சிலர் கூட்டாக நேர்ந்தனர். தப்பிச்செல்லும் எங்கள் குழுவில் சேராத மதிப்புமிகு பொறுப்பாளர் ஒருவர் இந்தத் திட்டமானது முட்டாள்கள் இட்ட கூழ்முட்டை என்றார். அவர் சொல்லுவது சரிதான், ஆனால் இப்போது தப்புவது அல்ல இலக்கு சாவது. அதை மதிப்புமிகு பொறுப்பாளர் அறியக்கூட மறுத்தார்.

அப்படியேன் ஒரு வீண் சாவை அழைக்கவேண்டும், வதைக்கு பயந்த போர்வீரர்களா நீங்கள்? மதிப்புமிகு பொறுப்பாளர் இந்தக் கேள்வியைக் கேட்டதும் எங்கள் குழுவில் இருந்த சின்னவன் 'வதைபட நாங்கள் அடிமைகள் அல்ல' என்று மெதுவாக சொன்னான். இந்த இடத்தில் இப்படியா நாடகத்தனமான வசனங்களை சொல்வீர்கள் தம்பா என்று நீங்கள் கேட்கலாம். நானும் சொல்வேன், 'வதைபட நாங்கள் அடிமைகள் அல்ல, சாவதற்கு நாம் போராளிகள்.'

அடர்ந்த இருள் நிரந்தமாயிருக்கும் காட்டின் மத்தியில் நூற்றுக்கும் மேற்பட்ட புதைகுழிகள் மூடப்படாமல் இருந்தன. அதற்கு மேலான எண்ணிக்கையில் மூடப்பட்டும் குழிகள் இருந்தன. ஒவ்வொரு குழிக்குள்ளும் ஒருவர் நிர்வாணமாக இருத்திவைக்கப்பட்டிருந்தோம். இராணுவச் சேனைகள் பெரியளவில் இங்கில்லை. ஆனால் அவர்களைத் தாக்கும் வல்லமை எங்கள் உடலுக்கில்லை. எல்லோரும் நொண்டிகளாகவும், இரத்தக் கண்டல்களாகவும் இருந்தோம். நாம் திட்டமிட்டிருக்கும் தப்பிச் செல்லும் நடவடிக்கையை நிறைவேற்ற காத்துக்கொண்டிருந்தோம். உறுதியாக எங்களிடமிருக்கும் இந்த உயிரினால் நமக்கோ எம் நிலத்திற்கோ பயனில்லை என்று புரிந்துகொண்டோம். அப்படி புரிந்துகொண்டதும் ஒருவகை நோவு. சாவின் குளிர் என்னில் பரவத்தொடங்கியது. மீண்டும் மீண்டும் அந்தக் குளிரின் சிலிர்ப்பும் நடுக்கமும் என்னைச் சேர்ந்தது. எனது இரத்தவோட்டத்தில் அந்தக் குளிர் கலந்தது. எனக்கு மட்டுமல்ல, எங்கள் குழுவில் எல்லோருக்கும் அந்த

இரத்தவோட்டம் உந்துதலாய் இருந்தது. துயரம் சுழலும் கண்களில் சாவின் அருகாமை நிறைந்தது.

நாம் நினைத்தது போலவே ஒரு இரவை சந்தித்தோம். அன்றைக்கு இராணுவத்தினர் குறைவாக இருந்தனர். அவர்கள் அனைவரும் மூர்க்கமான மதுவெறியில் அலைந்தனர். தப்பிச் செல்லும் குழுவில் இருந்த அனைவரும் ஒரே திசையை நோக்கி சத்தமிட்டபடி ஓடுவதே இறுதியான முடிவாக இருந்தது. நீங்கள் பத்துப்பேர் இப்படிச்செய்வதால் இங்குள்ள எங்களுக்குத் தான் இன்னும் வதைகள் கூடுமென்று மதிப்புமிகு பொறுப்பாளர் குழிக்குள் இருந்து மெல்லிய சத்தத்தில் தகவல் சொன்னார்.

'வதைக்கு பயப்பிடும் நீங்கள் போர்வீரரா?' என்று எங்கள் குழுவில் இருந்த சின்னவன் நக்கலாய் கேட்டான். 'என்னவென்றாலும் செய்யுங்கோடா துலைவாரே' என்றடங்கினார் மதிப்புமிகு பொறுப்பாளர். ஒரே நேரத்தில் பத்துப்பேரும் எழுந்து நிர்வாணமாய் ஓடினோம். நாம் நினைத்ததைப் போல எந்த துவக்கின் சன்னங்களும், சப்பாத்துக்கால்களும் எந்தச் சிங்கள வார்த்தையும் எம்மைத் துரத்தி வீழ்த்தவேயில்லை. இரவை நிர்வாணமாக ஓடிக்கடந்து முடித்திருந்தோம். எந்த ஊரிலுள்ள எந்தக் காட்டில் நிற்கிறோம் என்றுகூட தெரியாமல் முழித்தோம். ஆதாமின் ஆப்பிளுக்கு முன்னான காலத்தைப் போல காடுகளுக்குள் நிர்வாணமாக நின்ற இந்த நூற்றாண்டின் நாகரீகம் நாமானோம். எங்கே கரையேறுவது? விடிந்திருக்கும் இந்தக் காலையில் எங்களை இராணுவம் முழுவெறியோடு தேடத் தொடங்கியிருக்கும். சாவை அழைத்த எமக்கா இப்படியொரு காலையைத் தந்திருக்கிறது விதி என்று நொந்தோம்.

காட்டில் வெளிச்சம் குப்புற விழுந்து பரவியது. அந்தக் காட்டை விட்டு வெளியேற திசை தெரியவேண்டும். திசை தெரிந்தால் ஊர் தெரியவேண்டும். ஊர் தெரிந்தால் உடை வேண்டும். காட்டின் அகோரமான மரங்களுக்குள் ஒளிந்துகொள்வதைத் தவிர எனக்கு எந்த மார்க்கமும் தெரியவில்லை. சாவதுதான் தேவையெனில் எப்படியும் செத்துப்போகலாமென்றான் பத்துப்பேர்களில் ஒருவன். அவனின் வார்த்தைகள் எம்மை வழிநடத்த தொடங்கிற்று.

நீர்ப்பரப்புப் பகுதிகளை அடைந்து நஞ்சுக்கிழங்குகளையும் கொடிகளையும் தேடினோம். காட்டின் மீது அப்போது வீசிய காற்றில் விஷமுறி வெக்கையிருந்தது. அதனை நாம் பொருட்படுத்துவதாயில்லை. சாவென்பது நிலையான விடுதலையென்று உயிர் நினைத்துவிட்டால், அதனை சமரசம் செய்யும் வித்தைகள் இயற்கையின் கைக்கு இன்னும் வாய்க்கவில்லை.

நான் இயக்கத்தில் சேர்ந்த காலத்தில் அம்மா மெலிந்து போயிருந்தாள். குலசாமியான கருப்பெண்ணெய் சாமிக்கு ஒவ்வொரு நாளும் பூசை செய்தாள். கிடாய் ஆடொன்றை சிவன் கோவிலுக்கு நேர்ந்துவிட்டாள். அவளுக்கு நான் செத்துப்போய்விடுவேன் என்று தோன்றிக்கொண்டே இருக்குமாம். அக்காராயன் குளத்திலிருக்கும் சாத்திரி ஒருவனிடம் சென்று எனது பேரைச்சொல்லி வெத்திலைச் சாத்திரம் பார்த்திருக்கிறாள். அதற்கும் மேலாக அதே சாத்திரியிடம் அதிக பணம் கொடுத்து இயக்கத்தைவிட்டு வருமாறு செய்வினை செய்து தருமாறு கேட்டிருக்கிறாள். அந்த திருநீற்றை நான் விடுமுறையில் சென்றபோது சாப்பாட்டோடு கலந்து தந்திருக்கிறாள். ஆனால் மாற்றம் எதுவும் நிகழவேயில்லை. அப்பாவை சந்திக்கும் போதுதான் இந்தக் கதையை என்னிடம் சொன்னார். அம்மாவிடம் இதுபற்றி ஒருநாளும் கேட்டதில்லை. இயக்க ரகசியம் போல ஆக்கிக்கொண்டேன்.

ஆனால் அம்மா கடைசி நாட்கள் வரை நான் இயக்கத்தில் இறந்துபோய்விடுவேன் என்று அழுதுகொண்டே இருந்தாள். ஒரு கலியாணத்தை செய்துவைத்தாலாவது இயக்கத்திலிருந்து விலகிவிடுவான் என்று நம்பியதும் பொய்யானது. அம்மா எனக்குத் தெரியாமல் தலைமைச்செயலகம் சென்று தலைவருக்கு போகுமாறு ஒரு கடிதம் கொடுத்திருந்தாள். அதில் தம்பாவிற்கு திருமணம் செய்துவைக்கும் பொறுப்பு உங்களுக்கும் இருக்கிறது என அடிக்கோடிடப்பட்டு எழுதப்பட்டிருந்தது. கடிதம் கிடைத்தவுடன் அம்மாவிற்கு தலைவர் அனுப்பிய பதில் கடிதத்தை நான் சென்றிருந்த போது அம்மா எனக்குப் படித்துக் காட்டினாள். நான் அனைத்தையும் இப்போது தான் தெரிந்துகொள்பவனைப் போல கண்களை வியப்பில் உயர்த்தினேன். அந்தக் கடிதத்தில்

என்னுடைய திருமணத்திற்கான ஒப்புதலை இயக்கம் வழங்கியிருந்தது அம்மாவை சந்தோஷத்தில் நட்டிருந்தது. அதன் பிறகான ஆறுமாதங்களில் எனக்கு நிறைய இயக்கக் கடமைகள் இருந்தன. அவற்றை செய்துமுடிப்பதற்கான சவால்களும் அதிகரித்திருந்தன. இந்தக் காலகட்டத்தில் நடந்த தலைவருடனான இரண்டு சந்திப்புக்களில் எனது திருமணத்தையும் வலியுறுத்தினார். “தம்பா! அம்மா அடுத்த கடிதத்தை எனக்கு எழுதிக் குடுக்க முதல் கலியாணத்தை செய்துபோடு” என சொல்லும் அந்தக் கணத்தில் அந்தரங்கமான தோழன் அவர்.

நஞ்சுக்கிழங்கை கையில் தாங்கியபடி இறந்தகாலத்தின் ஆழத்தில் அமிழ்ந்திருந்தேன். ஏனையவர்களின் கைகளிலும் நஞ்சு சமைந்த கிழங்கு ஒரு கையெறிகுண்டை போலிருந்தது. உயிரைப் பார்த்து எரிச்சலடையும் துயரப் பிரலாபம் எங்களுக்குள் எப்போதுமில்லாத அளவுக்கு அதிகரித்திருந்தது. நிகழப்போகும் சாவின் வாசனை வசந்தகாலத்தின் அதிகாலையைப் போல எனக்குள்ளிருந்து புலரத் தொடங்கியது. காட்டின் அநேக மரங்களுக்கு முன்னிருந்து நாமளித்த இறுதிவாக்குமூலம் பூமியிலிருந்து வானுக்கும் வானிலிருந்து பூமிக்கும் பீறிட்டமும் சுதியோடு ஏறி இறங்கியது. வதையைத் தாங்கமறுத்த நாளங்கள் நஞ்சின் பெருஞ்சுழியில் அமைதியடைய காத்திருந்தன. நிலத்திற்காய் இரத்தச் சதுப்புக்களில் களமாடிய எம்மை நிர்வாணப்படுத்தி எதுவென்று அறியமுடியாத இடத்தில் கைவிட்டிருக்கும் இந்தக்காலத்தின் விறைப்புற்ற கண்களை சந்திக்கவேண்டுமாற் போலிருந்தது.

கொஞ்சமும் தாமதியாமல் ஒரே நேரத்தில் நஞ்சுக்கிழங்கை சாப்பிட ஆரம்பித்தோம். அற்பமான இந்த சாவிற்கு இவ்வளவு சோகச்சித்திரங்களா? விரும்பினாலும் விரும்பா விட்டாலும் அற்புதமானவர்கள் சாவையே முன்நின்று ஏற்றனர். அதனைவிடவும் பெருமைமிகு விடுபடலை மனிதகுலம் இன்னும் அறியவில்லை. பத்துப்பேரும் நஞ்சுண்டோம். பாற்கடலில் கலந்த நஞ்சை சிவனுண்டார், நம்கடலில் கலந்த நஞ்சை நாமுண்டோம். இறந்துபோகும் உயிரிடம் வலிகள் வழிந்தோடுகிறது. அந்தக் காட்டினில் உயிர்கள் துடித்தன. விருப்பத்திற்குரிய நினைவுகளை மனம்

அதிவேகத்தில் காண்பிக்கிறது. ஒருவன் தன்னுடைய இரண்டு பிள்ளைகளையே திரும்பத்திரும்ப காண்கிறான் போலும்! இன்னொருவன் தனது வயோதிகத் தந்தையை, மூன்றாமவன் வீரச்சாவடைந்த காதலியை என எல்லோருக்கும் இனிய நினைவுகள். உயிர் போகும் எமக்காக அழும்குரல்களை என்னால் கேட்கமுடிந்தது. அவர்களைப் பார்க்கமுடிந்தது. வெல்லமுடியாதவர்கள் இங்கு நாங்களே. நினைவுகளின் நரம்புகள் இறுக்கி பின்னி மீண்டும் படபடவென அறுகையில் இயக்கமற்ற உடல் எஞ்சிவிடுகிறது.

ஒருநாள் உக்கிரமான சண்டைக்களத்தில் கட்டளைகளை வழங்கிக்கொண்டிருந்தேன். இராணுவத்தின் முன்நகர்வை தடுத்து நிறுத்தும் வகையில் எதிர்த்தாக்குதலை செய்தோம். மிகுந்த இரைச்சலான ஆயுதங்களின் களேபரச்சத்தங்கள் பழக்கமான எனக்கே இருதயம் அதிர்ந்தது. ஆயுதப் பொழிவு. நீண்ட நேரமாயிற்று அது குறைந்துபோக. குறிப்பான சிலபகுதிகள் இராணுவத்தின் வசமாயின. அன்றைக்கு இராணுவத்தின் கையில் எட்டுக்கு மேற்பட்ட போராளிகள் உயிரோடு அகப்பட்டு இருக்கலாமென்று எங்களால் கணிக்கப்பட்டது. காயமடைந்து சயனைட் கடித்து வீரச்சாவு அடைந்தவர்களின் வித்துடல்களையும் அந்தக்களத்தில் கைவிட்டோம். இவ்வாறனதொரு அனுபவத்தை அன்றைக்குத் தான் முதன்முறையாக சந்தித்தேன். யுத்தத்தின் தந்திரமே தனது தரப்பின் இரத்தமிழப்பை குறைப்பது என்கிற எனது புகழ்பெற்ற போரியல் வசனம் இயக்கத்தில் எல்லோருக்கும் பாடம். ஆனால் அன்றைக்கோ அது தலைகீழான தீர்ப்பை எனக்கே வழங்கிற்று.

இப்போதெனக்கு அந்தநாளும் கண்களில் அசைகிறது. அய்யோ எனக்கருகிலுள்ளவர்களில் சிலர் மூச்சற்று போயினர். எனது கண்கள் பூசல்பிடித்து அலைஅலையாய் காட்சிகளை காண்கிறது. பழிவாங்கும் அருகதையை நான் உணர்கிறேன். எம்மை அழித்தொழித்த அநீதியாளர்களை எம்மைவிட்டால் யார் அழிப்பது? முன்பை விடவும் அதிகமாக நாம் போராடவேண்டுமல்லவா! இப்போதெமக்கு உயிர் வேண்டும். நான் மிச்சப்பேர்களின் பெயர்களைச் சொல்லி அழைக்கிறேன். சின்னவன் அழுதுகொண்டே புலிகளின் தாகம் தமிழீழத் தா... என்று சொல்லி முடிப்பதற்குள் ஓய்ந்துபோனான்.

நான் கால்கள் முடங்கி ஓடமுடியாமல் நிலத்தோடு ஊர்ந்தேன். குட்டையில் தேங்கி நின்ற நீரை ஊனமுற்ற காட்டு விலங்கைப்போல அருந்தினேன். அருகிலிருந்த விலங்கின் எச்சத்தை அள்ளியுண்டேன். ஓங்காளித்தபடி சத்தியெடுக்கவேண்டும். தொண்டைக்குள் விரல்களை நீட்டி ஓங்காளித்தேன். வயிறு புரண்டு வெளித்தள்ளியது. கொடும்நாற்றம். நுரைநுரையாக வெளியேறியது. மீண்டும் தொண்டைக்குள் விரலை விட்டு ஓங்காளித்தேன். இரத்தமும் இப்போதுண்ட விலங்கின் எச்சமும் கிழங்கின் சக்கையும் ஒன்றாக கலந்து சத்தியாக வந்தது. நீரை நன்றாக குடித்துக்கொண்டே மீண்டும் மீண்டும் உடலிலிருந்து எல்லாவற்றையும் வெளியேற்ற முயன்றுகொண்டே இருந்தேன். கண்களில் தெரிந்த பச்சிலைகளை பிடுங்கியுண்டு தின்றேன். அப்படியே மயக்கமுற்று வீழ்கையிலும் யுத்தத்தின் தந்திரமே தனது தரப்பின் இரத்தமிழப்பை குறைப்பதென்று சொன்னேன். அது காடெங்கும் அறைந்து நின்றது.

ஒன்பது பேர்கள் இறந்துபோய் ஒருவர் மயக்கத்திலிருக்கும் இந்தக் காலைவேளையை உங்களால் நம்பமுடியாமற்கூட இருக்கும். வதைமுகாமிலிருந்து இவ்வளவு சுலபமாக தப்பிவிட முடியுமா? சும்மா கதைவிடாதே தம்பா என்று புறங்கையால் தட்டலாம். ஆனாலும் இந்தக் கதையின் மிக இயல்பான பரிபூரணம் இவ்வாறு தான் தொடர்ந்தது.

மழை வரச் சாத்தியமற்ற அந்தியில் சூரியன் சரிந்தபடியிருந்தது. மூடிக்கிடந்த விழிகளை திறந்து தலையைப் பக்கவாட்டில் திருப்பினேன். ஒன்பது பேரின் உடலும் வெயிலில் காய்ந்துபோயிருந்தது. அவர்களுக்கருகில் கீரிக்குட்டி மேய்ந்துகொண்டிருந்தது. உயிர்தப்பிய வலிய பாதங்களால் அங்கே நடந்து போனேன். இந்த அந்தியில் இவர்களின் உடல்களை எங்கே புதைப்பது? நிலத்தை தோண்டுவதற்கு எதுவுமேயில்லை. வானத்தின் கீழே உங்களைக் கைவிடும் என்னை மன்னியுங்கள். உங்கள் எலும்புகளை தூக்கிச் சுமக்கப்போகும் இந்தக் காடு மேன்மையானது. இந்தக் காட்டிடையே நான் உயிர் தப்பினேன். ஊருக்குள் புகும் போது அதுநிலைபெறுமென்று நிச்சயமில்லை. உடுத்துவதற்கு ஆடைகளைத் திருடவேண்டும். நான் காட்டை விட்டு வெளியேறும் இந்த நொடியில் மீண்டுமொரு சாவை

நெருங்குகிறேன் என்றுதான் நீங்கள் நினைக்கவேண்டும். உயிர் பிழைத்தால் உம்மை வரலாற்றுக்கு சொல்வேன். இறந்து போனால் வரலாறு என்னையும் சேர்த்துச் சொல்லும். மேற்குத்திசைக்கு எதிராக நடக்கலானேன். நீண்ட காலங்கள் கழித்து தனியொருவனாக ஒரேயொரு பாடலை மீண்டும் மீண்டும் முணுமுணுத்தேன்.

காட்டைவிட்டு ஊருக்குள் நுழைவதற்கு மிகச்சரியாக நான்கு இரவுகள் ஆனது. வீதிகளில் போகும் மோட்டார் வாகனங்களின் சத்தம் மிகத்துல்லியமாக கேட்டது. நடமாட்டம் கொண்ட பகுதிக்குள் நுழைந்துவிட்டேன் என காய்ந்துபோய்க் கிடந்த மனித மலங்கள் உணர்த்தின. எனக்கு இப்போது உடைவேண்டும். கிழிந்து போன சாறம் என்றாலும் பரவாயில்லை. மேலே அணிந்துகொள்ள ஒரு சேர்ட். மனித நடமாட்டம் கொண்ட பகுதியில் நிர்வாணம் பற்றிய பிரக்ஞை என்னைச் சூழ்ந்து நின்றது. இலைகள் அடர்ந்து நின்ற மரக்கிளைகளை பிடுங்கி என்னை நான் உருமறைப்பு செய்துகொண்டேன். மலம் கழிக்க வருகிற முதல் மனிதனை தாக்கி அவனின் ஆடைகளைப் பிடுங்கவேண்டிய நாகரீகமற்ற செயலைச் செய்வதென தீர்மானித்தேன். இந்த ஊர் யாருடையது? நடமாடிக்கொண்டிருப்பவர்கள் தமிழர்களா? சிங்களவரா? முஸ்லிம்களா? என்கிற குழப்பம் தீவிரமாகிக்கொண்டிருந்தது. எதுவாகினும் என்ன இப்போது தேவையானவன் நான் தாக்கினால் அதிர்ந்துவிடக் கூடியவனாக இருக்கவேண்டும். அவன் யாராக இருந்தாலும் சிக்கலில்லை. நான் எதிர்பார்ப்பது என்னிடம் பறிகொடுக்க அவனிடம் ஆடைகள் இருக்கவேண்டும். .

துன்பங்களில் இருந்து தப்பிக்க நினைக்கும் ஒரு மனிதன் இன்னொரு மனிதனைத் தாக்கி அம்மணப்படுத்துவானா?

பதில்: தப்பிக்க எது வழியாகவும் சுலபமாகவும் இருக்கிறதோ அதனையே தேர்ந்தெடுப்பான். ஒரு துயர் நிரம்பிய கொலையில் தப்பிக்கும் வாய்ப்பு இருக்கிறதென்றால் அதையும் செய்துமுடிப்பபான்.

இதுவே சரியானது. இந்த அதிகாலையில் நான் மறைந்திருக்கும் மரத்தின் கீழே சரியாக வந்தமர்ந்திருக்கும் உடல்பெருத்தவனின் மீது தொப்பென்று விழுந்து அவனை தாக்கினேன். அவனின்

மலத்தின் மேல் உருண்டுபிரண்டு அவனை கட்டுக்குள் கொண்டுவந்து கீழே படுத்தினேன். வினோதமான விலங்கின் கால்களுக்கு கீழே அகப்பட்டுக்கொண்ட மனுஷக்கண்கள் அவனிடம் இருந்தது. அவனின் சாறத்தையும் நிறம் மங்கிய மென்சட்டையையும் கழற்றிக்கொண்டு அவன் மயங்கிப்போகுமாறு மரக்கட்டை கொண்டு தலையில் அடித்தேன். ஊரின் வீதியிலும் காட்டின் மருங்கிலும் நடந்து போய்க்கொண்டிருந்தேன். நிலம் விடிந்தால் நான் அகப்பட்டுவிடுவேன். இனி ஒளிந்துகொள்ள மறைவில்லை. மயக்கமுற்றவன் தமிழில் தான் கதறினான். அவனிடம் போய் நான் இயக்கம், தப்பிவந்துவிட்டேன் உடுப்புக்கொடுங்கள் என்று கேட்கமுடியாது. ஆனால் தமிழ்க்கிராமமொன்றில் இருக்கிறேன் என்பது கொஞ்சம் மனத்துக்கு நிழலாக இருந்தது. அவனிடம் இந்த இடம் எதுவென்று கேட்டிருக்கலாம் என்று தோன்றியது. ஆனால் நான் அவனிடம் எந்தவொரு வார்த்தையையும் கதைக்கவில்லை. என்னுடைய முட்டாள்தனத்தை எண்ணி எரிச்சலாக இருந்தது. நான் அப்போதுதான் ஒரு கடையின் பலகையைப் பார்த்தேன். திருகோணமலை என்று எழுதப்பட்டிருந்தது. நான் நினைத்துக்கூட பார்க்கவில்லை. இங்கிருந்து நான் எங்கே தப்புவது? நிலம் நன்றாக விடிந்துபோயிற்று. நீண்ட தூரம் மிகவேகமான நடை நடந்திருந்தேன். ஒளிந்து கொள்வதற்கு எலி வளையிருந்தாலும் போகமுடியுமென்று மனம் சொல்லிற்று. பாழடைந்த வீடொன்றிற்குள் பாய்ந்து ஒளிந்திருந்து பகல் போகும் வரை பார்த்துக்கொண்டிருந்தேன்.

அந்த வீட்டினுள்ளே வௌவ்வால்களும் பாம்பு புற்றுகளும் இருந்தன. உடைந்து நொருங்கிப்போன வீட்டின் அறைச் சுவர்களில் பல்லிகளின் சேனை அணிவகுத்திருந்தன. குந்தியிருக்க கூட விருப்பமின்றி வீட்டின் மூலையில் நின்றேன். ஒரேயொரு கிழட்டு பூனை தனது வயிற்றை வெளித் தள்ளிக்கொண்டு அங்குமிங்கும் நடக்கத்தொடங்கியது. பசியின் ஓசை எனக்குள் நெருங்கிற்று. பீதி படர்ந்த வயிற்றின் உள்ளே இந்த உணர்வுக்கு எவர் இடம் தருவார். பசியும் மயிரும். இந்த வீட்டிலிருந்த கிணற்றடிக்கு விறுவிறுவென நடந்துபோனேன். அள்ளிக்குடிக்க வசதியில்லை. கிணற்றினுள்ளே இறங்கினேன். துர்நாற்றம். மூச்சின் நாசியில் இதுவரை சேராத துர்நாற்றம். மூச்சுத்திணறியது. கால்களை

நகர்த்தவே பயந்தேன். நீருக்கடியில் உலைமூண்டு இந்தநீரின் துர்நாற்றத்தைப் போக்காதா? அய்யோ! குடிப்பதற்கு கூட நீரற்ற ஒருவனின் துரதிஸ்டத்தை தாகம் அறியாது. பசிக்கும் தாகத்திற்கும் பதில் சொல்லும் வாழ்க்கை என்னிடம் எப்போதுமிருந்ததில்லை. அந்த வீட்டிலிருந்த மிச்ச இரண்டு அறைகளிலும் துருப்பிடித்த சன்னங்கள் குவியல் குவியலாக இருந்தன. அங்கே திறந்துகிடந்த அலுமாரியில் ஒரு இளம்பெண்ணின் புகைப்படம் ஒட்டப்பட்டிருந்தது. நீண்ட நாளுக்குப் பின் ஒரு பெண் முகத்தைப் பார்க்கிறேன். அவளின் இமைகள் மேல்நோக்கி விரிந்திருந்தன. பரவசம் வெளியேறும் பொய்கையைப் போலிருந்தாள். இப்போது என் மனத்தில் உடலின் நெருடல் கிளர்ச்சியைத் தோற்றுவித்தது. அவளின் புகைப்படத்திற்கருகில் சென்றேன். குவிந்து கிடக்கும் இந்தச் சன்னங்களின் அறையிலுள்ள அலுமாரியில் இன்னொரு சிறிய குறிப்புப் புத்தகம் ஒன்றுமிருந்தது. பிறகு நிறைய சில்லறைகள். அவைகள் எனக்கு உதவக்கூடும். குறிப்புப்புத்தகத்தை திறந்தேன். திகதிவாரியாக சில குறிப்புக்கள் உறுப்புக்குலையாத கையெழுத்தில் எழுதப் பட்டிருந்தன. குறிப்புக்கள் ஒவ்வொன்றும் காய்ந்த சருகின் சலசலப்பை போல அதிகாரத்தின் காலடியில் வலிதாளாமல் துடித்தழுதபடியிருந்தன. அவள் ஒட்டுக்குழுவினரால் நரகவதைகளைச் சந்தித்திருந்த பள்ளிமாணவியென்று அறிந்ததும் என்னை நினைத்து நானே அருவருத்தேன். அவள் பாடிச்சென்ற தெருவழியே நான் இதுவரைக்கும் தப்பித்திருக்கிறேன். அவளின் குரல் இந்த வீடெங்கும் அலைந்து திரியும் பூனையின் மியாவ்வைப் போன்று இருளடர்ந்த பயங்கரத்தைக் கொண்டிருக்கிறது. அந்த குறிப்புக்களிலிருந்து என்னால் ஒன்றை மட்டும் புரிந்துகொள்ளக்கூடியதாய் இருந்தது. நான் இங்கிருந்து மிகவேகமாக தப்பிப்போகவேண்டும். அதுவும் அதிஸ்டவசமாக எந்தச் சிக்கலும் இல்லாமல் நான் போவேனாக இருந்தால் சரியாக இருபது கிலோமீற்றர்களில் கடற்கரையை ஒட்டிய கிராமமொன்றிற்குள் நுழைந்துவிடலாம். பிறகு அங்கிருந்து ஒரு அதிரடியான அத்துமீறலின் மூலம் படகைத்திருடிக்கொண்டு இராமேஸ்வரம் போய்விடலாம் என எண்ணினேன்.

இந்த வீட்டிலிருந்து நள்ளிரவு வெளிக்கிட்டு போகலாமென முடிவெடுத்தேன். இரவின் கால்கள் நொண்டின. ஊன

இரவுக்கு வேகமில்லை. வீதியில் நடமாட்டத்தை வேவு பார்த்துக்கொண்டிருந்தேன். இராணுவ வாகனங்கள் எதுவும் செல்லவில்லை. தேர்தல் பிரச்சார வண்டிகள் தொடர்ச்சியாக போய்க்கொண்டிருந்தன. சனங்கள் வேலைமுடித்து வீடுகளுக்கு செல்கின்றனர். இந்தக் கூட்டத்தோடு கூட்டமாக வீதியில் கலந்து போகலாமென்று வீதிக்கு இறங்கினேன். நடையில் நோயாளியின் தொனியை வரவழைத்தேன். நம்பமுடியாத அதிசயத்தைப் போல அந்தக்கடற்கரை கிராமத்திற்கு பேருந்தில் போய் இறங்கினேன். கடற்கரையில் பைத்தியக்காரனைப் போல பாவனை செய்துகொண்டிருந்தேன். வாடிகளில் இருந்த சிலர் யாரிந்த புது விசரன் என வேடிக்கை பார்த்தார்கள். இப்போது மீன்பிடிக்க கடலுக்கு போகும் மீனவர்கள் யாரென அறிய முயன்றுகொண்டிருந்தேன். சிலர் படகுகளை எடுத்துக்கொண்டு நடுக்கடலுக்கு விரைந்தனர். நான் ஒரேயொரு படகைத் திருடிக்கொண்டு இந்தியக்கரைக்கு போவதை நினைத்துப் பார்த்தேன். கடல்பயணம் பழக்கமான ஒரு விஷயம் தானெனினும் இன்றைய நிலையில் எனக்குத் தரையிலேயே கம்பீரம் காணாது. உயிரேந்தி எந்தக் கடலைக் காத்தோமோ அந்தக்கடலின் முன்னேயே கண்கள் சிவந்திருந்தேன்.

இதோ இவன்தான் தன் மூச்சை விடவும் என்னை நேசித்தான். அலைகள் இருந்தும் ஆழமிருந்தும் இவனைக் கரைசேர்க்க இயலாதது வெட்கமாய் இருக்கிறதென்றபடி பேரலை எழுந்து பாறைகளில் மோதின. கடல் சக்தியற்ற கரங்களைக் கொண்டு மார்பிலடித்து அழுவது மாதிரியிருந்தது அந்த ரூபம். சிறிய படகில் மீன்பிடிக்கான ஆயத்தங்களைச் செய்து கொண்டிருந்த ஒருமீனவனை நீண்ட நேரமாக பார்த்துக்கொண்டிருந்தேன். யாருக்காகவோ காத்திருக்கும் அவனின் உடல்மொழியும் அவன் சுருட்டுப்பத்தும் ஒருவித வேகமும் இரசனைக்குரியதாயிருந்தது. இவரைத் தாக்கி திகைப்பில் குலையவிட்டு படகை இயக்கலாமென தோன்றியது. என் மனமெங்கும் குற்றம் பற்றிய ஆயிரம் வெடிப்புக்கள் விரிந்தன. அதற்காய் கூசிக் குறுகும் அபத்தங்கள் என்னிடமில்லை. எழுந்துசென்று அந்த மீனவனுக்கு முன்னே நின்றேன். அவனின் கைகளில் இருந்த சுருட்டு முடிந்துபோகும் பருவத்தில் இருந்தது. கடைசி இழுப்போடு என்னை நோக்கி என்னவென்று கேட்டார்.

அவரின் கண்களை சந்திக்கவிரும்பாது படகிலேயே பார்வையை குத்திநின்றேன். அப்படியொரு பாவத்தைச் செய்து கடலையும் அந்த இரவையும் மிரட்சியுறச் செய்வேன் என்று நினைக்கவேயில்லை. அந்த மீனவன் எதிர்பாராத துளிநொடியில் அவனைப் பலம் கொண்டுதாக்கி படகுகளுக்கு நடுவில் இழுத்துச்சென்றேன். அவனின் கால்களையும் கைகளையும் கட்டிக்கொண்டு அணிந்திருந்த துர்நாற்றமான மென்சட்டையை கழற்றி அவன் வாய்க்குள் திணித்தேன். படகை கடலுக்குள் இழுத்து இயந்திரத்தை இயக்கினேன். பிணியுற்ற சொல்லொன்றின் மீது மொழி கோபமுறுவதைப் போல படகின் வேகத்தை அதிகரித்தேன். வாழ்வதும் இறப்பதும் எளிதாகவுள்ள நிலத்தை நோக்கி இரவின் அலைகளில் பயணப்பட்டேன். முழுமையான மனிதனாக இருப்பதற்கு அவன் நாடுள்ளவனாக இருக்கவேண்டும். போராளிகளுக்கு மத்தியில் ஆற்றிய உரையொன்று ஞாபகத்தில் வந்தது. கசப்பூட்டும் இந்த தப்பிப்போதலைத் தவிர நம்பிக்கை தரும் வேறெதுவும் சொர்ணலிங்கம் தம்பாபிள்ளையாகி எனக்கு அப்போது தோன்றவில்லை.

நீங்கள் எங்கு பிறந்தீர்கள்? அறிஞர் சாக்ரடீஸ் பதில் சொன்னார்.

"இந்த உலகத்தில்"

நீங்கள் எந்த நாட்டின் குடிமகன்? அதே சாக்ரடீஸ் பதில் சொன்னார்.

"உலகின் குடிமகன்"

தனுஷ்கோடியில் கரையொதுங்கியதும் விசாரணை செய்த அதிகாரிகள் இந்தக் கேள்விகளை சிறிய மாற்றங்களோடு கேட்டார்கள். நானோ எந்த மாற்றமுமின்றி இதே பதிலைச் சொன்னேன். சப்பாத்துக்கால்களில் இருந்து தப்பி பூட்ஸ்கால்களுக்குள் நசுங்கியது என் முகம். இரக்கமற்ற வகையில் வெறுப்பூட்டியது பயணத்தில் நான் அடைந்த தமிழின் அக்கரை.

## 2

**காட்**டிலுறைந்திருந்த ஒன்பது உடல்களின் எலும்புகளுக்கு மேலே புற்கள் முளைத்திருந்தன. வேட்கைகள் துயரத்திடம் மன்றாடிக்கொண்டிராது. எதிரிகளைக் கொல் என்று மனச்சாட்சியின் ஓசை இரத்தம் கசியுமளவுக்கு பேரிகையின் நீட்சியாய் நின்று எரிகிறது. அம்மா இப்போதும் அதே சாமிகளுக்கு விரதமிருக்கிறாள். அவளுக்கு இப்போதும் நான் செத்துப்போய்விடுவேன். என்னைச் சுமந்த கருப்பையில் இந்தப்பயத்தை நிரந்தரமாய் சுமக்கிறாள். அப்பாவின் செத்தவீட்டிற்கு சென்ற தமிழ் பாராளுமன்ற உறுப்பினரொருவர் வீரச்சாவடைந்த இவரின் ஒரேயொரு மகனான கேணல் தம்பாவும் நானும் நெருங்கிய நண்பர்கள் என கதையை அளந்துவிட்டிருக்கிறார். அம்மா போனில் கதைக்கும் போது கேட்டாள்.

உனக்கு அவனுக்கும் உண்மையிலும் சிநேகிதமே மோனே?

"எனக்கு அவரைத் தெரியவே தெரியாது அம்மா. அதிருக்கட்டும், எம்.பி மார் இப்ப இயக்கத்திற்கு ராங்கும் குடுக்கவெளிக்கிட்டாங்களோ" என்று கேட்டேன்.

அம்மா எதிர்புறத்தில் சிரித்தபடி,

எம்.பி மார் இப்ப தங்களை தளபதிமார் போல நினைக் கிறாங்கள் மோனே. இங்கே கடவுள் என்று சொல்பவன் கடவுளைக் காண்பதுமில்லை. கண்டதுமில்லை என்றாள். நாளுக்கு இரண்டு தடவைகள் அம்மாவோடு கதைப்பேன்.

கனவில் கண்களை வெளித்தள்ளிக்கொண்டு இரண்டு கிழட்டு பூனைகள் பாம்பைக்கவ்விய படி ஓடிவரும் நாட்களில் மட்டும் அம்மாவோடு கதைக்கமாட்டேன். வளசரவாக்கத்திலுள்ள அம்மன் கோவிலின் வாசலில் போய் அமர்ந்திருப்பேன். சகிக்கமுடியாத குரோதங்களோடு கனவுகளைக் காணுவது என்னை உருக்கிப்போட்டிருந்தது. காசநோய்க்கான அறிகுறிகள் தெரிவதாக நெருங்கிய நண்பரொருவர் சொன்னார். இயக்கத்திலிருக்கையில் பழக்கமாகியிருந்த சிலரை இங்கே சந்திக்கக்கூடியதாய் இருந்தது. அவர்களோடு மட்டும் பழக்கம் வைத்திருந்தேன். அடிக்கடி விசாரணைக்காக

அழைக்கப்பட்ட காலங்களில் பழக்கமானவர்கள் என்னைப் பார்க்ககூட வருவதில்லை. வாழ்க்கையின் நெடிகூடிய தருணமொன்றில் தனிமையின் மோசமான சவுக்கடிகளை காண நேருகிறது. ஆடைகளைக் களைந்தெறிந்து நிலவின் வெளிச்சத்தில் நின்று ஓவென அழுதால் சுகம் போலிருந்தது. ஆனால் புகலிடத்தின் காற்றுவெளியில் என் அழுகை பூர்வகுடிகளுக்கு இடையூறாய் நெருடும்.

'சிலோன் பைத்தியமே! உன் கூச்சலை நிறுத்து' என்று சைரன் ஒலி மிரட்டும். 'அகதியே உன் ஊருக்கு ஓடிப்போ' என புலம்பல் பிடியாத அக்கம் பக்கத்தார் அறிவுரை சொல்வார்.

## 3

**சொ**ர்ணலிங்கம் தம்பாபிள்ளையாகிய என்னை நான்கு வருட காலமாக கண்காணித்து வரும் மூத்த உளவுப்பிரிவு அதிகாரி வந்திருந்தார். அவரொரு தமிழராக இருந்தமை சற்று ஆறுதலாக இருந்தது.

நீங்கள் எப்போது எங்கள் நாட்டை விட்டு வெளியேறுவீர்கள் என்று டிப்பார்ட்மெண்ட் மேலிடத்தில் கேட்கிறார்கள் நான் என்ன பதில் சொல்லுவது?

நீ இன்னும் சாகவில்லையா மகனே, அதுவும் உன் தாய்நாடு தான் செத்துப்போவென்றது அம்மாவின் குரல். அந்தகாரம் மூடிய அகதிப் பிணமாக மின்மயானத்தில் எரியூட்டப்படும் என்னை வரலாற்றில் புகைபோல காண்பீர்கள். பிறகு இந்தக் கதை நிகழ்ந்த காலத்தை உங்கள் கொலைக்குறிப்பில் வரைவீர்கள்.

ஆனாலும் என் இரத்தம் உங்கள் கைகளிலிருந்து காயாது.